தமிழகத்தில் கல்வி

வே. வசந்தி தேவியுடன் உரையாடல்

தமிழகத்தில் கல்வி

வே. வசந்தி தேவியுடன் உரையாடல்

சந்திப்பு : சுந்தர ராமசாமி

வே. வசந்தி தேவி 1938ஆம் ஆண்டில் பிறந்தவர். சொந்த ஊர் திண்டுக்கல். வரலாற்றில் முதுகலைப் பட்டமும் பிஎச். டி பட்டமும் பெற்றவர். கல்லூரிப் பேராசிரியராகவும் முதல்வராகவும் பணியாற்றியுள்ளார். 1992முதல் 1998வரை மனோன்மணியம் சுந்தரனார் பல்கலைக் கழகத்தின் துணைவேந்தராகப் பணிபுரிந்தார். தற்போது தமிழ்நாடு மாநில மகளிர் ஆணையத்தின் தலைவராக பணியாற்றி வருகிறார்.

தமிழின் முக்கியப் படைப்பாளிகளில் ஒருவராகிய சுந்தர ராமசாமி, சமூக அக்கறையோடு தம் சிந்தனைகளைத் தொடர்ந்து முன்வைத்து வருபவர்.

சந்திப்பு: **சுந்தர ராமசாமி**

தமிழகத்தில் கல்வி
வே. வசந்தி தேவியுடன் உரையாடல்

காலச்சுவடு பதிப்பகம்

தமிழகத்தில் கல்வி: வே. வசந்தி தேவியுடன் உரையாடல் ♦ சந்திப்பு: சுந்தர ராமசாமி ♦ © வசந்தி தேவி, சுந்தர ராமசாமி ♦ முதல் பதிப்பு: ஆகஸ்ட் 2000, ஆறாம் (குறும்) பதிப்பு: ஜூலை 2022 ♦ வெளியீடு: காலச்சுவடு பப்ளிகேஷன்ஸ் (பி) லிட்., 669, கே. பி. சாலை, நாகர்கோவில் 629001.

Thamizhagathil Kalvi: Vasanthi Devi in Conversation with Sundara Ramaswamy ♦ © Vasanthi Devi, Sundara Ramaswamy ♦ Language: Tamil ♦ First Edition: August 2000, Sixth (Short) Edition: July 2022 ♦ Size: Demy 1 × 8 ♦ Paper: 18.6kgmaplitho ♦ Pages: 208.

Published by Kalachuvadu Publications Pvt.Ltd., 669, K.P. Road, Nagercoil 629001, India ♦ Phone: 91-4652-278525 ♦ e-mail: publications@kalachuvadu.com ♦ Printed at Clicto Print, Jaleel Towers, 42 KB Dasan Road, Teynampet Chennai 600018

ISBN: 978-81-87477-06-8

07/2022/S.No.90, kcp 3630, 18.6 (6) uss

டாக்டர் வே. வசந்தி தேவியின் உரையாடலை ஒலிநாடாவிலிருந்து பெயர்த்தெழுதிக் கணினியில் ஏற்றியவர் சி. குமாரி.

பிரதியை ஒழுங்கு செய்வதில் உதவியவர்கள் நண்பர்கள் ஹமீது, லல்லி, எம். எஸ்., பா. மதிவாணன்.

பிழைகளைத் திருத்தியவர் சி. லீலா.

நூலைப் படித்துப் பார்த்து வடிவமைப்புச் சார்ந்த பல யோசனைகள் சொன்னவர் நண்பர் ஆ. இரா. வேங்கடாசலபதி.

இங்கு சில வாக்கியங்களில் லகுவாகக் கூறிவிட்ட இப்பணிகள் அனைத்தும் – இவற்றை அவர்கள் செய்யும் காலத்தில் நான் உடன் இருந்ததால் – எவ்வளவு கடினமானவை என்பதை உணர்ந்தேன். எந்தப் படைப்பும் படைப்பாளியின் உழைப்பால் மட்டும் முழுமை பெற்றுவிடுவதில்லை என்பது எனக்கு இப்போது மேலும் தெளிவாகியிருக்கிறது.

இப்படைப்பு சிறப்பான வடிவம் பெற என்னுடன் ஒத்துழைத்த நண்பர்களுக்கும் உதவியாளர்களுக்கும் என் மனப்பூர்வமான நன்றியைத் தெரிவித்துக்கொள்கிறேன்.

நாகர்கோவில்
14. 07. 2000

சுந்தர ராமசாமி

(முதல் பதிப்பிற்கான நன்றியுரை)

உரையாடல் :
பின்னணியும் எதிர்பார்ப்பும்

கற்றுக்கொள்ளும் ஆற்றல்தான், மனிதனை விலங்குகளிலிருந்தும் தாவரங்களிலிருந்தும் பிரித்துக்காட்டும் முக்கியக் குணம். மனித நாகரிகத்தின் சாராம்சத்தைச் சுட்டுவதும் இந்த ஆற்றல்தான். ஏதேனும் ஒரு காரணத்தை முன்னிட்டு இந்த ஆற்றலை மனிதன் இழக்க நேர்ந்தால் பிற ஜீவராசிகள் அனைத்தும் எண்ணற்ற திறன் களில் தன்னை விஞ்சி நிற்பது அவனுக்குத் தெரிய வரும். கற்றுக் கொள்வதன் மூலம் புதிய அறிவுகளைக் கண்டடைவதுடன், சமூ கத்தின் குணத்தையும் மனிதன் தன் வாழ்வின் மூலமே மாற்றி விடுகிறான்.

வாலிபப் பருவம் அடைவது வரையிலும் பள்ளியிலோ, குடும்பத் தினரிடமிருந்தோ, புற உலகத்தைச் சார்ந்தோ சொல்லும்படி கற்றுக்கொள்ள எனக்கு வாய்ப்பு இருக்கவில்லை. உயிர் தரித்தல் மூலம் ஜீவன்கள் இயற்கையாகப் பெறும் அறிவு எனக்கும் சாத் தியமாக இருந்தது என் பாக்கியம். நகத்தால் எவரையும் பிறாண் டக்கூடாது என்பது எனக்குத் தெரிந்திருந்தது. பள்ளி வாழ்க் கையை அரைகுறையாக முடித்துக் கொண்டபோது ஆசிரியர்களின் முகங்கள், பள்ளிக் கட்டிடம், சுற்றியிருந்த மைதானங்கள், அவற் றில் நின்ற மரங்கள் ஆகியவையே மனத்தில் நிழலாடிக் கொண்டி ருந்தன. கல்வியின் பாதிப்பு எனத் திடமாக உணர எதுவும் இருக்க வில்லை.

பள்ளி நாட்களில் விளையாட்டில் முன்னிலையிலும் படிப்பில் வெகு வாகப் பின்னிலையிலும் நான் இருந்தேன். இந்நிலையில் என் ஆசிரியர்கள் என்னைச் சுட்டாமல் மாணவர்களைப் பற்றிப் பொது வாகக் கூறும் குறைகள் எனக்கும் பொருந்தி வந்து என் மனத்தை உள்ளூரத் தைத்துக்கொண்டிருந்ததால் எனக்கு அவர்களுடன் நெருங்க முடியாத சங்கடம் இருந்தது. தங்கள் முயற்சிகள் மூலம் சிறிதளவுகூடக் கற்றுக் கொள்ள முடியாத ஒரு மாணவனின்

அன்பையும் மதிப்பையும் எப்படி ஆசிரியர்களால் உணர்ந்து கொள்ள முடியும்? இந்தப் பின்னணியில் ஒரு ஜீவன், தன்னைத் தனது பதினெட்டாவது வயதுவாக்கில் மூடம் என அறிய நேர்ந் தால் ஆச்சரியப்பட ஒன்றும் இல்லை. இந்தச் சுய அறிவு மனித ஜீவனுக்கு மட்டுமே நிகழக்கூடியது என்பதால் இதில் ஆச்சரியப் பட எல்லாம் இருக்கிறது என்றும் சொல்லலாம். அறியாமை கூட மனிதனிடத்திலும் பிற ஜீவராசிகளிடத்திலும் ஒன்றாக இல்லை.

அறியாமை பற்றிய அறிவு துளிர்விடத் தொடங்கியபோது மனத்தில் கவிந்தது துக்கம். விலைமதிப்பற்ற இந்தத் துக்கம் காலப்போக்கில் வளர்ந்து கல்வியின் மதிப்பை உணரச் செய்ததுடன் சுயகல்வி என்ற வாசலை எனக்கு ஒருக்களித்து வைத்தது. சுயகல்வி என்ற வாசல் திறந்தபோது வாழ்க்கைக்கும் எனக்குமான உறவில் ஒரு குண வேறுபாடு தோன்றத் தொடங்கிற்று. வாழ்க்கையே ஒரு பள்ளி என்பதும் சக மனிதன் மூலமாகவும் புத்தகங்கள் வாயிலாக வும் எண்ணற்ற அறிவுகளை முடிவின்றிப் பெற்றுக்கொள்ள வாய்ப்பு இருப்பதும், தொடர்ந்து கற்றுக்கொண்டு வந்தாலும், 'கற்றது கை மண் அளவு; கல்லாதது உலகளவு' என்ற நிலையே தொடரும் என்பதும் தெரிய வந்தது. கல்விமீதான என் உறவும் அக்கறையும் கல்லாத கல்வி அளித்த துக்கத்திலிருந்து பிறந்தவை.

2

இளமையிலிருந்தே எனக்குப் பல ஆசிரியர்களுடன் தொடர்பு இருந்து வந்திருக்கிறது. இவர்களில் ஒருசிலருடன் நெருங்கிப் பழகும் வாய்ப்பையும் பெற்றிருந்தேன். ஜேசுதாசன், இலக்குவ னார், ருத்திரப்பசாமி, ஸ்ரீதரமேனன், வீரபத்திரன் செட்டியார், காந்திமதி அம்மாள், சிவராமகிருஷ்ண ஐயர், அச்சம்மா தாமஸ், சிவன் பிள்ளை, ஏகாம்பர நாடார் போன்ற புகழ்பெற்ற ஆசிரியர் களுடன் கொண்டிருந்த உறவு காலப்போக்கில் நட்பாக மலர்ந்தது. இவர்கள் எல்லோருமே எனக்கு முந்தைய தலைமுறையைச் சேர்ந்த ஆசிரியர்கள்.

எனக்குக் கற்றுத்தந்த வீரபத்திரன் செட்டியாரும், காந்திமதி அம்மாளும், சிவராமகிருஷ்ண ஐயரும், அச்சம்மா தாமஸும், சிவன் பிள்ளையும் என்மீது நம்பிக்கை கொண்டிருந்ததோடு நானும் என்மீது நம்பிக்கை கொள்ள வேண்டும் என்று தொடர்ந்து தூண்டிக்கொண்டு இருந்தார்கள். அப்போது எனக்கு இருந்த தாழ்வு மனப்பான்மை என்னையோ அவர்களையோ வெற்றிபெறச் செய்யவில்லை.

ஏகாம்பர நாடாரின் உறவு மலர்ந்த பின்புதான் விளையாட்டில் எனக்கு இருந்த ஆற்றல் வளர்ச்சி பெற்று என் ஆசிரியர்களையும் என் மாணவ நண்பர்களையும் - என்னையுமே - திகைப்படையச்

செய்தது. ஆசிரியர்கள் தாண்டிப் போகும்போது பூமியைப் பார்க்காமல் ஆசிரியர்களின் முகங்களைப் பார்க்கத் தொடங்கினேன். விளையாட்டும் ஒரு கல்வி என்பதும் விளையாட்டில் முன்னிற்கும் மாணவனும் பள்ளிக்குச் சில கௌரவங்களைச் சேர்க்க முடியும் என்பதும் எனக்கு உறுதியாயிற்று.

ஓர் எழுத்தாளனாக நான் உருவாகத் தொடங்கியபோது கற்றுத் தருவதில் தோல்வியடைந்த என் ஆசிரியர்களின் நேசம் எனக்குக் கிடைத்தது. மட்டுமல்ல; அவர்கள் தெளிவாக அறிந்திருந்த விஷயங்களைப் பற்றிக்கூட என்னிடம் சந்தேகங்கள் கேட்டு என்னைக் கௌரவிக்கத் தொடங்கியது மிகுந்த கூச்சத்தைத் தந்தது. குற்றவுணர்ச்சியின்றி அவர்களுடன் உறவாடக் கிடைத்த சந்தர்ப்பம் நம்பிக்கையை ஊட்டிற்று.

தமிழகக் கல்வி பற்றிய விமர்சனங்கள் எல்லாவற்றையுமே நான் அறிய நேர்ந்தது பின்னால் பழக நேர்ந்த பணியிலிருக்கும் இன்றைய என் ஆசிரிய நண்பர்கள் வழியாகத்தான். முப்பதுக்கும் மேற்பட்ட ஆசிரியர்கள் இன்று எனக்கு நண்பர்களாக இருக்கிறார்கள். இவர்களில் சரிபாதியினரேனும் கல்வி பற்றிய அவர்களுடைய எண்ணங்களையும் குறைகளையும் விமர்சனங்களையும் என்னுடன் தொடர்ந்து பகிர்ந்து கொண்டு வந்திருக்கிறார்கள். இவர்களில் ஒரு சிலர் இன்றையக் கல்வி பற்றிய மிகக் கூர்மையான விமர்சனங்களும் அதிர்ச்சி தரும் அனுபவங்களும் தகவல்களும் கொண்டவர்கள். நண்பர் ஜி. எஸ். ஆர். கிருஷ்ணனுடன் ஒருமுறை பேசிக் கொண்டிருந்தபோது மேல்நிலைக் கல்வியைப் பற்றிப் பொதுவாகவும் தான் பணியாற்றும் பல்கலை பற்றிக் குறிப்பாகவும் அவர் முன்வைத்த குறைகள் என்னை வெகுவாகச் சங்கடப்படுத்தின. நம் கல்விமீது ஆழ்ந்த அதிருப்தி கொண்டிருக்கும் இவர்கள் பணியாற்றும் நிறுவனங்களால் ஒதுக்கப்பட்டவர்களாகவும், சக ஆசிரியர்களால் விலக்கப்பட்டவர்களாகவும் ஆகிவிட்டிருக்கின்றனர். நிறுவனமும் சக ஆசிரியர்களும் தங்களைத் தனிமைப்படுத்தும் நிலையில் ஆற்றாமை கொள்ளும் இவர்கள், மாணவர்கள் தங்கள் மீது வைத்திருக்கும் அன்பையும் மதிப்பையும் பெரும் ஆறுதல்களாகக் கருதித் தங்கள் ஆசிரிய வாழ்க்கையைச் சகித்துக் கொண்டு வருவது எனக்குத் தெரிகிறது.

கல்வியின் அடிப்படைகளைத் தக்கவைத்துக்கொள்ள முயலும் ஆசிரியர்களின் வாழ்க்கை தத்தளிப்பில் முடிந்திருப்பது வருந்த வேண்டிய விஷயம். சமூக மதிப்பீடுகள் சார்ந்த விமர்சனத்தை முன்வைக்கும் படைப்பாளியைத் தமிழ்ச் சமூகம் ஒதுக்குகிறது என்ற ஆற்றாமை என் மனத்தில் இருந்ததால் நான் இவர்களை என் சகப் பயணிகளாகக் கண்டதில் எங்கள் உறவில் அந்தரங்கம் கூடிற்று. மாணவர்களை நேசிப்பதும் கற்றுத் தருவதற்காகத் தொடர்ந்து கற்பதும் நூல்களைப் படிப்பதும் தம் அறிவை மேம்

படுத்திக்கொள்வதற்கான தொடர்புகளைத் தேடிச் செல்வதும் மாணவர்களின் நலன் கருதிப் பொது அறிவுகளை வகுப்பில் சிறிய அளவிலேனும் கூற முற்படுவதும் தாங்கள் தனிமைப்பட்டுப் போன தற்கான காரணங்களாக இவர்கள் உணர்கிறார்கள். ‘ஆசிரியர்கள் ஓய்வு பெறும் அறையில் வீண் பேச்சுகளைத் தவிர்த்து வகுப் பெடுக்கப் பயன்படும் நூல்களை விடாப்பிடியாகப் படிக்கும் பழக்கம் என்னைச் சக ஆசிரியர்களின் வெறுப்புக்கு ஆளாக்கிவிட்டது’ என்று என் ஆசிரிய நண்பர் ஒருவர் பல ஆண்டுகளுக்கு முன்னர் கூறிய வாசகம் மீண்டும் மீண்டும் என் நினைவில் வந்துகொண் டிருக்கிறது.

3

மனோன்மணியம் சுந்தரனார் பல்கலைக் கழகத்தில் துணை வேந் தராகப் பணியாற்றிய டாக்டர் வே. வசந்தி தேவியை, அவர் ஓய்வு பெறும் காலம் வரையிலும் புகைப்படங்களில் மட்டுமே நான் பார்த்திருக்கிறேன். அவர் துணைவேந்தராகப் பதவி வகித்த காலத் தில் தமிழ் நாளிதழ்களில் வெளிவந்த அவருடைய பேச்சுகள்தாம் முதலில் அவர்மீது என்னைக் கவனம் கொள்ள வைத்தன. பதவி கட்டுப்படுத்தும் நிலையிலேயே கல்வி நிலையை அவர் விமர்சனங் களுக்கு உள்ளாக்கிப் பேசியது மதிக்கத் தகுந்த ஒரு காரியமாக எனக்குப்பட்டது. தொடர்ந்து அவரது பேச்சுகளைக் கவனித்து வந்தேன்.

நண்பர் ஹமீது (மனுஷ்ய புத்திரன்) ம. சு. பல்கலைக் கழகத்தில் தொடர்பியல் துறை மாணவராகப் படித்துக்கொண்டிருந்தபோது தொடர்பியல் துறை பதிப்பித்த மாணவர் இதழ் ஒன்றில் அவர் கண்ட வசந்தி தேவியின் நேர்காணல் வெளிவந்திருந்தது. அதில் தமிழகக் கல்வியைப் பற்றி மேலும் கூர்மையாகவும் பட்டவர்த்தன மாகவும் அவர் கூறியிருந்த கருத்துகள் என்னைக் கூடுதலாகக் கவர்ந்தன. கல்வியைப் பற்றி ஆற்றாமைப்பட்டுப் பேசும் என் ஆசிரிய நண்பர்கள் பலரிடமும் நான் தொடர்ந்து கேட்டுக் கொண்டு வந்திருந்த கேள்வி ஒன்று உண்டு: ‘ஆசிரியர்களில் எவரேனும் - பதவியிலிருந்து ஓய்வு பெற்ற பின்பேனும் - நம் கல்வி யின் நிலை பற்றிய விமர்சனங்களை எழுதியிருக்கிறார்களா?’ சொல்லும்படி எந்த நூலையும் அவர்களால் நினைவுகூர முடிந்த தில்லை.

இந்நிலையில் கல்வி பற்றிய வசந்தி தேவியின் கருத்துகளைச் சற்று விரிவாகத் தொகுக்க வேண்டியது அவசியம் என்று பட்டது. ஹமீதிடமும் வசந்தி தேவியை அறிந்திருந்த எங்கள் குடும்ப நண்ப ரான லல்லியிடமும் வசந்தி தேவியுடன் உரையாட இசைவு பெற முடியுமா என்று கேட்டேன். இந்தக் கேள்வியை நான் கேட்ட நேரத் தில் உரையாடலுக்கு அவர் இசைய மாட்டார் என்ற எண்ணம்தான்

என் மனத்தில் இருந்தது. உயர் பதவி வகித்திருக்கும் ஒருவர் நிறுவனம் சாராத எழுத்தாளனுடன் உரையாடுவதன் மூலம் சர்ச்சைகளில் சிக்கிக்கொள்ளும் சூழல் உருவாகும் எனக் கருதக் கூடும் என்று எண்ணினேன். வசந்தி தேவியின் இசைவு கிடைத்த தும் மிகுந்த மகிழ்ச்சி ஏற்பட்டது. அத்துடன் கல்வித் துறைச் சிந்தனைகளில் ஊறிப்போன ஒருவருடன் உரையாட எனக்கு இருக் கும் தகுதி பற்றிய கவலைகளும் முளைக்கத் தொடங்கின.

4

பல்வேறு துறைகளில் பணியாற்றும் என் கல்லூரி ஆசிரிய நண்பர் கள் ஒருசிலரைத் தேர்ந்தெடுத்து, கல்வி பற்றிய அவர்களுடைய கருத்துகளைச் சேகரிக்கத் தொடங்கினேன். அவர்களுடைய பேச்சு கள் எல்லாவற்றையுமே மிக விரிவாக ஒலிநாடாவில் பதிவு செய்து வைத்துக் கொண்டேன். இந்தச் சந்திப்புகளின்போது எனக்கு ஒன்று தெளிவாயிற்று. ஒரு வெளி மனிதனாக இன்றையக் கல்வி யின் நிலை பற்றி என் மனத்திலிருந்த மதிப்பீட்டைவிட ஆசிரிய நண்பர்கள் மனங்களில் இருந்த மதிப்பீடு மிகத் தாழ்வாக இருந் தது. ஆசிரியர் என்ற சொல் உருவாக்கும் படிமத்திற்கு என் மனத் தில் - காலமாற்றத்தால் சிதைந்துபோன பின்பும் - எஞ்சியிருந்த மரியாதைகூட என் ஆசிரிய நண்பர்கள் பலருக்கும் இல்லை என்பது தெரிந்தது. கல்வித்துறை சார்ந்தவர்களின் பொறுப்பின்மை பற்றி மிகக் கடுமையாக என்னிடம் விமர்சித்துப் பேசிய ஆசிரி யரிடம் - சுமார் இருபத்தைந்து வருட கால நண்பர் அவர் - 'பணி யில் உங்களுக்குச் சிறிய அளவிலேனும் மகிழ்ச்சி தரும் விஷயம் எது?' என்று கேட்டேன். 'மாணவ மாணவிகளின் முகங்கள்தான்' என்றார் அவர்.

கல்லூரி ஆசிரியர்களைச் சந்தித்த அளவுக்கு எனக்கு ஆரம்பப் பள்ளி ஆசிரியர்களையோ நடுநிலை/உயர்நிலைப் பள்ளி ஆசிரியர் களையோ சந்திக்கும் வாய்ப்புக் கிடைக்கவில்லை. ஆனால் சந்திக் கக் கிடைத்த ஒருசிலருடன் சற்று விரிவாகப் பேசும் சந்தர்ப்பத்தை மட்டுமே உருவாக்கிக்கொள்ள முடிந்தது. ஆரம்பப் பள்ளி ஆசிரிய ராகப் பணியில் சேர்ந்து அதன்பின் படிப்படியாகக் கற்று உயர் நிலைப் பள்ளியின் தலைமையாசிரியர் பதவியை எட்டியிருந்த என் நண்பர் ஒருவர் - டாக்டர் மு.வ.வைத் தன் மானசீகக் குருவாக வரித்துக் கொண்டிருந்தவர் - கல்வியின் நிலை பற்றிப் பேசிக் கொண்டு வந்தபோது தன் இயற்கைக்கு மாறாக ஆவேசம் கொண்டு, எதிரே இருந்த என்னை மேல்நிலைக் கல்வி அதிகாரி யாகப் பாவித்து, 'நீங்க வேற ஒண்ணும் செய்ய வேண்டாம் ஐயா. பொட்டைப் பசங்களுக்கு ஒரு கழிப்பறை மட்டும் கட்டித்தாங்க, அது போதும்' என்று உரத்த குரலில் சொன்னார். அவருடைய பாவனைப்படி நான் மட்டும் ஒரு மேலதிகாரியாக இருந்திருந்தால்

இரண்டு கழிப்பறைகளை உடனடியாகக் கட்ட (ஆம்பிளைப் பசங் களுக்கும் ஒண்ணு இருக்கட்டுமே!) உத்தரவு போட்டிருப்பேன். ‘பெண் குழந்தைகள் கழிப்பறைகளைப் பயன்படுத்தும் காலம் தமிழ் மண்ணில் நிச்சயமாக மலரும்’ என்று சொல்லி என் நண் பரை அப்போதைக்குத் தேற்றினேன்.

5

1998 செப்டம்பர் *16, 17, 18* தேதிகளில் திண்டுக்கலில் வசந்தி தேவியின் வீட்டில் இந்த உரையாடல் நடந்தது. முதல் இரண்டு நாட்கள் ஹமீதும் லல்லியும் உடன் இருந்தார்கள். வசந்தி தேவி எந்த மனத்தடையும் இல்லாமல் மிகவும் உற்சாகமாகப் பேசினார். ஐந்து அமர்வுகளில் சுமார் பதினைந்து மணி நேரம் உரையாடல் நாடாவில் பதிவு செய்யப்பட்டது. வசந்தி தேவி பகிர்ந்துகொள்ள விரும்பிய பெரும்பாலான விஷயங்களை இந்தச் சந்திப்பின் போதே கூறிவிட்டிருந்தார். விட்டுப்போன ஒரு சில செய்திகளை மட்டும் பின்னால் எழுதிச் சேர்த்தார்.

உரையாடலை நாடாவிலிருந்து எழுதி எடுப்பதற்கும், பிரதியை ஒழுங்குபடுத்திப் புத்தக வடிவம் தருவதற்கும் பலருடைய கடுமை யான உழைப்பு தேவைப்பட்டது. கணினிப் படிவங்களை இருமுறை பார்வையிட்டுத் தேவையான திருத்தங்களை வசந்தி தேவி செய்து தந்தார். நூலுக்கு இறுதி வடிவம் தர, நாங்கள் இருவரும் எதிர் கொண்ட வேறு அலுவல்களுக்கு இடையே நான் எதிர்பார்த்ததை விடவும் கால தாமதம் ஆகிவிட்டது. இருப்பினும் நம் கல்வி பற்றி வசந்தி தேவி கூறியுள்ள கருத்துகள் இன்றும் பொருத்தமுடைய வையாக இருக்கின்றன. எந்தக் கருத்தையும் காலாவதியாக்கிவிடும் மாற்றம் எதுவும் கல்வித் துறையில் நடந்ததாகத் தெரியவில்லை. கடந்த ஐம்பது வருடங்களில் அடிப்படை மாற்றங்கள் எவையும் நிகழ்ந்துவிடாத ஒரு துறையில் கடந்த இரண்டாண்டுகளில் மாற் றங்கள் எவையும் நிகழாததில் ஆச்சரியப்படுவதற்கு ஒன்றும் இல்லை.

6

வசந்தி தேவி இந்த உரையாடலில் கூறியுள்ள கருத்துகளைப் பற்றி ஒருசேர யோசித்துப் பார்க்கும்போது இரண்டு சிந்தனைகள் அழுத் தம் கொள்கின்றன. ஒன்று : கல்வி மனித நேயத்தை வளர்க்க வேண்டும். இரண்டு : சமத்துவச் சமுதாயத்தை உருவாக்க வேண் டும். இந்த இரு குறிக்கோள்களையும் முன்வைத்தே அவருடைய சிந்தனைகள் பல்வேறு தளங்களை நோக்கி விரிகின்றன. கல்வி யின் பயனை மொத்தச் சமூகமும் பெறவில்லை என்றும், அதில் ஏற்றத்தாழ்வுகள் இருக்கின்றன என்றும், உயர் ஜாதியினரும் வசதி படைத்தவர்களும் பெறும் கல்வியை ஒடுக்கப்பட்ட மக்களும் ஏழை களும் இன்று பெற முடியவில்லை என்றும் அவர் தெளிவுபடுத்து

கிறார். ஆகவே தமிழ்வழிக் கல்வியில் அவர் கொண்டிருக்கும் நம்பிக்கை கல்வியின் குறிக்கோளில் அவர் கொண்டிருக்கும் நம்பிக்கையோடு பின்னிப் பிணைந்து கிடக்கிறது. பல்கலைக் கழகங்கள் உயரமாக எழுப்பப்பட்டுள்ள சுவர்களுக்குள்ளே முடங்க வேண்டியவை அல்ல என்றும், அவை அவற்றைச் சுற்றியிருக்கும் சமுதாயத்துடன் உறவுகொள்ள வேண்டியவை என்றும், சமுதாயப் பிரச்சினைகளில் தங்களுக்குரிய பங்கைச் செலுத்த வேண்டியவை என்றும் அவர் வற்புறுத்துகிறார். வாழ்க்கையைவிட்டு விலகி நிற்கும் கல்வி பயனற்றது என்பதே அவரது கருத்து.

வசந்தி தேவியின் அணுகுமுறை லட்சிய நோக்கும் யதார்த்தப் பார்வையும் இணைந்தது என்று சொல்லலாம். நடைமுறைச் சாத்தியமற்ற கனவுகளைப் பற்றி அவர் இந்த நூலில் எங்கும் பேசவில்லை. மனம் சோராத போராளி அவர். மாற்றத்தை முட்டுக் கட்டை போட்டு முடக்கும் சமூகம் நம்முடையது. அமைப்பு ஜீவனற்று உளுத்துப் போன பின்னரும் பொக்கான அதன் சடங்குகளைக் காப்பாற்றிக்கொண்டு போகும் பழக்கத்தைச் சுமப்பவர்கள் நம் நிர்வாகிகள். இந்தச் சூழலில் செயல்பாட்டில் மிகுந்த நம்பிக்கை கொள்ளும் ஒருவர் எதிர்கொள்ளும் பிரச்சினைகள் திணறலைத் தரக்கூடியனவாகவே இருக்க முடியும். வசந்தி தேவி எதிர்கொண்ட தடைகளை அவரது சொற்களிலேயே அறியும் வாய்ப்பை இந்நூலில் பெறுகிறோம். இருப்பினும் குறிக்கோளைப் பொதுநலம் சார்ந்தும் தெளிவாகவும் வகுத்துக்கொண்டால் ஆசிரியர், மாணவர், கல்வித்துறை சார்ந்த பணியாளர்கள், பெற்றோர், பொதுமக்கள் ஆகியோரின் ஒத்துழைப்பை ஒரு எல்லை வரையிலும் வென்றெடுக்க முடியும் என்பதில் அவருக்கு நம்பிக்கை இருக்கிறது. மனித மனங்களின் சிக்கல்களும் சுயநலச் சக்திகளின் தந்திரங்களும் அவர் அறியாதவை அல்ல. இருப்பினும் சமூக மாற்றங்கள் சார்ந்த பணிகள் அனைத்துமே சிறிய அல்லது பெரிய போராட்டங்களின் விளைவாகக் கூடிவந்தவைதாம் என்ற வரலாற்றுணர்வு அவருக்கு இருக்கிறது. இந்த வரலாற்றுணர்வுதான் அவரைச் சோர்வடையவிடாது தொடர்ந்து போராடத் தூண்டிக்கொண்டிருக்கிறது என்று நினைக்கிறேன். இது ஒரு முடிவற்ற போராட்டம்.

7

தமிழ்ச் சமூகம் விமர்சனங்களை எதிர்கொள்ளும் முறை தந்திரமானது. ஒரு துறை சார்ந்த விமர்சனங்கள் ஆழமாகவும் தடயங்களை முன்வைக்கும் ஆதார குணங்களைக் கொண்டவையாகவும் இருக்கும் நிலையில்கூட அந்தத் துறை சார்ந்தவர்களால் அவ் விமர்சனங்கள் பொதுவாக எதிர்கொள்ளப்படுவதில்லை. இலக்கியத் துறையில் ஐம்பது வருடங்களாக விமர்சனக் கருத்துகளைக் கூறிவரும் நான் தமிழ்ச் சமூகத்தின் இத்தந்திரத்தை அனுபவ

பூர்வமாக உணர்ந்திருக்கிறேன். இதற்குப் பின்னால் சில சுயநலக் கணக்குகள் இருக்கின்றன. ஒன்று : விமர்சனக் கருத்துகள் மக்கள் மத்தியில் பரவி அவை ஒரு இயக்கமாக வளர்ந்து துறை சார்ந்த நாற்காலிகளை அசைப்பதற்கான வாய்ப்பு நம் சமூகத்தில் மிகவும் குறைவு என்பது. இரண்டு : அவ்வாறான மாற்றம் தவிர்க்க முடியாத ஒன்று என்றால் தொலைதூரத்தில் நிற்கும் அம்மாற்றம் வந்து சேர்வது வரையிலும் தொடர்ந்து சுரண்டல் தொழிலை வெற்றிகர மாக நடத்திக்கொண்டிருக்கலாம் என்பது. மூன்று : எல்லாச் சமூகங்களிலும் மாற்றங்களை உருவாக்க ஆதார இயக்கமாகச் செயல்படும் அரசியல், விழிப்புநிலை அற்ற மக்களைச் சுரண்டும் நிறுவனமாக இங்கு இறுகிப் போய்விட்டதால் பெரிய மாற்றங்கள் எவற்றையும் இப்போதைக்கு எதிர்பார்க்க வேண்டிய அவசியம் இல்லை என்பது. சமூக விழிப்புநிலையை உருவாக்க முயலும் சிந்தனையாளர்களுக்கும் இலக்கியவாதிகளுக்கும் அறிவியல் வாதிகளுக்கும் ஆராய்ச்சியாளர்களுக்கும் எதிர்நிலையிலேயே அரசியல் சக்திகள், ஊடகங்கள், திரைப்படங்கள், தொலைக் காட்சி, வானொலி, சமயத்தலைமை சார்ந்த கூத்தடிப்புகள் நிகழ் கின்றன. இவை எல்லாமே மக்களுடைய சிந்தனையை மழுங்கடிப் பதை நோக்கமாகக் கொண்ட ஒரு பெரும் வணிகத்தில் பங்கு கொள்பவையாக இருக்கின்றன.

ஜனநாயக மதிப்பீடுகள் கூர்மைப்பட அவசியமான விழிப்பு நிலை இன்னும் நம் மக்களிடத்தில் போதிய அளவில் வளரவில்லை. விழிப்பு நிலை கூடிவர மக்களின் போலிக்கனவுகள் சார்ந்த கற்ப னைகள் உடைய வேண்டும். மூடநம்பிக்கைகளிலிருந்து அவர்கள் வெளியே வரவேண்டும். பகுத்தறிவு கூர்மைப்பட வேண்டும். காரண, காரியத் தொடர்புகள் வலுப்பட வேண்டும். வாழ்க்கையின் நலங்களுக்கெதிராக இருப்பவை எவற்றிற்கும் எந்தப் புனிதமும் கிடையாது என்ற பிரக்ஞை உருவாக வேண்டும்.

சமூகத்தை மாற்ற முற்பட்ட சக்திகள் அனைத்தின்மீதும் மக்கள் தங்கள் நம்பிக்கையை இழந்துவிட்டனர் என்று சொல்லலாம். அரசி யலில் நேற்றையத் தலைவர்களின் தியாகங்களை முன்வைத்துத் தொழில் வெற்றிகரமாக நடந்துகொண்டிருக்கிறது. தியாகங்களை மூலதனமாக்கப் புதிய தலைமுறைக்குச் சிறிய அளவிலேனும் வரலாற்றுணர்வு வேண்டும். அது முற்றாகத் தேய்ந்து வரும் நிலை யில் அரசியல் தொழிலின் வெற்றிக்கு ஜாதி வேற்றுமைகளும் மத வேற்றுமைகளும் கிளறிவிடப்படுகின்றன. லட்சிய வாதிகளின் தியாகங்களைப் பற்றிய உள் நினைவு கொண்ட நேற்றையத் தலை முறை அடைந்திருக்கும் ஏமாற்றத்தில் துக்கமேனும் இருக்கிறது. லட்சியவாதத்தையே அறியாத இளைய தலைமுறையினர் கருத்து லகத்திலிருந்து முற்றாக விலகி வணிகத் திறன்களை வளர்த்துக் கொள்ளும் போட்டிகளில் ஆழ்ந்து கிடக்கின்றனர்.

தமிழகத்தில் ஆசிரியர்களின் செயல்பாடுகளில் கருத்துலகப் பாதிப்பு என்று சொல்லும்படி இன்று எதுவும் இல்லை. தத்துவமோ, கோட்பாடோ, சமூக அறிவியலோ, நுட்பமான சிந்தனைகளோ அவர்களைக் கவர்வதாகத் தெரியவில்லை. தமிழ்ச் சமூகத்தில் வெளிப்படும் மனித துக்கங்களுக்கு அவர்கள் இன்று எந்த எதிர்வினையும் தருவதும் இல்லை. இந்நிலையில் அவர்களை ஒரு சமூகச் சக்தியாகக் கணக்கில் எடுத்துக்கொள்ள அவசியம் இல்லை என்ற வாதத்தில் பொருள் இல்லாமலில்லை. இருப்பினும் நேற்றே கடவுளை இழந்துவிட்ட மனிதன் இன்று அரசியலையும் இழந்து நிற்கும் நிலையில் அவனுக்கு நம்ப ஒரு சக்தி வேண்டும். பூமியைப் புதைமண்ணாகக் கற்பனை செய்துகொண்டால் நடப்பதும் சாத்தியமற்றுப் போய்விடும். ஆகவே இன்றையச் சூழலில் கடைசி நம்பிக்கை ஆசிரியர்களை நோக்கிக் கவிவது இயற்கைதான். வீறுகொண்டு எழத் துணை நிற்கும் சாதகமான அம்சங்கள் ஆசிரிய வர்க்கத்தினருக்கு இருப்பதுபோல் வேறு எவருக்கும் இன்று இல்லை. பணி நாட்களும் பணி நேரமும் குறைவு என்பதால் நிறைய கால அவகாசம் கிடைக்கிறது. கருத்துலகத் தொடர்பு கொள்வதற்கான பெரும் வாய்ப்பு மற்ற எவரையும்விட அவர்களுக்கு மிகுதி. நூல்நிலையத் தொடர்பும் சிந்தனையாளர் தொடர்பும் அவர்களுக்கு எளிது. மாணவ சமூகம் என்ற மிகப் பெரிய சக்தி அவர்கள் கையில் அவர்களுடைய கருத்துகளை எதிர்நோக்கி நிற்கிறது. ஆசிரிய சமூகத்துக்கு வெளியே ஒரு சிந்தனையாளனுக்குத் தன் கருத்துகளைப் பகிர்ந்துகொள்ள ஒரு சிலரைக் கண்டடைவதுகூட மிகக் கடினமாக இருக்கிறது. ஆசிரியர்கள் பொருளாதாரப் பலத்துடனும் பணி சார்ந்த உத்தரவாதத்துடனும் இன்று இருக்கிறார்கள். ஆசிரியர்களை எப்போதும் போற்றி வந்திருக்கும் நம் சமூகம் இப்போதும் அவர்கள் சொல்லுக்கு மதிப்பளிக்கும் மனநிலையிலேயே இருக்கிறது.

வசந்தி தேவியுடன் நான் நிகழ்த்தியிருக்கும் இந்த உரையாடல் தமிழக ஆசிரியர்களின் விவாதத்திற்கும் விமர்சனத்திற்கும் எதிர்வினைக்கும் இலக்காக வேண்டும் என்று விரும்புகிறேன். நிகழ்ந்து முடிந்துவிட்ட இந்தக் காரியத்தை, நிகழாத ஒன்றாக ஆசிரியர்கள் கற்பனை செய்து கொள்ளாமல் இருப்பார்கள் என்றால் அந்நிலை தமிழ்ச் சமூகத்துக்கு அவர்கள் செய்யும் உதவியாக இருக்கும்.

நாகர்கோவில்
14.07.2000

சுந்தர ராமசாமி

சுந்தர ராமசாமி ➢ 17

கல்வித் துறையில் மாற்றம்

சுந்தர ராமசாமி : உங்களைச் சந்தித்தது எனக்கு மகிழ்ச்சியைத் தருகிறது. நீங்கள் கல்வித் துறையில் பல மாற்றங்களைக் கொண்டுவர வேண்டும் என்று விரும்புகிறீர்கள். மாற்றங்களை விரும்பாத சமூகம் நம்முடையது. அதனால் பல தடைகள் உருவாக்கப்படும். சோர்வடையாமலும் சித்தாந்தங்கள் சார்ந்து முன்தீர்மானங்கள் இல்லாமலும் நம் பின்தங்கிய சமூகச் சூழலைக் கணக்கில் எடுத்துக் கொண்டு நீங்கள் செயல்பட்டு வருவதுதான் எனக்கு உங்கள்மீது மதிப்பு ஏற்படக் காரணம். முதலில் கல்வி குறித்த உங்கள் பார்வை களையும் அணுகுமுறைகளையும் விரிவாகத் தெரிந்துகொள்ள விரும்புகிறேன்.

வே. வசந்தி தேவி : கோட்பாடுகள் சார்ந்து நமக்கு எப்போதும் சில லட்சியங்கள் இருக்கும். ஆனால் அவற்றை என்றைக்கும் எந்தச் சமூகத்திலும் நேரடியாக, முழுமையாக நிறைவேற்ற முடியாது. மாற்றங்கள் துல்லியமாகவும் முழுமையாகவும் நடக்க வேண்டு மென்று நினைத்துக் கொண்டிருந்தால் அவை ஒருபோதும் நடை பெறுவதில்லை. பல கட்டங்களில் யதார்த்தத்திற்கு ஏற்றபடி, இருக்கின்ற நிலைமைகளுக்கு ஏற்றபடி சில மாற்றங்களை, விட்டுக் கொடுத்தும் சிறிய சமரசங்கள் செய்துகொண்டும் நடைமுறைக்குக் கொண்டுவர வேண்டியிருக்கிறது. ஒரு நீக்குப்போக்குத் தேவைப் படுகிறது. எந்த ஒரு லட்சியத்தையும் கரைக்குக் கொண்டுவர வேண்டும் என்றால் படிப்படியாக இறங்கித்தான் வரவேண்டும். அப்படியென்றால் ஒவ்வொரு படியிலும் ஒரு நீக்குப்போக்குத் தேவைப்படுகிறது என்று நான் நினைக்கிறேன். அந்த அளவுக்கு லட்சியம் சிதறித்தான் போகிறது. ஆனாலும்கூட மீதியிருப்பதை யாவது கரையில் கொண்டு சேர்க்கலாம். மிகவும் ஏற்ற, லட்சிய பூர்வ மான ஒரு சூழல் உருவானால்தான் சீர்திருத்தங்களைக் கொண்டு வர முடியும் என்று எண்ணிக் கொண்டிருந்தால், அந்த நேரம் வரப்போவதேயில்லை. இப்படித்தான் சில மாற்றங்களைச் செய்ய வேண்டும் என்று நினைத்தேன். மனோன்மணியம் சுந்தரனார் பல்கலைக்கழகத்தில் துணைவேந்தர் பொறுப்பிற்கு வந்தபோது எனது எண்ணங்களை நடைமுறைப்படுத்திப் பார்க்க வேண்டு மென்ற வேகம் இருந்தது. அதனால், ஆரம்பத்திலேயே, நான் வந்த முதல் வருடமே அடிப்படையில், பெரிய அளவில் மாற்றங்களைக்

கொண்டு வரவேண்டுமென்று விரும்பினேன். முதலில் எடுத்துக் கொண்டது பட்டப் படிப்புகளை மாற்றி அமைக்கும் திட்டம். அதை ஆரம்பித்தவுடனேயே சக ஆசிரியர்கள், நண்பர்கள் எல்லோருமே, 'நம்முடைய பல்கலைக்கழகம் ரொம்பப் புதியது, இளையது; இன்னும் கட்டிடங்களோ துறைகளோ உருவாகவில்லை, யுஜிசி அங்கீகாரம் வரவில்லை; நீங்கள் இவ்வளவு பெரிய ஒரு திட்டத்தைக் கொண்டு வருகிறீர்களே! மிகப் பெரிய பல்கலைக் கழகங்களெல்லாம் தொடவே பயப்படும் விஷயமல்லவா இது' என்று சொன்னார்கள். ஆனால் நாம் அங்கேயிருந்து, அடிப்படையிலிருந்து தொடங்கினால்தான் ஏதாவது மாற்றம் சாத்தியம் என்று நினைத்தேன்.

நான் செய்த மாற்றங்களிலேயே மிகவும் முக்கியமானது, அடிப்படையானது இதுதான் என்று நினைக்கிறேன். என்னுடைய கல்வி சித்தாந்தத்தை லட்சியமாக வைத்துக் கொண்டு இந்தத் திட்டத்தை உருவாக்கி, ஓரளவு நிறைவேற்ற முயன்றேன்.

சு. ரா : என்னைப் போன்ற ஒரு எழுத்தாளனுக்கு எதிர்காலம் பற்றிப் பல கனவுகள் இருக்கலாம். ஆனால் நீங்களோ திட்டவட்டமாகவும் நடைமுறை சார்ந்தும் சில காரியங்களை உருவாக்க வேண்டிய நிலையில் இருக்கிறீர்கள். எந்தவிதமான மாற்றங்களைக் கொண்டுவர விரும்புகிறீர்கள்? அதோடு கல்வி பற்றிய உங்கள் அடிப்படைச் சிந்தனைகள் என்ன? எனக்குப் பலவிதமான எண்ணப் போக்குகள் இருக்கின்றன. கல்வி, மாணவ மாணவிகளின் ஆளுமைகளை வளர்க்க வேண்டும்; இனம் தெரியாத பயங்களை அகற்ற வேண்டும்; நெருக்கடிகளை எதிர்கொள்ளத் தயார் செய்ய வேண்டும் என்றெல்லாம் நினைக்கிறேன். உங்கள் நோக்கம் என்ன? ஒரு நோக்கத்தை வைத்துக்கொண்டால்தானே அது நிறைவேறிற்றா இல்லையா என்று நாம் பார்க்க முடியும்.

வசந்தி : இப்போது நான் உயர்கல்வியைப் பற்றி மட்டும் சொல்கிறேன். பின்னால் கல்வியைப் பற்றி முழுமையாகப் பேசலாம். உயர் கல்வியில் அறிவு வளர்ச்சி பல தளங்களில் இருக்க வேண்டும். அதில் உலக அளவில் ஒவ்வொரு துறையிலும் நடந்து கொண்டிருக்கும் பெரிய, வேகமான மாற்றங்களையெல்லாம், அசுர வேகத்தில் நடந்து கொண்டிருக்கும் வளர்ச்சியை எல்லாம் நம்முடைய மாணவர்கள் அடையுமாறு செய்ய வேண்டும். தகவல் தொழில்நுட்பம் வளர்ந்திருக்கும் இக்காலத்தில் எங்கேயோ நடந்திருக்கிற விஷயங்களை எல்லாம் நம்முடைய மாணவர்களுக்குப் பயன்படும்படியாக அவர்களுடைய வாசற்படிக்குக் கொண்டு வர வேண்டும். ஆனால் அதைவிட முக்கியமான விஷயம், ஒரு மாணவனை சுயசிந்தனை உடையவனாக, ஒரு விமர்சனப் பார்வை கொண்டவனாக, சமூகத்தோடு அவன் சில பிணைப்புகளை உருவாக்கிக் கொள்பவனாக, அந்த மாணவனை மாற்றக்கூடியதாக

கல்வி இருக்கவேண்டும் என்று நான் நினைக்கிறேன். அத்துடன் மாணவனிடத்தில் ஒரு படைப்பாற்றலை உருவாக்குகிற கல்வி; அவனுள்ளிருக்கும் அந்தப் படைப்பாற்றலை வெளிக்கொண்டு வரும் கல்வி வேண்டும். *The purpose of education is not to inform, but to sensitise.* செய்திகள், தகவல்கள் ஆகியவற்றை இன்றைய இளைஞன் பல வழிகளில் பெறலாம். கல்வி நிலையங்கள், வகுப்பறைகள், தகவல்களைப் பெறுவதற்கு, இன்றைய உலகில் தேவையில்லை. நாம் வாழ்ந்து கொண்டிருக்கிற இந்தச் செய்தி உலகத்தில், தகவல் யுகத்தில், இணையம் மூலம், பலவகைப்பட்ட ஊடகங்கள் மூலம் பெறலாம். ஆனால் கல்வி நிலையங்கள், வகுப்பறைகள் இளைஞர் களுக்கு *sensitivity*ஐ கொடுக்க வேண்டும். அதை இணையம் கொடுக்க முடியாது. இதைப் பற்றிப் பேசுகிறபோது இன்றையக் கல்வி அமைப்பிலிருக்கும் முக்கியமான குறைகளைப் பற்றி நாம் பேசியாக வேண்டும்.

மாணவர்களுக்குத் தாங்கள் பிறந்த மண்ணிலிருந்து அவர்களை வேரோடு பிடுங்கி எறியும் கல்வியைத்தான் நாம் இன்றைக்குக் கொடுத்துக்கொண்டிருக்கிறோம். கல்லூரிகளும் பல்கலைக் கழகங் களும் தங்களைச் சுற்றி மதிற்சுவர்களை எழுப்பிக்கொண்டு இருக் கின்றன. அந்த மதிற்சுவர்களுக்குள்ளாக நம்மை முடக்கிக்கொண்டு நாம் கல்வியைக் கொடுக்கிறோம். அந்தக் கல்வி, சுற்றியுள்ள சமுதா யத்தைத் தாண்டி எங்கேயோ இருக்கும் அந்நியமான உலகத்தி லிருந்து சில வளர்ச்சிகளை எடுத்துக் கொண்டு வந்து கொடுக்கலாம். ஆனால் சமுதாயத்தின் தொடர்பில்லாமல் கொடுக்கிற கல்வி யானது மாணவனைக் குறை மனிதனாக்குகிறது. உண்மையான நிறைவை அவனுக்குக் கொடுப்பதில்லை. அந்தக் கல்வி மிகவும் செயற்கையானது. இதனால் சமுதாயத்திற்கும் பயனில்லை; மாணவர்களுக்கும் பயனில்லை. அதனால்தான் இங்கே படித்துக் கொண்டு இருக்கிறவர்கள் எல்லோரும் நேரே அமெரிக்கா போக ணும் என்று நினைக்கிறார்களே ஒழிய அவர்களுக்குத் தங்களுக்கு ஒரு இடம் சமுதாயத்தில் இருக்கிறது என்பது தெரியாமல் போகிறது. இது உயர்கல்வியில் இருக்கிற பெரிய குறை. இதை மாற்ற வேண்டும்.

உலகத்தில் நடப்பவற்றையெல்லாம் ஓரளவுக்கு அறிந்துகொள்ளும் விசாலப்பார்வை கொண்டவர்களாக மாணவர்களை மாற்ற வேண் டும் என்று நான் நினைக்கிறேன். *'To think globally and act locally'* என்று சொல்கிறார்களே அதுபோல பரந்த உலகின் அறிவையும், ஞானத்தையும் ஈர்த்துக்கொண்டு அதைத் தன்னுடைய சமுதாயத் திற்குப் பயன்படுத்த வேண்டும். ஆனால் இங்கு கல்வி ரொம்ப குறுகிக்கொண்டே போகிறது. ஒரு துறையில் ஆழமான அறிவு வேண்டும் என்றால் ஒரு கட்டத்தில் *specialisation* மிகவும் அவசியம் தான். அதற்குமுன் ஒருவருக்கு அறிவின் பல்துறை பற்றிய ஒரு பரிச்சய அறிவு இருக்க வேண்டும். அப்போதுதான் தான் தேர்ந்

தெடுத்து, ஆழமாகக் கற்கும் அந்த அறிவை ஒரு பரந்த பின்புலத்தில் பொருத்திப் புரிந்துகொள்ள முடியும். அவனது துறைக்கும், மனித அறிவுத் திரட்சியின் முழுமைக்கும் இடையிலான தொடர்புகளைப் புரிந்துகொள்ள முடியும். அறிவுத்துறை ஒவ்வொன்றும் மற்ற துறை களுடனும், மனித அறிவு முழுமையுடன் பல உயிர்த்தளைகளால் பிணைக்கப்பட்டிருக்கிறது. பிணைக்கும் நரம்புகளையும், ரத்தநாளங் களையும் துண்டித்துவிட்டுத் தனது குறுகிய துறையில் மட்டுமே ஆழ்ந்து செல்வது மனித உடலின் ஒரு உறுப்பை மட்டும் எடுத்து, பரிசோதனைக்கூட மேசையில் வைத்து, மிகுந்த சக்தி கொண்ட பூதக்கண்ணாடியால் ஆராய்வதைப் போன்றது. அந்த உறுப்பை உடலின் மற்ற உறுப்புகள் எப்படிப் பாதிக்கின்றன என்பதையோ, இந்த உறுப்பு மற்ற உறுப்புகளை எப்படிப் பாதிக்கிறது என்பதையோ புரிந்துகொள்ள முடியாது.

அத்துடன், வேலை வாய்ப்பை அளிக்கும் கல்வியாகவும் இருக்க வேண்டுமென்பதை ஒப்புக்கொள்கிறேன். ஆனால், வேலைவாய்ப்பு களை உருவாக்குவது சமுதாயத்தின், பொருளாதார அமைப்பின், தேசியக் கொள்கைகளின் பொறுப்பு; கல்வியின் பொறுப்பல்ல. எந்த அறிவுத் துறையுமே வேலைவாய்ப்பற்ற துறையாக இருக்கக் கூடாது. அதிலும், நம்மைப் போன்ற பிரம்மாண்டமான இயற்கை வளமும், மனித வளமும், மகோன்னதமான கலை, இலக்கியக் கலாச்சாரப் பாரம்பரியமும், நீண்ட வரலாறும் கொண்ட நாட்டில் அனைத்து அறிவுத்துறைகளுக்கும் வாய்ப்புகள் இருக்க வேண்டும்.

அப்புறம் இதிலே இன்னொன்று : ஜனநாயக ரீதியான கல்வி அமைப்பு வேண்டும் என்பது. அப்படிப்பட்ட கல்வி அமைப்பு என்று ஒன்று தனியாக இருக்கிறதா என்று கேட்கலாம். இருக்கிறது என்றுதான் நினைக்கிறேன். கல்வி அமைப்பிலும் ஜனநாயகம் இருக்கிறது. நமக்கு ஜனநாயகத்தின் மேல் பல வெறுப்புகள் இருக்கலாம். இந்தியாவில் ஜனநாயகம் சிறப்பாக நடக்கவில்லை என்று நாம் எல்லோரும் ஒப்புக்கொள்ளலாம். ஆனால் ஜனநாயகத் திற்கு வேறு மாற்று கிடையாது. ஜனநாயகத்தை மேம்படுத்தலாமே ஒழிய ஜனநாயகத்தைத் தூக்கி எறிந்துவிட்டு இன்னொரு வகைப் பட்ட அரசியலைக் கொண்டு வரவேண்டும் என்று நாம் நினைக்க முடியாது. ஆனால் அதற்கு எல்லாத் துறைகளோடும் இணைந்து தான் மாற்றங்களைக் கொண்டு வரவேண்டும். இதை ஏன் சொல்கி றேன் என்றால் நம் கல்வி அமைப்பில் ஏற்றத்தாழ்வுகள் மிகவும் அதிகரித்துக்கொண்டே போகின்றன. இன்னும் சொல்லப்போனால் கடந்த ஒரு தலைமுறைக்கு முன்னால் இருந்ததைவிட இன்று ஏற்றத் தாழ்வுகள் மிகவும் கொடூரமாக அதிகரித்திருக்கின்றன. இன்றைக்கு நம் சமுதாயத்தில் காணப்படும் பல பிரச்சினைகளுக்கு அது ஒரு அடிப்படையான காரணம் என்று நினைக்கிறேன். இதையெல்லாம் மாற்றக்கூடிய கல்வியைக் கொடுக்க வேண்டும்.

கல்வி மூலமாகப் பல நெறிமுறைகளைக் கொடுக்க வேண்டும். அந்த நெறிமுறை என்பதை ஒரு ஒழுக்கவியலாக நான் கருதவில்லை; மாணவர்களுக்குத் தன்னைப் புரிந்துகொள்ளும் கல்வியை, தன் மீது நம்பிக்கைகொள்ளும் கல்வியைக் கொடுக்க வேண்டும்.

இன்றைய சமூகத்தில் இளைஞர்களுக்குத் தங்களிடம் நம்பிக்கை இல்லாதது மட்டுமல்ல, பிறரிடமும் நம்பிக்கையில்லை. இவ்வாறான ஒரு உலகத்தைத்தான் நாம் உருவாக்கியிருக்கிறோம். இந்நிலையில் ஒரு முக்கியமான மாற்றத்தை நாம் இளைஞர்களிடம் கொண்டு வரவேண்டும். அவனைத் தன்னை நம்பக்கூடியவனாக, சமுதா யத்தை நம்பக்கூடியவனாக மாற்றக்கூடிய கல்வி வேண்டும். இவை யெல்லாம்தான் அடிப்படையாக நம் கல்வி அமைப்பில் நிகழ வேண்டிய மாற்றங்கள். இவை லட்சியங்கள். அவற்றை எப்படி நாம் நிலையான மாற்றங்களாகக் கொண்டு வருவது? எப்படி நடைமுறைப்படுத்துவது? இன்றையக் கல்விமுறையில் அதற்கான அவகாசமே இல்லாமல் இருக்கிறது. தேர்வு முறையை ஒட்டிய பாடத்திட்டங்களும் போட்டி மனப்பான்மையும்தான் இன்றையக் கல்வியின் அடிப்படையாக இருக்கின்றன. இதற்குள்ளாகத்தான் மற்ற விஷயங்களைச் செய்ய வேண்டியிருக்கிறது.

சு. ரா : நாம் சுதந்திரம் பெற்று 50 வருடங்கள் ஆகிவிட்டன. நம் கல்வி பிரிட்டீஷ் ஆட்சியால் உருவாக்கப்பட்டது. அவர்களுடைய நலன்களுக்கு இந்தியர்களைப் பயன்படுத்திக்கொள்ள வேண்டும் என்ற நோக்கம் அதில் முதன்மையானது. இந்தக் கல்வியை அகற்றி நம்முடைய மண், கலாச்சாரம், சூழல் சார்ந்த கல்வியை உருவாக்கு வதற்கு நாம் ஏதாவது முயற்சி செய்திருக்கிறோமா? இந்த 50 வருட நீட்சியில் உங்கள் எண்ணங்கள் விதிவிலக்கான, வித்தியாச மான எண்ணங்களாகத்தான் எனக்குப் படுகின்றன. நாம் பின்பற்றி வரும் பொது இயக்கத்தின் பகுதியாகப் படவில்லை. அரை நூற் றாண்டுக் காலத்தில் ஆசிரியர்கள் ஒரு புதிய கல்வியை உருவாக்கு வதில் என்ன கவனம் காட்டியிருக்கிறார்கள்? ஏன் இந்தியக் கல்வித் திட்டத்தை உருவாக்க இந்திய ஆசிரியர்கள் முயற்சி செய்யவில்லை? ஆண்டான் அடிமை முறைக்கும் குமாஸ்தாக்களை உருவாக்கும் முறைக்கும் நாம் ஏன் இன்னும் முக்கியத்துவம் அளித்துக்கொண்டி ருக்கிறோம்?

வசந்தி : நீங்கள் சொல்வது ரொம்ப சரி. கல்வி அமைப்பில் காலனிய ஒழிப்பு நடக்கவில்லை. இன்னும் சொல்லப்போனால் அரசியல் ரீதியாகக் காலனியாதிக்கம் முடிந்ததே தவிர அடிப்படைக் கட்டமைப்பில் அது தொடர்ந்துகொண்டுதான் இருக்கிறது. மேற் கத்தியமயமாதல் நம்முடைய கலாச்சார அமைப்பில் ரொம்ப ஆழமாக ஊடுருவியிருக்கிறது. அந்நிய ஆட்சியிலிருந்து வந்த கல்வியை மாற்றி நம் மண்ணுக்குத் தகுந்த ஒரு கல்வி அமைப்பை உருவாக்க வேண்டும் என்ற சிந்தனையே யாருக்கும் உருவாக

வில்லை. அங்கங்கே சின்னச்சின்னப் பரிசோதனைகள் நடந்திருக்கின்றன. கல்விக்கான கமிஷன்களை எல்லாம் போட்டார்கள். அவற்றின் பரிந்துரைகளில் இதைப் பற்றியெல்லாம் பேசப்பட்டிருக்கிறது. ஆனாலும் உண்மையாகவே அமைப்பில் எந்த மாற்றமும் கொண்டு வரப்படவில்லை. ஏனெனில், அப்போதிருந்தே வேகவேகமாக முன்னேறிக்கொண்டிருக்கும் உலகத்தை எட்டிப்பிடிக்க வேண்டும் என்று நினைத்தோம். சுதந்திரம் பெற்ற காலத்தில் இந்த அளவு உலகமயமாதல் இல்லையென்றாலும்கூட அப்போதிருந்தே போட்டி மிகுந்த உலகத்தில்தான் இருக்கிறோம். அதுதான் நம்முடைய சமூகத்திலுள்ள அடிப்படையான சிந்தனா முறையை நிர்ணயிக்கிறது.

அத்துடன், மிக முக்கியமானது காலனிய காலத்துக் கல்வியினால் பலனடைந்து, அன்றே நிர்வாகத்தின், அரசு எந்திரத்தின் பல அமைப்புகளிலும் புகுந்து அவற்றை ஆக்கிரமித்துக் கொண்டிருந்தவர்கள் நமது சமுதாயத்தின் மேல் ஜாதியினர். கருத்துலகத் தலைமையும் அவர்கள் கையில்தான் இருந்தது. காலனியக் கல்வி இவர்களுக்குப் பலனளித்து, மற்றவர்களைவிட வேகமாக முன்னேற வாய்ப்புகளை அளித்திருக்கிறது. இதில் அவர்களுக்கு நிறைய சாதக நிலைகள் உருவாகின. சுதந்திரத்திற்குப் பிறகும் இவர்கள் கையில்தான் கருத்துலக – நிர்வாகத் தலைமை தொடர்ந்தது. தங்களுக்குப் பெரும் சாதகமாக இருந்து சமுதாயத்தின் உச்சிக்குத் தங்களை எடுத்துச் சென்ற கல்வியை மாற்ற வேண்டும் என்று அவர்கள் ஏன் நினைக்கப் போகிறார்கள்? அதே கல்வி தொடர்வதுதான் அவர்களுக்குச் சாதகமானது.

மேலும் நம்முடைய கல்வித் திட்டத்தைத் தீர்மானிப்பவர்கள் அதிகாரிகளே தவிர ஆசிரியர்கள் அல்ல. மேலேயிருந்து உருவாக்கப்படும் கல்வி கீழ்நோக்கித் திணிக்கப்படுகிறது. இது நம்முடைய கல்வி அமைப்பிலிருக்கும் பெரிய குறை. ஆகவே பள்ளிக்கல்வியிலிருந்து எல்லோருக்கும் அங்கங்கே என்னென்ன கல்வி அமைப்பு இருக்க வேண்டும் என்பதைப் பற்றித் தீர்மானிக்க ஆசிரியர்களுக்குப் பொறுப்பு கொடுக்கப்பட வேண்டும். அதை ராதாகிருஷ்ணன் கமிஷன், கோதாரி கமிஷனிலிருந்து சொல்லிக்கொண்டே இருக்கிறார்கள். ஆனால் யாரும் அதைச் செய்யவில்லை. ராஜீவ் காந்தி ஆட்சியில் புதிய கல்விக் கொள்கையை உருவாக்கினார்கள். அதுவும் மேலிருந்து உருவாக்கப்பட்டதே ஒழிய ஆசிரியர்களுக்கு அதில் பங்கு இல்லை.

ஆசிரியரும் பாடத் திட்டமும்

சு. ரா : கல்வித் திட்டங்கள் ஆசிரியர்களின் பங்களிப்பு இல்லாமல் மேலேயிருந்து திணிக்கப்படுவதாகச் சொன்னீர்கள். எந்த மையங்களிலிருந்து இந்தக் கல்வித் திட்டங்கள் உருவாகி வருவதாக நினைக்கிறீர்கள் ?

வசந்தி : மத்திய அரசிலும் மாநில அரசிலும் இருக்கும் அதிகார மையங்களில் இவை உருவாகின்றன. கல்வியில் centralisation பெருமளவு நடந்துகொண்டிருக்கிறது. அதிகாரங்கள் மைய அரசில் குவிக்கப்படுகின்றன. ஆரம்ப காலத்தில் மாநிலங்களிடம் இருந்த அதிகாரங்கள்கூட இன்று மைய அரசின் கைக்கு வந்துவிட்டன. ஆரம்பத்தில் கல்வி இரண்டாம் பட்டியலில்தான் இருந்தது. அதாவது மாநிலங்களிடம் இருந்தது. எமர்ஜென்சி காலத்தில் அது பொதுப்பட்டியலுக்கு மாற்றப்பட்டது. அதைப் பயன்படுத்திக் கொண்டு அதிகாரங்களையெல்லாம் மைய அரசு கவர்ந்துகொண்டு வருகிறது. உயர்கல்வியின் அடிப்படையைப் பல்கலைக்கழக மானியக் குழு ஓரளவு முடிவு செய்கிறது. கல்வி சார்ந்த எந்த வளர்ச்சியிலும் ஆசிரியர்கள் பங்கேற்க முடிவதில்லை. அந்தந்தப் பகுதிக்கேற்ற கல்விமுறை இருக்க வேண்டும். அதை அங்கிருப்பவர்களே உருவாக்க வேண்டும். நம்முடையதைப் போன்ற பன்முகக் கலாச்சாரம் கொண்ட ஒரு சமூகத்தில் அந்தந்தப் பகுதியில் உள்ள ஆசிரியர்களும் மற்றக் கல்வியாளர்களும் சேர்ந்து இந்தக் கல்வியை உருவாக்க வேண்டும். கணிதமோ விஞ்ஞானமோ எதுவாக இருந்தாலும் அதை முடிவு பண்ணக்கூடிய அதிகாரம் அவர்களிடம் இருக்க வேண்டும். ஆசிரியர்களிடம் என்னதான் குறை இருந்தாலும் அவர்களிடம் பொறுப்பு கொடுத்துப் பார்த்தோம் என்றால் கொஞ்சமாவது மாற்றம் கிடைக்கும் என்று நான் நினைக்கிறேன். அந்த மாதிரியாகச் சில சிறிய முயற்சிகளை மேற்கொண்டு வந்திருக்கிறேன். நமக்கு எவ்வளவு தூரம் ஜனநாயக இயக்கங்களில் கருத்து வேறுபாடுகள் இருந்தாலும்கூட மக்களிடம் அதிகாரம் போனால் தான் உண்மையான தீர்வுகள் வரமுடியும். சிலர் மேலே உட்கார்ந்து கொண்டு முடிவு பண்ணுவதால் சரியான தீர்வுகள் வராது.

சு. ரா : இன்றைய ஆசிரியர்களிடம் கல்வி பற்றித் தீவிரமான விமர்சனம் இருக்கிறதா ? மாணவர்களுக்கு எந்தவிதமான கல்வியை

அளிக்கவேண்டும் என்பது பற்றிய சிந்தனைகள், விவாதங்கள் அவர்களிடையே இருந்தால் இன்றையக் கல்விக்கு அவர்கள் எதிர்வினை தந்திருக்க மாட்டார்களா? ஏதோ ஒரு மையத்திலிருந்து யாரோ ஒரு கல்வி அமைச்சர் அல்லது அவரது அலுவலகத்தினர் ஒரு கல்விக் கொள்கையை முன்வைக்கும்போது காஷ்மீரிலிருந்து கன்னியாகுமரி வரையிலும் எல்லா ஆசிரியர்களும் எந்த விமர்சனமும் இல்லாமல் அதை ஏற்றுக்கொள்வது எந்தவிதமான நிலைமையைக் காட்டுகிறது? ஆசிரியர்களுக்குத் தாங்கள் ஆற்ற வேண்டிய பங்கு பற்றியோ கடமை பற்றியோ எண்ணங்கள் இல்லாமல் இருப்பதைத்தானே?

வசந்தி : ஆமாம். அவர்களுக்கு அந்தப் பிரக்ஞை நிச்சயமாகக் கிடையாது. அது அங்கங்கே உருவானால்கூடப் பெருமளவுக்குத் தேசிய அளவில் விவாதங்களாக உருவாகவில்லை. அதை ஆசிரியர்கள் பொறுப்பாக எடுத்துக்கொள்ள வேண்டும். அந்தப் பொறுப்பு இன்னும் அவர்களிடம் முழுமையாக வரவில்லை. தேசியக் கல்விக் கொள்கை வந்தபோது பல ஆசிரியர் அமைப்புகள் அதை எதிர்த்தன. ஆனால் அந்த எதிர்ப்பையெல்லாம் கூர்மையாக ஒருமுகப் படுத்திக் கொண்டு வந்து அரசாங்கத்தின்மேல் ஒரு வற்புறுத்தலை உருவாக்கும் அளவுக்கு அவர்களிடம் உண்மையான நம்பிக்கையோ ஆர்வமோ ஈடுபாடோ கிடையாது. ஏதோ பேருக்கு எடுத்துக்கொள் கிறார்கள். புதிய கல்விக் கொள்கையை எல்லா அமைப்புகளும் எதிர்த்தன. ஆசிரியர்கள் சம்பளத்திற்காகப் போராடி அரசாங்கத்தை வற்புறுத்தி, வெற்றி பெறுகிறார்கள். ஆனால் கல்வி அமைப்பில் மாற்றங்களைக் கொண்டு வருவதற்கு அவர்கள் அந்த அளவுக்கு என்றைக்குமே முயன்றது கிடையாது. அந்த அளவுக்கு அவர்களுக்குத் தங்கள் தொழிலில் ஒரு ஈடுபாடு இல்லை. மற்றதைப்போல் அதுவும் ஒரு தொழில். அவ்வளவுதான். இதில் மற்ற தொழில்களை விட அதிகமான அளவுக்குத் தேவைப்படும் அர்ப்பணிப்போ ஈடுபாடோ வேலையைப் பற்றிய கருத்தாக்கமோ ஆசிரியர்களுக்கு இல்லாமல் போய்விட்டது. எப்படி ஒரு அரசு ஊழியன் தன்னுடைய வேலையைச் செய்கிறானோ அதே மாதிரி ஆசிரியர்களும் தங்கள் வேலையைச் செய்ய வேண்டும் என்று நினைக்கிறார்களே ஒழிய கல்வி பற்றிய ஒரு பெருமைமிக்க பரந்த பார்வையோ, தங்கள் தொழில் பற்றிய கௌரவ உணர்வோ, பெருமையோ இல்லை. முற்றிலும் மையப்படுத்தப்பட்ட இந்த அமைப்பில் ஆசிரியர்களுக்கு எந்தப் பங்கும் இல்லாமல் இருப்பதும் இதற்கு ஒரு காரணம். அவர்களும் ஏதோ நடக்கட்டும்; எல்லாம் மற்றவர்கள் செய்வார்கள் என்ற எண்ணத்திலேயே இருக்கிறார்கள்.

நம்முடைய கல்வி அமைப்பு சமுதாயத்திலிருந்து ரொம்பவும் விலகிப் போய்விட்டது. இன்றைக்கு நம் நாட்டில் கல்வி அமைப்பினுடைய விளைவுகளைப் பார்த்தீர்கள் என்றால் இரண்டு வகையான

முரண்பட்ட போக்குகள் இருக்கின்றன. ஒன்று, இன்றைக்கு உலகத்தில் பல இடங்களில் நம்முடைய விஞ்ஞானிகள் மற்றவர்களுடன் போட்டிபோடுகிற அளவுக்கு இருக்கிறார்கள். 'சிலிகான் வாலி'யிலிருப்பவர்களில் ஒரு பெரும்பகுதி இந்தியர்கள் என்று சொல்கிறார்கள். அந்தமாதிரி உலகில் இந்தியர்கள் எந்த இடத்திற்குப் போனாலும் தங்களுடைய திறமையை நிரூபித்துக் கொண்டிருக்கிறார்கள். இன்னொரு பக்கத்தில் 50% எழுத்தறிவு இல்லை. அப்படியே இருந்தாலும் அது அடிப்படையான, பயன்படக்கூடிய அறிவாக இருப்பதில்லை. ஒருபக்கம் சில உயர்கல்வி நிறுவனங்களில் மிகவும் மேம்பட்ட, திறமை வாய்ந்த கல்விமுறை உருவாக்கப் பட்டுள்ளது. இன்னொருபுறம் எழுத்தறிவின்மை. இது பெரிய முரண்பாடு. ஒரு நாட்டில் மிக உயர்ந்த மட்டத்தில் ஒரு *excellence*ஐ உருவாக்கும் அதே சமயத்தில் பரவலாக அனைத்து மட்டங்களிலும் அனைவருக்கும் தரமான கல்வியை அளிக்க வேண்டும். குறிப்பிட்ட சில கல்வி நிறுவனங்களில் *excellence*ஐ உருவாக்குவதில் காட்டிய அக்கறையைப் பெரும்பாலோருக்கான கல்வியின் தரத்தில் காட்டவில்லை.

சு. ரா : இன்றைய மாணவர் சமூகம்தான் நாளைய ஆசிரியர் சமூகமாக மாறுகிறது. கடந்த 50 வருட காலத்தில் ஆசிரியர் சமூகம் தங்கள் சிந்தனைகளை எந்தளவுக்கு வளர்த்துக்கொண்டிருக்கிறது என்பது பற்றியும் நாம் யோசிக்க வேண்டும். சிந்தனை வளர ஆசிரியர்களுக்குப் பரந்த அளவில் வாசிப்பும் விவாதமும் தேவை. சிந்தனை என்பது ஒன்று; ஒரு குறிப்பிட்ட காரியத்தை மட்டும் செய்யக் கற்றுக்கொள்வது மற்றொன்று. கல்வி என்பது மனப்பாடம் செய்தல், ஒப்பித்தல், தேர்வுக்கு வரும் கேள்விகளை முன்கூட்டிக் கணித்தல், வெற்றியை ஈட்டுவதற்கான தந்திரங்கள், அதன்பின் வேலைக்கான அகட விகடங்கள் என்று தொடர்ந்து நிகழும் ஒன்றாகி விட்டது. எந்தச் சமூகப் பிரச்சினை குறித்தும் ஆசிரியர் சமூகம் தங்கள் சிந்தனைகளை முன்வைப்பதாகத் தெரியவில்லை. நம் வாழ்க்கைக்கும் கல்விக்கும் நடுவில் இருக்கும் இடைவெளி பற்றி அவர்கள் எவ்வளவோ விமர்சனங்களை உருவாக்கியிருக்க முடியும். மனப்பாடத் தகுதி, குறுக்கு வழியில் வெற்றி பெறும் முறைகள், கல்வித் துறை ஊழல்கள் இவற்றுக்கெதிராக அவர்கள் போராடியிருக்க முடியும். இவை போன்ற கவனங்கள் இல்லாத ஆசிரியர்கள், மாணவர்களின் சிந்தனையை எப்படி மாற்றுவார்கள்? கல்வி பற்றிய விமர்சனங்களை எப்படி உருவாக்குவார்கள்? பிழைப்புச் சார்ந்த காரியங்களைக் கற்றுக்கொள்ள வேண்டும் என்ற மனோபாவத்துக்கும் சிந்தனைத் தளத்தை விரித்துக்கொள்ள வேண்டும் என்ற மனோபாவத்துக்கும் இடையே மிகப் பெரிய இடைவெளி இருக்கிறது. கம்ப்யூட்டர், அச்சுத் தொழில், நெசவு, அறுவைச் சிகிச்சை என்றெல்லாம் கற்றுத் தந்தால் மாணவர்கள் திறமையாகவே செய்வார்கள். ஆனால் ஒவ்வொரு துறை சார்ந்தும்

மாற்றங்கள் நிகழ சுயமான சிந்தனைத் திறன் வலுப்பட வேண்டும். சிந்தனை சார்ந்த சவால்களை இன்று வரையிலும் நாம் எதிர் கொள்ளவில்லை என்றே நினைக்கிறேன். மாணவர்களைச் சுயமாகச் சிந்திக்க வைப்பதற்கான முயற்சிகளே இல்லை. சுயசிந்தனைகளை ஊக்குவித்துப் பிரச்சினைகளுக்குத் தீர்வு காணும் ஆற்றலை வளர்ப் பதும் கல்வியின் அடிப்படை நோக்கங்களில் ஒன்றாகும். இப்போது கல்வி எந்திர மயமாகி, அதன் சாரம் முற்றாக வெளியேறி, சடங் கும் சம்பிரதாயமுமாக ஆகிவிட்டது.

உதாரணத்திற்கு இலக்கியக் கல்வி என்று எடுத்துக்கொண்டால் சிறப்பான இலக்கியப் படைப்புகளில் எவ்வளவோ விளக்க இடம் தருவதும், விளக்கப்படாத நிலையில் மாணவர்களே உணர்ந்து கொள்ளக்கூடியதுமான சிந்தனைகளும் உணர்வுகளும் அழகுகளும் இருக்கின்றன. படைப்புகளை முழுமையாகப் படிக்காமல் வழி காட்டி நூல்களைச் சார்ந்து குறிப்புகளை மட்டுமே மனப்பாடம் செய்து ஒப்புவிக்கும் போது, இலக்கியக் கல்வி என்பதே முற்றாக வீணாகிவிடுகிறது. நடைமுறை சௌகரியம் சார்ந்து மாணவர்களும் ஆசிரியர்களும் ஒரு உளவியல் சமரசத்திற்கும் சீரழிவிற்கும் பங்காளி களாகிவிட்டார்கள் என்றே நினைக்கிறேன். ஆனால் நம் சமூகத் திலோ கல்வி இப்போது அதிக அளவிற்கு முக்கியத்துவம் பெற்றிருக் கிறது. நிதி ஒதுக்கீடுகள், கட்டிடங்கள், ஆராய்ச்சிக் கூடங்கள், பட்டங்கள், நூல் நிலையங்கள் என்று செலவினங்கள் பெருகியிருக் கின்றன. இந்த அளவுக்கு இந்திய ஆசிரியர்கள் எப்போதும் வலிமையோடும் வசதியோடும் இருந்ததில்லை. புதிய அறிவுகளைத் திரட்டிக் கொள்வதற்கான புத்தகங்களும் இந்த அளவுக்கு இதற்கு முன் இருந்ததில்லை. கல்வியைப் பொறுத்தவரையில் மாணவர்கள், ஆசிரியர்கள், அரசியல் வாதிகள் ஆகியோரின் நிலைப்பாடுகள் எல்லாமே ஏமாற்றத்தை அளிக்கக்கூடிய வகையிலேயே இருக்கின் றன. சாதாரண மக்களுக்கும் கல்விக்கும் எந்தத் தொடர்பும் இல்லா மல் இருக்கிறது.

வசந்தி : உண்மைதான். ஒரு சமுதாயத்தின் தேவைகள் என்ன? அந்தத் தேவைக்குத் தக்க கல்வி இருக்கிறதா? அல்லது சமுதாயத் திலிருந்து இயற்கையாக வளர்ந்திருக்கக்கூடிய கல்வி இருக்கிறதா என்பதையும் ஆசிரியர்கள் யோசிக்க வேண்டும். நீங்கள் சொன்னது மாதிரி குழந்தைக்குச் சின்ன வயதிலிருந்து ஒரு பாடத்தை எடுத்துப் புரியவைத்து அதைக் கேள்வி கேட்க வைப்பதில்லை. சிந்தனையைத் தூண்டினால்தான் கேள்வி கேட்க முடியும். கேள்விகள் வந்தால் அறிவு வளரும். ஆனால் அதற்கான முயற்சிகள் வகுப்பறைகளில் நடப்பதில்லை. சின்ன வயதிலேயே பட்டுப்போய் விடுகிறது. அப்புறம் கல்லூரி அளவில் மாணவர்கள் எங்களிடம் வரும்போது, 'நீங்கள் சிந்தியுங்கள்; கேள்வி கேளுங்கள்' என்று சொன்னால் அது சாத்தியமாவதில்லை. அடிப்படையான சிந்தனாமுறை உருவாக

ணும். முதல் வகுப்பிலிருந்தே குழந்தைகள் கேள்வி கேட்கும்படி அவர்கள் சிந்தனையைத் தூண்டணும். அதற்கான பொறுமையும் குழந்தைகளை நேசிக்கும் தன்மையும் இல்லை. அப்படித்தான் அறிவு வளருகிறது என்ற பிரக்ஞையும் ஆசிரியர்களுக்குக் கிடையாது. சின்ன வயதிலிருந்தே எல்லாம் ஒரு வழக்கம் என்றாகி விடுகிறது. ஒரு *routinization.* ஏதோ பாடங்களை முடிக்கணும்; பரீட்சை எழுதணும்; நிறைய மார்க் வாங்கணும் என்ற எண்ணம் தான் இருக்கிறதே தவிர அதையும் தாண்டி ஆசிரியர்களுக்கு வேறு எந்த மாதிரியான எண்ணங்களும் இருப்பதாக எனக்குத் தெரியவில்லை. சிறந்த நோக்கங்களைச் சின்ன வகுப்பிலிருந்தே கொண்டு வரவேண்டும். ஆனால் அதற்குப் பெரிய தடையாக இருப்பது இந்தப் பாடத்திட்ட முறைதான். சின்ன வகுப்பிலேயே இந்தப் பாடங்களையெல்லாம் முடித்தாக வேண்டுமென்ற நிர்ப்பந்தம் இருப்பதால் அவற்றைத் தலையில் திணிக்க உருப்போட்டுத்தான் ஆகவேண்டும். வேறு வழி கிடையாது. இதற்குப் பாடத்திட்டத்தை மாற்ற வேண்டும். வெகு நாட்களாக, ‘பள்ளி மாணவனின் சுமை’ பற்றியும், அதைக் குறைக்க வேண்டியதன் அவசியம் பற்றியும் பேசிக்கொண்டிருக்கிறோம். ஆனால் அதற்கான முயற்சிகள் எடுக்கப்படவில்லை.

பல நாடுகளில் ஆசிரியர்களுக்கு நிறைய சுதந்திரம், நிறைய அதிகாரங்கள், உரிமைகள் கொடுத்திருக்கிறார்கள். பாடத்திட்டத்தைத் தீர்மானிப்பதில் ஆசிரியர்களுக்கு அங்கு முழு உரிமை கொடுக்கப்பட்டுள்ளது. நம் நாட்டில் அது சுத்தமாகக் கிடையாது. இங்கு தேர்வுக்குள் பாடத்திட்டத்தை நடத்தி முடிக்க வேண்டும் என்பது தான் ஒரே நோக்கமாக உள்ளது. கல்வி அமைப்பை மாற்ற வேண்டும் என்ற பேச்சுகள் வார்த்தையளவில்தான் எழுகிறதே தவிர அதற்கான முயற்சிகள் ஆசிரியர் சமுதாயத்திடம் சுத்தமாக இல்லை. அதுவும் பள்ளி ஆசிரியர்கள் அளவில் அது அறவே இல்லை. கல்லூரி ஆசிரியர்கள் வருடத்துக்கு ஒரு கருத்தரங்கம் நடத்தி ஏதோ பேசுவார்கள். ஆனால் வெளியே வரும் போது அதை மறந்து விடுவார்கள். அந்த அளவுக்காவது ஏதோ பேசுகிறார்களே. ஆனால் பள்ளி ஆசிரியர்களைப் பொறுத்தவரை அந்த அளவுக்குக்கூடப் பேசுவது கிடையாது. சிந்தனை அறவே செத்துப் போகிற அமைப்பைத்தான் உருவாக்கி இருக்கிறோம். எனவே குழந்தைகளைக் கேள்வி கேட்கவைத்து, அவர்களைக் கொண்டாடுகிற ஒரு அமைப்புதான் வர வேண்டும்.

சு. ரா : ஆசிரியர்கள் தங்கள் பணி சார்ந்த தயாரிப்பை எந்த அளவுக்கு நிறைவேற்றிக்கொண்டு வருகிறார்கள் என்பது முக்கியமானது. தொடர்ந்து கற்றுக்கொண்டிருந்தால்தான் அவர்களால் கற்பிக்கவும் முடியும். நேற்றுக் கற்றதை வைத்து இன்று சமாளிக்க முடியாது. மாணவர்களையும் அவர்கள் வழியாகச் சமுதாயத்தையும் மாற்றுவதில் ஆசிரியர்கள் எந்த அளவுக்கு நம்பிக்கை கொண்டிருக்

கிறார்கள்? இன்றையச் சமுதாயத்தில் பெரும் மாற்றத்தை நிகழ்த்த வலிமை கொண்டவர்களாக ஆசிரியர்கள்தான் இருக்கிறார்கள். கணக்கில் அடங்காத மாணவர் சக்தி அவர்களுடைய கைகளில் திரண்டு கிடக்கிறது. வேறு எந்தப் பணியாளர்களுக்கும் கிடைக்காத மானுட சக்தி இது. இந்தியாவின் தலையெழுத்தை மாற்றுவதில் அவர்கள் மிகப் பெரிய பங்கை வகிக்க முடியும்.

நீங்கள் பாடத்திட்டத்தின் கோளாறு பற்றிச் சொன்னீர்கள். இன்று இருக்கிற நிலையில் ஆசிரியர்களிடம் சில பொறுப்புகளை ஒப்ப டைக்கலாம் என்றும் சொன்னீர்கள். அவர்களுக்குத் தரப்பட் டிருக்கும் பொறுப்புகளை அவர்கள் இன்று ஏகதேசமாகவேனும் நிறைவேற்றி வருவதாக நம்புகிறீர்களா? இன்றைய நிலையில் பாடத் திட்டங்களை மாற்றும் மிகப் பெரிய பொறுப்பை அவர்களிடம் ஒப்படைத்தால் போதிய கவனம் எடுத்து அதைச் செய்வார்கள் என்று நம்புகிறீர்களா?

வசந்தி : உண்மையில் பல்கலைக் கழக அளவில் ஆசிரியர்கள் தான் பாடத்திட்ட முறையை உருவாக்குகிறார்கள். ஒரு துறைக்கான பாடத்திட்டத்தை உருவாக்கும் பொறுப்பு அந்தத் துறை சார்ந்த மூத்த ஆசிரியர்களைக் கொண்ட பாடத்திட்டக் குழுவிடம்தான் கொடுக்கப்பட்டிருக்கிறது. துரதிருஷ்டவசமாக இவற்றில் பழசைத் தொடர வேண்டும் என்ற மனோபாவம்தான் நிலவுகிறதேயொழிய பெரிய மாற்றங்கள் பொதுவாகக் கொண்டுவரப் படுவதில்லை. ஆசிரியர்களுக்குக் கற்பித்தல் சார்ந்த கல்வி கொடுப்பதற்காக நிறையப் பயிற்சிப் பட்டறைகளை நடத்த வேண்டும். இதற்கான முயற்சிகளை அரசும், பல்கலைக்கழகங்களும் முன்னின்று எடுக்க வேண்டும். அதற்கப்புறம்தான் இந்த மாற்றங்களைக் கொண்டுவர முடியும். சில ஆசிரியர்களுக்கு இந்தப் பிரச்சினைகள் தொடர்பாக உண்மையான ஆதங்கங்கள் இருக்கத்தான் செய்கின்றன. எனினும் அவர்கள் வெளிப்படையாகப் பேசுவதில்லை. அந்த மாதிரி ஆசிரியர் களை இனங்கண்டு அவர்கள் மூலம்தான் மாற்றங்களைக் கொண்டு வரவேண்டும். கொஞ்சம் கொஞ்சமாகத்தான் செய்ய வேண்டும்.

சு. ரா : அடிப்படையான விஷயங்கள் ஆசிரியர்களுக்குத் தெரி யாது என்று நினைக்கிறீர்களா? மாணவர்களுக்குப் பாடங்களைக் கற்றுத் தரவும், பாடங்களில் இருக்கும் விஷயங்களை முன்னிறுத்தி வேறு புதிய விஷயங்களைக் கொண்டுவந்து சேர்க்கவும் தெரியாத வர்களாகவா அவர்கள் இருக்கிறார்கள்? இந்த விஷயங்களைக்கூட அவர்களுக்குக் கற்றுத்தர வேண்டியது அவசியம்தானா? நாம் எதிர் பார்க்கும் அளவுக்கு அவர்கள் செயல்படாமலிருப்பதற்கு வேறு காரணங்கள் ஏதேனும் இருக்குமா?

வசந்தி : மற்ற துறைகளைப் போலவே ஆசிரியர் பணியிலும் பல்வேறு வகைப்பட்ட சிதைவுகள் ஏற்பட்டிருக்கின்றன. ஆசிரியர்கள்

தங்கள் வேலையை மிகக் குறுகிய பார்வையோடுதான் பார்க்கிறார்கள். மற்ற வேலைக்கும் தம்முடைய வேலைக்கும் உள்ள வித்தியாசங்களை அவர்கள் உணர்வதில்லை. தங்களுடையது மிகவும் அடிப்படையான பணி என்பது தெரிந்தாலும் அன்றைக்கு இருக்கிற வேலையை முடித்துக்கொண்டு போக வேண்டும் என்பதுதான் அவர்களின் மனோபாவமாக இருக்கிறது. முதலில், தங்கள் துறை சார்ந்த அறிவிலேயே கல்லூரி ஆசிரியர்களுக்கு ஆழ்ந்த ஈடுபாடு கிடையாது. உயர்கல்வியில் இருக்கும் ஒரு ஆசிரியருக்குத் தன் துறையில் அறிவுபூர்வமான, உணர்வுபூர்வமான ஈடுபாடு இருக்க வேண்டும். ஒரு காதல் வேண்டும். உயர்கல்வி ஆசிரியர் அறிவுஜீவியாக இருக்க வேண்டும். அப்படி இருந்தால் தன் துறையை அவர் நேசிப்பார். ஆனால் நம் ஆசிரியர்களில் பெரும்பாலோர் நுனிப்புல் மேய்ந்துவிட்டு, ஏதோ தேர்வுகளில் தேர்ச்சி பெற்று, எப்படியோ பதவியில் அமர்ந்தவர்கள். தொடர்ந்து படிப்பதும், தனது துறை சார்ந்த அறிவில் உலகளவில் ஏற்படும் மாற்றங்களைத் தெரிந்து கொள்வதும் நமது ஆசிரியர்களிடம் இல்லை. அதற்கான வசதிகளும் சூழலும் இல்லாததும் இதற்கு ஒரு காரணம். கல்லூரிகளில் நல்ல நூலகங்கள் இல்லை. பல துறைகளைச் சேர்ந்த பத்திரிகைகளை வாங்குவதில்லை. நூல்களும் பத்திரிகைகளும் சேமிக்கப்படுகின்ற சில பல்கலைக் கழகங்களில் ஆசிரியர்கள் தொடர்ந்து படிக்கிறார்களா என்றால், அப்படி ஒன்றும் நடப்பதில்லை. தனது துறையில் நல்ல தேர்ச்சியும் அறிவும் பெற்று, ஆசிரியர் தொழிலுக்கு உரிய ஆர்வமும் கொண்ட ஆசிரியர்களால்தான் சிறப்பாகச் செயல்பட முடியும்.

சு. ரா : பள்ளி அளவிலேயே இவையெல்லாம் தொடங்கப்பட வேண்டும் என்று நினைக்கிறேன். பள்ளியிலேயே மாணவர்களைச் சிந்திக்க வைக்கப் பழக்கும் கல்வியை ஆசிரியர் கற்றுத்தர வேண்டும். ஏன் அப்படிச் செய்வதில்லை?

வசந்தி : பெற்றோர்கள் என்ன பண்ணுகிறார்கள் என்றால், எவ்வளவு அதிகமாக எங்கள் குழந்தைகளுக்குச் சொல்லிக்கொடுக்க முடியுமோ அவ்வளவுக்குச் சொல்லிக் கொடுங்கள் என்று வற்புறுத்துகிறார்கள். சின்ன வயதில் அவர்களுக்கு இவ்வளவு பாடங்கள் தேவை இல்லை என்று எண்ணிக் குறைத்துச் சொல்லிக் கொடுத்தால் சில குறிப்பிட்ட பெற்றோர்கள் ஏன் எங்கள் குழந்தைகளுக்குக் குறைவாகச் சொல்லித் தருகிறீர்கள்; அந்தப் பள்ளியில் முதல் வகுப்பில் குழந்தைகளுக்கு நிறையக் கற்றுக்கொடுக்கிறார்கள்; நீங்கள் ஏன் குறைச்சலாகச் சொல்லித் தருகிறீர்கள் என்று கேட்கிறார்கள். அந்தப் பள்ளியில் நிறைய வீட்டுப் பாடங்கள் கொடுக்கிறார்கள். நீங்கள் வீட்டுப் பாடம் கொடுப்பதில்லையே என்று அங்கலாய்க்கிறார்கள். இப்படிப்பட்ட நிர்ப்பந்தங்கள் பெற்றோர்களிடமிருந்து வருகின்றன. நம் நாட்டில் வாய்ப்புகள் மிகவும் குறைவாக இருப்ப

தால், பெற்றோர்கள் குழந்தைகளைப் பயங்கரப் போட்டி நிறைந்த உலகிற்குத் தயாராக்குவதிலேயே கவனமாக இருக்கிறார்கள். அதற் காகச் சின்ன வயதிலேயே அவர்களுடைய தலையில் பாடங்கள் எல்லாவற்றையும் ஏற்றி, எவ்வளவு தூரம் அவர்களைத் தயார் பண்ண முடியுமோ அவ்வளவு பண்ணி, பரீட்சைக்குக் கொண்டு உட்கார வைக்கிறார்கள். எப்படியாவது கஷ்டப்பட்டு அவர்களைத் தயார் பண்ணுகிறார்கள். பெற்றோர்கள் குழந்தைகளைச் சின்ன வயதிலேயே ஏன் கஷ்டப்படுத்துகிறார்கள்? பள்ளிக்குப் போகிறது மட்டுமல்லாமல் பள்ளியிலிருந்து வந்ததும் சாயங்காலம் அந்தக் கிளாசுக்குப் போகணும்; இந்தக் கிளாசுக்குப் போகணும் என்று விரட்டுகிறார்கள். ஐ. ஐ. டி. யில் நுழைவதற்குக் குழந்தைகளை 8, 9ஆவது வகுப்பிலிருந்து தயார் பண்ணுகிறார்கள். இதனால் அவர்களுக்கு உளவியல் பிரச்சினைகள் உருவாகின்றன. இந்த மாதிரியான நிர்ப்பந்தங்கள் இல்லாத சூழலில்தான் ஆசிரியர் கள் ஆழமாகக் கற்றுக்கொடுக்க முடியும் என்று தோன்றுகிறது. நான் படிக்கும்போதெல்லாம் இந்த அளவுக்கு நிர்ப்பந்தம் கிடை யாது. இன்றைக்கு இது மிகவும் அதிகரித்துவிட்டது. அனைத்தும் போட்டியாக மாறிவிட்டது. கோதாரி கமிஷனில் ஓரளவுக்கு இதைச் சொல்லியிருக்கிறார்கள். ஆச்சாரிய ராமமூர்த்தி அறிக்கையில் இது விரிவாகப் பேசப்படுகிறது. குழந்தைகளை முழுமைப்படுத்த வேண்டுமேயன்றி அவர்களைப் போட்டிக்குள் தள்ளக்கூடாது. போட்டித் தேர்வுகள் வைக்கக்கூடாது. *Narrow specialisation, professional skills* இவற்றையெல்லாம் கொண்டு வரவேண்டும் என்ற ரீதியிலேயே நம் கல்வி அமைந்திருக்கும் பட்சத்தில் தன்னைப் பற்றி, உலகத்தைப் பற்றியெல்லாம் யோசிப்பதற்கு மாணவர்களுக்குச் சந்தர்ப்பமே இருக்காது. இதை எதிர்க்கக்கூடிய திறன் ஆசிரியர் சமூகத்திற்கு உண்டு. ஆனால் அந்தப் பொறுப்பை அவர்கள் எடுத்துக்கொள்ள மாட்டார்கள். இதையெல்லாம் மாற்றுவதற்குப் போட்டியைப் பள்ளி அளவிலிருந்து ஒழிக்கணும். அப்போதுதான் ஆசிரியர்கள் சுதந்திரமாக இயங்க முடியும்.

இன்றையச் சமூகத்தில் படித்த பெற்றோர்கள் தங்கள் குழந்தைகளின் கல்வி சம்பந்தமாக மிக அதீதமான, ஆனால் குறுகலான எதிர்பார்ப் புகளை வளர்த்துக் கொண்டிருக்கிறார்கள். இரண்டு மார்க் குறைந்து விட்டால் குழந்தைகளை அடித்து, பயமுறுத்தித் துன்புறுத்துகிறார் கள். அடுத்த பரீட்சையில் முதல் ரேங்க் வாங்குகிற வரைக்கும் ராத்திரி முழுக்கத் தூங்காமல் உட்காரவைத்து, தலையில் குட்டு குட்டென்று குட்டி, இருபத்திநாலு மணி நேரமும் படிக்க வைக்கி றார்கள். எதற்கு இப்படிச் செய்கிறார்கள் என்பது தெரியவில்லை. இப்படி அவர்களைத் துன்புறுத்துவதால், அந்தக் குழந்தைகளுக்கு ஒரு பட்டுப்பூச்சி பறப்பதைப் பார்த்து ரசிப்பதற்கோ, ஒரு பறவை யின் பாடலை அனுபவிப்பதற்கோ, இயற்கையின் அழகை ரசிப்ப தற்கோ முடிகிறதா? குழந்தைகளுக்கு விளையாடுவதற்கு நேரமிருக்

கிறதா? விளையாட்டு எவ்வளவு முக்கியம் குழந்தைகளுக்கு! அதற்கே வழியில்லை. அதற்கு அவர்களுக்கு நேரமும் இல்லை. எல். கே. ஜி. யிலேயே டியூஷன் போகவேண்டியிருக்கிறதே!

ஹமீது : எல். கே. ஜி. யில் படிக்கும்போதே இரண்டு மணி நேரம் வீட்டுப்பாடம் பண்ண வேண்டியிருக்கிறது.

வசந்தி : வீட்டுப் பாடம் எதற்கு? வீட்டுப் பாடத்தை ஒழித்துக் கட்டுங்கள் என்று சொன்னால் இந்தப் பெற்றோர்கள் கேட்கிறார்களா? இந்தப் பள்ளியில் எங்கள் குழந்தைகளுக்கு வீட்டுப் பாடம் சரியாகக் கொடுப்பதில்லை; பக்கத்துப் பள்ளியில் நிறைய வீட்டுப் பாடம் கொடுக்கிறார்கள் என்று சொல்கிறார்கள். ஆறு வயதிலேயே இப்படி இருந்தால்தான் இவன் 18 வயதில் போட்டி போட்டு ஐ. ஐ. டி. யில் நுழைவான். என்ன பண்ணுவது சொல்லுங்கள்? நிச்சயமாக ஆசிரியர்கள்தான் இதைத் தடுக்க முடியும். ஆனால் ஆசிரியர்களிடம் அந்த அளவுக்கு அவர்கள் தொழில் சார்ந்த அறிவியல் பார்வை இல்லை. அவர்கள் வேலையில் உட்கார்வதோடு எல்லாவிதமான பயிற்சியும் முடிந்து போகிறது. ஆசிரியராக இருந்து ஓய்வு பெறுவது வரைக்கும் அவர்கள் ஒன்றுமே புதிதாகப் பயில்வது கிடையாது. தங்களை வளர்த்துக்கொள்ள இயற்கையான ஆர்வம் அவர்களிடம் இல்லை. கல்வித்தாகம், அறிவுத்தாகம் எல்லாம் உருவாக்குவதற்கும் கல்வி அமைப்பில் வசதிகள் இல்லை. பல பல்கலைக் கழகங்களில் *Academic Staff Colleges* உருவாகியிருக்கிறது. யு. ஜி. சி. கடந்த பத்து வருடமாக ஆசிரியர்களுக்குத் தொடர்ந்து பயிற்சி தேவை என்று *Orientation Programmes*, புத்தொளிப் பயிற்சி என்றெல்லாம் நடத்துகிறார்கள். ஆசிரியர்களுக்குத் தொடர்ச்சியான பயிற்சி அளிக்கப்பட வேண்டும். அந்த மாதிரியான வாய்ப்புகளை நாம் ஆசிரியர்களுக்குக் கொடுக்க வேண்டும். ஆனால் அதுவும் ஒரு சடங்குதான்.

ஹமீது : அடிப்படையான விஷயங்களுக்குக்கூடப் பயிற்சியளிக்க வேண்டும் என்பது அவசியமா? இன்று அறிவு எல்லா இடத்திலும் பரந்து கிடக்கிறது. கற்பித்தல் சார்ந்து ஏராளமான நூல்கள் வெளிவந்திருக்கின்றன. ஆனால் ஆசிரியர்களுக்கு அவை ஏன் அவ்வளவு அந்நியமாக இருக்க வேண்டும்? கற்பித்தல் சம்பந்தமாக அவர்களுக்கு ஏற்கனவே அளிக்கப்பட்டிருக்கும் பயிற்சியின் விளைவுகள் என்ன?

வசந்தி : கல்வியியல் கல்லூரிகளில், ஆசிரியர் பயிற்சிக்கு *Philosophy of education, Pedagogy* என்றெல்லாம் பாடமாக வைத்திருக்கிறார்கள். ஆசிரியர்கள் அவற்றைப் படிக்கிறார்கள். அவர்களைப் பொறுத்தவரை அது ஒரு பாடம். அவ்வளவுதான். அதைத் தேர்வுக்காகப் படிப்பார்கள். வெற்றி பெறுவார்கள். மற்றபடி எந்த விதத்திலும் அதை நடைமுறைப் படுத்துவதில்லை. எல்லாமே ஒரு சடங்காக மாறிவிடுகிறது.

சு. ரா : நீங்கள் சொல்வதிலிருந்து நான் தெரிந்துகொள்வது, அமைப்பு இருக்கிறது; ஆனால் அதற்கு ஆத்மா இல்லை என்பது தான். இது மிக முக்கியமான விஷயம். என் எழுத்துகளில் இந்த அவலத்தைத் திரும்பத் திரும்ப விளக்க முயன்றிருக்கிறேன். எந்தச் செயல்பாட்டிலும் அதிலிருக்கும் சாரத்தை வெளியேற்றிவிட்டுச் சடங்கை மட்டும் நாம் தக்கவைத்துக் கொள்கிறோம். இவ்வாறு ஒவ்வொரு செயல்பாடும் கீழ்நிலைக்கு இறக்கப்படுகிறது. மாணவர் கள் என்னை என் நாவல்கள் பற்றிப் பேசக் கல்லூரிக்கு அழைத் தால் அங்கு எல்லாச் சடங்குகளும் சரியாகவே நடக்கின்றன. நாவல் பற்றிய விவாதம் சரிவர நடப்பதில்லை. மாணவர்களின் கவனத் தைப் படைப்புக்குள் கொண்டு வருவதிலோ, படைப்பின் சாராம் சத்தை அவர்கள் அறிந்துகொள்ள வழிவகை செய்வதிலோ பெரும் பாலும் கவனம் இல்லை. என் நாவலிலிருந்து பெறவேண்டிய அனுபவத்தை அவர்கள் பெறவில்லை என்பதையே உணர்கிறேன். கல்லூரிகளில் அழைக்கப்படும் எல்லோருக்குமே — அரசியல்வாதி களிலிருந்து சமயத் தலைவர்கள் வரை — பொருந்தும்படியான, மிகையான, வெற்றுச்சொற்கள் அடங்கிய ஒரு வரவேற்புரை ஒரு மாணவனாலோ மாணவியாலோ மனப்பாடம் செய்து ஒப்புவிக்கப் படுகிறது. இதிலிருந்து ஆரம்பமாகிறது சடங்கு. அதன்பின் கேள்வி கள், விவாதங்கள், புகைப்படங்கள், தேநீர் விருந்து என்று பிரதான மான காரியத்தைக் கோட்டை விட்டுவிட்டு, சடங்குகளாகத்தான் எல்லாம் நடக்கின்றன. ஒரு படைப்புச் சார்ந்த பிரச்சினையைப் பற்றி நான் சென்றுள்ள எந்தக் கல்லூரியிலும் மாணவ மாணவிகளு டன் விவாதிக்க முடிந்ததில்லை. என் படைப்புகளைப் படித்திராத, கோனார் உரைகளை மட்டுமே படித்திருக்கக்கூடிய மாணவர்களு டனும் ஆசிரியர்களுடனும் எந்த அடிப்படையில் விவாதிப்பது என்பது எனக்குத் தெரியவில்லை.

வழிகாட்டி நூல்களைச் சார்ந்து கற்றுத் தராமல் மூலப் பாடங் களைச் சார்ந்துதான் கற்றுத்தர வேண்டும் என்று ஆசிரியர்களிடம் சொல்லப் பெற்றோர்களுக்கு உரிமை உண்டு. இவ்வாறு பெற்றோர் களுக்கும் ஆசிரியர்களுக்கும் இடையே ஒரு கருத்துப் பரிமாற்றம் நடக்க வேண்டும். கல்வி நிலையங்களுக்குள் நடக்கிற எல்லா விஷயங்களும் பொது மக்களுக்குத் தெரிய வேண்டும். இந்த நிலை உருவானால் ஒரு மாற்றம் நிகழலாம். ஆசிரியர்கள் சரியாகத் தங்கள் பொறுப்பை நிறைவேற்றுகிறார்களா என்பதைக் கண்டறிவதற்கு, அவர்களை மதிப்பீடு செய்வதற்கு ஒரு வழி இருக்க வேண்டாமா?

வசந்தி : நீங்கள் சொல்வது சரி. எதையுமே ஆழமாகச் சொல்லித் தருவதில்லை. நுனிப்புல் மேய்கிறோம். இதற்கு ஒரு முக்கியமான காரணம் நமது தேர்வு முறை. தேர்வுக்காகவென்றே நடக்கிற ஒரு அமைப்பில் ஆன்மா செத்துத்தான் போகும். பெற்றோர்களும் இந்த அமைப்பில் குறுக்கு வழிகளைத்தான் விரும்புகிறார்கள்.

தங்கள் குழந்தைகளுக்கு நிறைய மார்க் வருமாறு கற்றுத்தர வேண்டும். அப்படிச் செய்கிறவர்கள்தான் நல்ல ஆசிரியர்கள். எந்த ஆசிரியரிடம் படித்தால் நிறைய மார்க் கிடைக்கும் என்று பார்த்து அவர்களிடம் சாயந்தர வேளையில் டியூஷன் படிக்க வேறு அனுப்பு கிறார்கள்.

கல்வி நிலையங்களில் நடக்கிற விஷயங்கள் எல்லாம் பொது மக்களுக்குத் தெரிய வேண்டும் என்று சொன்னால் அதற்கு நிச்சய மாக ஆசிரியர்களிடமிருந்து எதிர்ப்பு வரும். மாணவர்கள் ஆசிரியர் களை மதிப்பீடு செய்யவேண்டும்; 'ஆசிரியர் மதிப்பீடு' வரவேண்டு மென்று எல்லோருமே சொல்லிக் கொண்டிருக்கிறார்கள். ஆனால் ஆசிரியர் அமைப்புகளிலிருந்து என்ன சொல்கிறார்கள் என்றால் பிடிக்காத ஆசிரியர்களைப் பழிவாங்க நிர்வாகம் இதைப் பயன் படுத்தி மாணவர்களைத் தூண்டிவிடும் என்று சாக்குச் சொல்கிறார் கள். பல நாடுகளில் இது பல காலமாக நடக்கிறது. யார் எந்தப் பாடத்தை எடுக்க வேண்டும் என்பதற்கு நூலகத்திற்குப் போய் அந்த ஆசிரியர் பற்றிய மாணவர் மதிப்பீட்டைப் பார்த்துவிட்டுத் தான் இந்த வகுப்புக்குப் போவதா, அந்த வகுப்புக்குப் போவதா என்பதை மாணவர்கள் தீர்மானம் பண்ணுகிறார்கள். நமக்கும் அந்த மாதிரி முறை வரவேண்டும். அந்தந்தப் பாடங்களுக்கு வெளியே உள்ள அந்தத் துறை சார்ந்த நிபுணர்களைக் கொண்டும் ஆசிரியர்களின் செயல்பாடுகளை மதிப்பீடு செய்ய வேண்டும். அப்படிச் செய்தால் teacher assessment இல் ஒரு வெளிப்படையான தன்மை (transparency) கொண்டுவர முடியும். ஆசிரியர்கள் அஞ்சு வதைப் போன்று பழிவாங்குதல்கள் இருக்காது.

ஆசிரியர்களும் மாணவிகளும்

சு. ரா : மாணவர்களுக்கு இன்று என்னென்ன சுதந்திரங்கள் இருக்கின்றன? ஒரு பாடம் புரியவில்லை என்றால் அந்தப் பிரச்சினை பற்றி ஆசிரியரிடம் விவாதிக்கும் சுதந்திரம் இன்று மாணவர்களுக்கு இருக்கிறதா? மாணவர்கள் தங்கள் சந்தேகங்களையும் பிரச்சினைகளையும் வெளிப்படுத்தும்போது அத்துமீறல் என்றுதான் அவற்றை ஆசிரியர் எடுத்துக்கொள்வாரா? வகுப்பில் அவர்கள் கேள்விகள் கேட்கலாமா? தங்கள் குழந்தைகளின் நலனுக்காகப் பெற்றோர்கள் ஆசிரியரை அணுகி, மீண்டும் ஒருமுறை பாடத்தை எடுக்க வேண்டும் என்று கேட்டுக்கொள்ள முடியுமா? பெற்றோர் கல்வி நிலையத்துக்குள் நுழைந்து ஆசிரியருடன் ஊடாடும் சந்தர்ப்பங்கள் வளர்க்கப்படவேயில்லை என்றுதான் நினைக்கிறேன். அதிலும் சற்றுச் சாதாரண நிலையிலுள்ள பெற்றோர்கள் கல்வி நிலையங்களுக்குள் நுழையவே முடியாது. இவற்றையெல்லாம் உடைத்தால்தான் நாம் மேலே போக முடியும்.

வசந்தி : பெற்றோர் ஆசிரியர் சங்கம் என்று ஒன்று இருக்கிறது. அதுவும் ஒரு சம்பிரதாயம்தான். ஒன்றும் உருப்படியாகச் செய்வதில்லை. வருடத்திற்கு இரண்டு முறை கூடும். பள்ளிக்குக் கட்டிடம் கட்டுதல், உபகரணம் வாங்குதல் போன்றவற்றிற்கு நிதி திரட்டுதல். இந்த மாதிரி வேலைகளைத்தான் பெற்றோர் – ஆசிரியர் சங்கம் செய்கிறது. அதிலும் கொஞ்சம் வசதி படைத்த பெற்றோர், நல்ல வேலையில் இருப்பவர்கள், நிறையப் படித்தவர்கள், நிர்வாகத்திற்கு/தலைமையாசிரியருக்கு வேண்டியவர்கள், இவர்கள்தான் இதில் சேர்ந்து இயங்குகிறார்கள். மற்றபடி, தனிப்பட்ட தங்கள் குழந்தைகளின் பிரச்சினைகள் தொடர்பாகப் பெற்றோர்கள் ஆசிரியரை அணுகக்கூடிய சூழ்நிலையே இல்லை.

மாணவர்களுக்கு என்னென்ன சுதந்திரங்கள் இருக்கின்றன என்று கேட்டீர்கள். மாணவர்களுக்கு ஒரு சுதந்திரமும் இல்லை. பள்ளிகள் சிறைச்சாலைகள்தான். அதிலும் பெண்கள் பள்ளிகளிலும், கல்லூரிகளிலும் மிகுந்த அடிமைத்தனம் நிலவுகிறது. மாணவர்கள் கேள்வி கேட்பதை ஆசிரியர்கள் ஊக்குவிப்பதோ, வரவேற்பதோ சுத்தமாகக் கிடையாது. கேள்வி கேட்காமல் அறிவு எப்படி வளரும்? விமர்சன பூர்வமான சிந்தனை எப்படி உருவாகும்? தப்பித் தவறிக் கேள்வி

களைக் கேட்கும் குழந்தைகளுக்கு அதிகப் பிரசங்கி பட்டம்தான் சூட்டப்படும்.

இந்த நிலைக்குப் பல காரணங்கள். ஒன்று, ஆசிரியர்களுக்குத் தங்கள் பாடம் சார்ந்த நல்ல தேர்ச்சி இல்லை. அதனால், அவர்கள் கேள்விகளைப் பார்த்துப் பயப்படுகிறார்கள். ஒரு பாது காப்பின்மை வந்துவிடுகிறது. அப்புறம் 'ஒழுங்கு' என்பதற்கு நமது கல்வி நிலையங்களில் ஒரு விநோதமான அர்த்தம் கற்பித்துக்கொண் டிருக்கிறோம். 'ஒழுங்கு' என்றால் வகுப்பறையில் எந்தச் சத்தமும் இல்லாமல், மாணவர் மூச்சு விடாமல் நிசப்தமாக இருக்க வேண்டும். நான்கு கேள்விகள் எழுந்து, ஒரு சலசலப்பு ஏற்பட்டால் ஆசிரிய ருக்கு வகுப்பைச் சமாளிக்கத் தெரியவில்லை என்ற பெயர் வந்து விடும். தலைமையாசிரியர் சத்தம் கேட்டு ஓடி வந்துவிடுவார். இப்பேர்ப்பட்ட நிலை.

மாணவர்களை மதித்து அவர்களைச் சுதந்திரமாகப் பேசவிடுவதற் கான கலாச்சாரமே இங்கு கிடையாது. அவர்கள் துணிச்சலாகக் கேள்வி கேட்க முடியாது. ஒரு அடிப்படைக் காரணம் குடும்பத்திற் குள்ளாகவும் இதே நிலைதான். நாம் குழந்தைகளை வீட்டிலேயே கேள்வி கேட்க விடுவது கிடையாது. வீட்டில் கேள்வி கேட்டால் தானே பள்ளியில் கேட்க முடியும். உண்மையில் வீட்டில் கிடைக் காத சுதந்திரத்தை அளிப்பதாகத்தான் கல்வி நிலையங்கள் இருக்க வேண்டும். ஆனால் வீட்டின் இன்னொரு வடிவமாகத்தான் கல்வி நிலையங்களும் ஆசிரியர்களும் இருக்கிறார்கள். தனிமனிதனுக்கு எந்தச் சுதந்திரமும் கொடுக்காத அமைப்புகளைத்தான் நாம் தொடர்ந்து உருவாக்கிக் கொண்டிருக்கிறோம். நம்முடைய சமு தாயம் இளைஞர்களை நம்பாத சமுதாயம். நம் சமுதாயத்தில் வயதானவர்கள் என்பதாலேயே அவர்கள் சொல்லக்கூடிய அபிப் பிராயங்கள்தான் சரியானதாகக் கருதப்படுகின்றன. சிறியவர்கள் சொல்கிற கருத்தை யாரும் கேட்பதில்லை. அவர்கள் எவ்வளவு படித்திருந்தாலும் வயதில் மூத்தவர்கள் எடுப்பதுதான் இறுதி முடிவாக இருக்கும்.

குழந்தைகளைக் கேள்வி கேட்கவே பெற்றோர்களும் பெரியவர்களும் விடுவதில்லை. 'கேள்வி' என்றால் 'எதிர்ப்பு' என்று பொருள்; எதிர்ப்பு என்றால் குடும்ப அமைப்பே ஆட்டம் கண்டுவிடும் என்ற பயம். பெரியவர்களிடம் மரியாதை என்றால் கேள்வி கேட்கக்கூடாது. ஒரு காரணம் என்னவென்று நான் நினைக்கிறேன் என்றால், ஒரு விஷயத்தைப் பற்றிக் கேள்வி கேட்க அனுமதித்தால், எல்லா விஷயங்களைப் பற்றியும் கேள்வி கேட்க ஆரம்பித்துவிடு வார்கள். பெரும் அநீதிகளின் மேல் எழுப்பப்பட்டிருக்கும் நம் சமுதாயத்தின் அஸ்திவாரங்கள் ஆடத் தொடங்கிவிடும். இத்தகைய ஒரு பயம் எல்லோர் மனதிலும் இருக்கிறது. அதனால்தான் சின்னக் குழந்தைகளுக்குச் சிறிய சிறகு முளைக்கும்போதே அதைக்

கிள்ளி எறிந்துவிடுகிறார்கள். பின்னால் கேள்வி கேட்கிற மனப் போக்கே உருவாவதில்லை.

இதில் ஜாதி வேறு. ஜாதியில் உயர்ந்தவர்களாக இருப்பவர்கள் கீழே உள்ளவர்கள் மேல் தங்கள் அதிகாரத்தைத் திணிக்கிறார்கள். உடலால் உழைக்கிறவன் தாழ்ந்த ஜாதி. அன்றாட வாழ்க்கைக்குச் சம்பந்தமில்லாத சிந்தனைகளில் ஈடுபடுகிறவன் உயர்ந்த ஜாதி. உடல் உழைப்பில் ஈடுபட்டாலே அது கேவலம் என்பது நம் சமுதாயத்தின் அடிப்படை. அது நம் ரத்தத்திலேயே ஊறிப்போய் விட்டது. உழைப்பு என்பது கேவலம் என்று மனதில் ரொம்ப ஆழ்ந்து பதிந்துவிட்டது. இது வெகுகாலத்திற்கு முன்பே உருவாகி விட்டது. இங்கு ஒவ்வொரு ஜாதியினரும் தமக்கென தனி உலகத்தை உருவாக்கிக்கொண்டிருக்கிறார்கள்.

நான் கல்லூரியில் கற்றுக்கொடுக்க ஆரம்பித்த காலத்தில் – அப்போது எனக்கு இருபது வயதுதான் – மாணவியரிடத்தில் கேள்வி கேளுங்கள் என்று சொல்வேன். கேள்வியே வராது. அப்புறம் ஒவ்வொரு மணி நேர வகுப்பில், கடைசிப் பத்து நிமிடங்கள் கேள்விக்கென்று ஒதுக்கி, ஏதாவது கேளுங்கள்; கேள்விகள் அபத்தமாக இருந்தாலும் பரவாயில்லை என்பேன். அப்போதும், ஒருவரை ஒருவர் பார்த்துச் சிரிப்பார்களே ஒழியச் சுலபத்தில் கேள்விகள் வராது. பள்ளிப் பருவத்திலே இந்தச் சுதந்திரங்கள் வளர்க்கப்படா விட்டால், பின்னால் உருவாக்குவது ரொம்பக் கடினம்.

சு. ரா : பெற்றோரிடமிருந்து ஒரு கோரிக்கை வருவதற்கு அவர்களுடன் ஆசிரியர்களுக்கு முதலில் ஒரு உறவு உருவாக வேண்டும். இங்கு எந்தப் பெற்றோர்களும் தங்கள் மனதில் இருக்கும் எண்ணங்களை ஆசிரியர்களுடன் பகிர்ந்து கொள்ளலாம் என்று நினைப்பதே இல்லை. ஒரு சந்தர்ப்பம் உருவாகும்போதுதான் பெற்றோர்கள் சிந்திக்கவே தொடங்குவார்கள். உங்களுடன் கலந்து பேச ஒரு அமைப்பை உருவாக்கியிருக்கிறோம் என்று ஆசிரியர்கள் தான் பெற்றோர்களை அழைக்க வேண்டும். இவ்வாறு உறவு உருவாக வேண்டும்.

வசந்தி : நிச்சயமாக வரவேண்டும். எல்லா மட்டத்திலும் வரவேண்டும். பள்ளி அளவிலேயே இதை ஆரம்பிக்கலாம். ஏனெனில் பள்ளிகள் பெரும்பாலும் ஒரு சிறிய community க்குள்ளாக இருக்கின்றன. இதில் எல்லாப் பெற்றோர்களுக்கும் நாமும் போய் அதில் பங்கெடுத்துக்கொள்ள முடியும் என்ற நம்பிக்கை ஏற்படும். அது ஒரு இயல்பான பங்கேற்றலாக இருக்க வேண்டும். பங்கேற்க வேண்டும் என்ற ஆர்வமும் அதில் ஈடுபாடும் பெற்றோர்களுக்கு இயற்கையாக வரவேண்டும். கட்டாயமாகப் பங்கேற்க வேண்டும் என்று சொன்னால் அது ஒரு நிர்ப்பந்தம் ஆகிவிடும். அவ்வாறு ஆகக்கூடாது. ஆசிரியரைப் பற்றிய பெற்றோர்களின் விமர்சனம் ஏற்றுக்கொள்ளப்பட வேண்டும்.

இன்னொரு முயற்சியும் செய்யலாம். இப்போது பஞ்சாயத்து அமைப்புகள் உருவாகி இருக்கின்றன. உள்ளூர்க் கல்வி, பஞ்சாயத்து களின் பொறுப்பைச் சேர்ந்தது. அதில் சில உறுப்பினர்களையும், பெற்றோர்களையும் கொண்ட அமைப்பை உருவாக்கி, அதன் மூலம் ஆசிரியர் பெற்றோர் உறவுகளை வளர்க்கலாம். ஆனால், இது கட்சி அரசியலாகி விடாமல் பார்த்துக்கொள்ள வேண்டும்.

சு. ரா : விமர்சனத்தை வரவேற்கும் மனோபாவம் ஆசிரியர் களுக்கு இருக்கிறதா? 'பெற்றோர்களுக்கு எங்கள் விஷயத்தில் தலையிடுவதற்கு அதிகாரம் கிடையாது' என்று ஆசிரியர்கள் நினைக்கிறார்களோ என்று தோன்றுகிறது. ஆசிரியர்களும் பெற்றோர் களும் வெளிப்படையாக என்ன சொல்கிறார்கள் என்பது முக்கியம் அல்ல. என்ன மனோபாவம் கொண்டிருக்கிறார்கள் என்பதுதான் முக்கியமானது.

வசந்தி : ஆமாம். அப்படித்தான் நினைப்பார்கள். பெற்றோர் களின் விமர்சனத்தை ஆரோக்கியமானது என்று வரவேற்கும் மனோபாவம் ஆசிரியர்களிடம் பெரும்பாலும் இல்லை. துரதிருஷ்ட வசமாகப் பெற்றோர்களுக்கு எந்தவிதமான பங்குமே இல்லாமல் இருக்கிறது. பெற்றோர்களை நாம் வருடத்திற்கு ஒரு தடவையாவது வரவழைத்துக் குழந்தைகளைப் பற்றி, அவர்களுடைய கல்வியைப் பற்றிப் பேசவைக்க வேண்டும். ஆனால் ஒரு மாணவன் மோசமாக நடந்துகொண்டால் மட்டும் பெற்றோர்களைக் கூப்பிடுவார்கள். கல்வியமைப்புக்கும் பெற்றோர்களுக்குமான உறவை ஆரம்ப நிலைக் கல்வியிலிருந்தே உருவாக்கிவிட்டால் கல்லூரி அளவில் வரும்போது ஒரு தொடர்ச்சி இருக்கும். ஆசிரியர்களுக்கும் மாணவர் களுக்கும் இருக்கும் இடைவெளி கல்லூரிகளில்தான் அதிகம். பள்ளியில் அவ்வாறு இல்லை. ஏனெனில் ஆரம்பப் பள்ளியில் ஒவ்வொரு வகுப்புக்கும் ஒரு வகுப்பாசிரியர் இருப்பார். அவரிடம் போய் மாணவர்கள் கொஞ்சமாவது தனிப்பட்ட உறவுகொள்ளச் சாத்தியம் இருக்கிறது. அந்த அளவுக்குக் கல்லூரி மட்டத்தில் கிடையாது.

சு. ரா : இதில் பெற்றோர்கள் மட்டுமல்ல, கல்வி விஷயங்களில் அக்கறை காட்டும் பலரையும் பங்கேற்கும்படி செய்யலாம். இவர் களுக்குள் ஒரு மனம் திறந்த விவாதத்தை உருவாக்கலாம். பெற்றோர் களிடமிருந்தும் கல்வியில் அக்கறை கொண்டவர்களிடமிருந்தும் ஆசிரியர்கள் தெரிந்துகொள்ளச் செய்திகள் இருக்கும் என்றுதான் நினைக்கிறேன்.

வசந்தி : ஏற்கனவே இருக்கக்கூடிய சிறிய சாத்தியங்களைக்கூட நாம் இன்னும் சரியாகப் பயன்படுத்தவில்லை என்பதுதான் உண்மை. பெற்றோர் – ஆசிரியர் சங்கத்தைச் சரியாக இயங்கச் செய்தாலே ஓரளவுக்குப் பல விஷயங்களைச் சாத்தியப்படுத்தலாம்.

பல்கலைக் கழகம் என்று எடுத்துக்கொண்டால் அங்கே சில அமைப்புகள் - செனட், சிண்டிகேட் போன்றவை - இருக்கின்றன. அவற்றில், வெளியே இருந்து அறிஞர்கள், எழுத்தாளர்கள், பத்திரிகை யாளர்கள் உறுப்பினர்களாக இருக்கிறார்கள். அவர்கள் வழியாகக் கூட கருத்துகளோ விமர்சனங்களோ வருவது கிடையாது. அப்புறம் நியமனம் செய்யப்பட்ட உறுப்பினர்கள் இருக்கிறார்கள். அவர்கள் கூட இந்த மாதிரியான மாற்றங்களைக் கொண்டுவர முயல்வ தில்லை.

சு. ரா : மாணவர்களும் ஆசிரியர்களும் இணைவதையும் பிரி வதையும் காலக்கெடு சார்ந்து வைத்துக்கொண்டிருக்கிறார்கள். ஆனால் அறிவு காலக்கெடுவுக்கு உட்பட்டது அல்ல. சிறு பொட்ட லங்களாக அவற்றை pack செய்யவும் முடியாது. அறிவு எண்ணற்ற இடங்களில் சிதறிக் கிடக்கிறது. அதைத் திரட்டக் கற்றுக்கொள்வது தான் மிகப் பெரிய கல்வி. எம். ஏ., எம். பில்., டாக்டர் பட்டம் போன்றவை அறிவின் கடைசிப் புள்ளியைத் தொட்டுவிட்டதான மயக்கத்தை ஆசிரியர்களுக்குத் தருகிறது. கல்வி கற்றவர்களுக்குத் தெரியாத பல விஷயங்கள் கல்வி கற்காதவர்களுக்குத் தெரியும். முத்தம்மாள் என்ற பெண்ணை **லல்லி** பேட்டி எடுத்து அது 'காலச்சுவடு' இதழில் வெளிவந்தது. படிக்காத அம்மையார் என்றா லும் வாழ்க்கை அனுபவத்தின் மூலம் நிறையச் செய்திகளைச் சொல்லியிருந்தார். எம். ஏ. படித்தவர், பள்ளி செல்லாத ஒரு விவசாயி யிடமிருந்து எவ்வளவோ புதிய விஷயங்களைப் பெறலாம்.

சமீபத்தில் ஒரு மருத்துவரைச் சந்தித்தேன். அல்லோபதி நீங்கலாகப் பிற மருத்துவ முறைகள் சார்ந்தும் சிகிச்சைகள் சார்ந்தும் எக்கச் சக்கமாகத் தெரிந்து வைத்துக் கொண்டிருக்கிறார். ஏன் இவரைப் போன்றவர்கள் மாணவர்களையும் ஆசிரியர்களையும் சந்தித்துப் பேசக்கூடாது? நூலகங்கள் பொதுவாக ஆசிரியர்களிடமிருந்தும் மாணவர்களிடமிருந்தும் அந்நியப்பட்டுத்தான் கிடக்கின்றன. நூல கங்களை உருவாக்குவதற்கான சடங்குகள் எல்லாம் நடக்கின்றன. கட்டிடம், புத்தகச் சேமிப்பு, சம்பளச் செலவு, புத்தக அட்டவணை, புத்தகங்களைக் கொலு வைத்தல் எல்லாம். ஆனால் அதன் பயன் மிகக் குறைவாகத்தான் சம்பந்தப்பட்டவர்களுக்குக் கிடைக்கிறது.

வசந்தி : நிச்சயமாக. அதற்கான ஒரு வாய்ப்பை உருவாக்க வேண்டும். வகுப்பறையிலிருக்கிற கல்வி, பரிசோதனைக்கூடக் கல்வியைத் தவிர, வெளியிலிருக்கிற கல்வியும் அவசியம் வேண்டும். அது பள்ளியில் தொடங்கி கல்லூரி வரையிலும் அவசியம். வெளியே போய் அறிவைத் தேடுவதும் அடைந்த அறிவை மக்களிடம் மீண்டும் கொண்டு சேர்ப்பதும் அவசியம். அப்போதுதான் கொஞ்ச மாவது exposure கிடைக்கும். மனோன்மணியம் சுந்தரனார் பல் கலைக்கழகத்தில் சில சிறிய முயற்சிகள் செய்தோம். உதாரணமாக எங்கள் சுற்றுச்சூழல் அறிவியல் மையம் ஆழ்வார்குறிச்சியில் இருக்

கிறது. அங்கே விவசாயிகளை வரவழைத்து அவர்களுடன் கலந்துரை யாடலை ஒவ்வொரு மாதமும் விவசாயிகள் தினம் என்று நடத்து கிறோம். அவர்களுடைய பிரச்சினைகள் என்ன என்பதை விவாதிக் கும் ஒரு சூழலை உருவாக்கியிருக்கிறோம். இந்தவிதமாக அந்தத் தடுப்புச் சுவர் கொஞ்சம் உடைந்திருக்கிறது.

டாக்டர் பட்ட ஆராய்ச்சி என்பது ஆய்வுக்கூடத்திற்குள்ளேயும் நூலகத்திலிருந்தும் செய்யும் ஆய்வாக இருக்கிறதே ஒழியச் சமூகத்தில் இருந்து செய்வதாகத் தெரியவில்லை. மாணவர்களுக்கு Project work வைக்கலாம். அது மாணவர்கள் தங்களது அறிவைத் தாமாக முயன்று அடையும் வாய்ப்பை அளிக்கிறது. இதை எல்லா மட்டத் திலும் கொண்டு வந்தால் பயனுள்ளதாக இருக்கும். மாணவர்க ளுக்கு ஆய்வு குறித்த உணர்வையும் ஊட்ட முடியும். 'கிராமப்புற இந்தியா' என்ற பாடத்தை வகுப்பறையில், நான்கு சுவர்களுக்கு மத்தியில் மட்டுமே படிப்பதில் என்ன பயன்? கிராமங்கள் நிறைந்த நம் நாட்டில், மாணவர்களில் பலர் கிராமங்களிலிருந்து வந்திருக்கும் ஒரு வகுப்பில் இந்தப் பாடத்தை வெறும் புத்தகத்தையும் நோட்ஸை யும் உருப்போடும் பாடமாக ஏன் கற்றுத்தர வேண்டும்? இந்தப் பாடத்திற்குத் தேர்வு என்பதே இல்லாமல், ஒரு கிராமத்திற்குச் சென்று, ஒரு சிறு ஆய்வு செய்து மாணவன் எழுதும் ரிப்போர்ட் டுக்கு மார்க் போடலாம். அல்லது ஒரு சிறிதளவு மார்க் மட்டும் தேர்வின் மூலமும், பெருமளவு ரிப்போர்ட் மூலமும் பெறுவதாக வைக்கலாம்.

ஆனால் ஆசிரியர்கள் இதற்கு இன்னொரு முட்டுக்கட்டையும் போடுவார்கள். நாங்கள் அக மதிப்பீட்டு முறை (internal assessment) என்ற பொறுப்பை எடுக்க மாட்டோம் என்கிறார்கள். இதை அவர்கள் ஒரு கோஷமாகவே வைக்கிறார்கள்.

சு. ரா : அக மதிப்பீட்டு முறை வேண்டாம் என்று ஆசிரியர்கள் சொல்வதற்கு என்ன காரணம்?

வசந்தி : என்ன காரணம் என்றால் இது ஒரு தவறான முறை என்று அவர்கள் நினைக்கிறார்கள். Continuous internal assessment is a farce என்று ஒரு slogan மாதிரி சொல்லிக்கொண்டே இருக்கிறார் கள். நம்முடைய நாட்டுக்கு இது பொருந்தாது என்று சொல்கிறார் கள். ஆசிரியர்கள் எல்லா மாணவர்களுக்கும் மார்க்கை அள்ளிப் போட்டு விடுவார்கள். அல்லது தங்களுக்குப் பிடிக்காத மாணவர் களைப் பழி வாங்குவார்கள். நிறைய பாரபட்சம் இருக்கும். ஆசிரியர்கள் பலவகைப்பட்ட நிர்ப்பந்தங்களுக்கு உள்ளாவார்கள். அந்த நிர்ப்பந்தங்களுக்கும் பணியாத ஒரு நேர்மை ஆசிரியர்களுக்கு வேண்டாமா? அக மதிப்பீட்டு முறை farce ஆகிறது என்றால், அதற்கு ஆசிரியர்தானே பொறுப்பு? குறைச்சலாக மார்க் போட்ட தால் மாணவர்கள் சைக்கிள் செயின் எடுத்து அடிக்க வருகிறார்கள் என்பதைப் பலமுறை நான் கேட்டிருக்கிறேன். எங்கேயோ ஒரு

இடத்தில் அப்படி நடந்திருக்கலாம். உலகத்தில் எல்லா நாடுகளிலும் இந்த *Continuous Internal Assessment* ஒன்றுதான் மாணவர்களை மதிப்பிடுகிற முறையாக இருக்கிறது. அக மதிப்பீட்டு முறை இங்கிருக்கிற தன்னாட்சிக் கல்லூரி, ஐ. ஐ. டி., ஜே. என். யு., அண்ணா பல்கலைக்கழகம், வேளாண்மைப் பல்கலைக்கழகம் இவற்றிலெல்லாம் இருக்கும்போது மற்றவர்களால் மட்டும் ஏன் முடியாது? கூடுதல் வேலையென்று தட்டிக்கழிக்க முற்படுகிறார்கள். இதையெல்லாம் ஆசிரியர் சமூகம் மாற்றியாக வேண்டும். இந்த விஷயங்களைக் கட்டாயமாகச் செய்துதான் ஆகவேண்டும் என்றால் வேறு வழியில்லாமல் பண்ணத்தான் செய்வார்கள். எங்கள் பல்கலைக் கழகத்தில் *under graduate* வகுப்புகளுக்கு *social value education course* என்ற ஒன்று கொண்டு வந்தோம். அதில் 10 மதிப்பெண்களுக்கு மாணவர்கள் ஒரு சிறிய ரிப்போர்ட் எழுத வேண்டும். கள ஆய்வு செய்ய வேண்டும். ஒன்றைச் சொந்தமாகத் தயார் செய்ய வேண்டும். இதற்கே ரொம்பக் கஷ்டப்பட்டுத்தான் ஒத்துக்கொண்டார்கள். தெற்காசிய நாடுகளைத் தவிர வேறெங்கும் இந்தத் தேர்வு முறை இல்லை. இப்படி ஒரு தேர்வு முறை நம் நாட்டில் இருக்கிறது என்று கேட்டாலே மற்ற நாடுகளில் ஆச்சரியப்படுகிறார்கள்.

ஹமீது : என்னுடைய அனுபவத்தில் அக மதிப்பீட்டு முறையின் மூலம் மாணவர்களுக்கும் ஆசிரியர்களுக்குமான உறவு ஒரு மோசமான இடத்திற்குப் போயிருக்கிறது என்றுதான் நினைக்கிறேன். இதன்மூலம் ஆசிரியர்கள் சர்வாதிகாரிகளாக உருவாகியிருக்கிறார்கள். ஆசிரியர்களைத் தாஜா பண்ணி அவர்களுக்குப் பணிந்து நடப்பவர்களுக்கு அதிக மதிப்பெண் போடுவார்கள். அவர்களுக்குப் பிடிக்காத மாணவர்களைப் பழி வாங்குவார்கள். இது கல்விச் சூழலில் மிக மோசமான உறவுகளை உருவாக்கியிருக்கிறது.

வசந்தி : ஆசிரியர்களிடம் அற உணர்வு இல்லை என்பதைத்தான் இது காட்டுகிறது. அமைப்பிலேயே இதற்கு ஒரு *check* கொண்டு வரவேண்டும். ஒரு மாணவனை அக மதிப்பீட்டில் மதிப்பீடு செய்யும்போது ஒரு ஆசிரியர் மட்டுமல்லாது துறையிலுள்ள எல்லா ஆசிரியர்களும் சேர்ந்து மதிப்பீடு செய்ய வேண்டும். அப்போது ஒரு ஆசிரியரிடம் பிரச்சினை இருந்தால் மற்ற ஆசிரியர்கள் மூலம் அதைச் சரி செய்யலாம். இதைத் தவிர தனக்கு நியாயம் கிடைக்கவில்லை எனக் கருதும் ஒரு மாணவன் தனது கோரிக்கையை முதலில் துறைத்தலைவரிடமோ பின்னர் துணைவேந்தரிடமோ எடுத்துச் சொல்ல முடியும். ஆனால் இந்தவிதமான புகார் பெரும்பாலும் வருவதேயில்லை.

சு. ரா : இதற்கான உரிமையைப் பயன்படுத்துவதன் மூலம் மாணவன் தனக்கு இடையூறு ஏற்படும் என்று நினைக்கிறானோ என்னவோ?

வசந்தி : ஒரு நாலைந்து தடவையாவது அவ்வாறு முயன்று பார்க்க வேண்டும். அப்போதுதான் அதன் உண்மையான பிரச்சினை தெரியும். ஆனால் அதற்கான வாய்ப்பே இல்லாமல் போய் விட்டது. எப்போதுமே எல்லா விஷயத்திலும் சில அச்சுறுத்தல்கள் இருக்கத்தான் செய்யும். பழிவாங்குதல் நடக்கிறது என்பதால் இந்த முறையே வேண்டாம் என்ற கோரிக்கையும் இருக்கிறது. நம் சமூகத்தில் மட்டும் கல்லூரி, பல்கலைக்கழக ஆசிரியர்கள் அவ்வளவு மோசமானவர்களாக மாறிவிட்டார்களா? உலகத்தில் மற்ற எல்லா ஆசிரியர்களுக்கும் இருக்கிற பொறுப்புணர்ச்சி, ஒரு *professional pride, professional ethics,* அடிப்படை மதிப்பீடுகள், சுயமரியாதை எல்லாம் நம் ஆசிரியர்களுக்கு இல்லாமல் போய்விட்டதா? ஆனால் சில இடங்களில் மட்டும் 100% அது வெற்றிகரமாகவும் நடக்கிறதே அது எப்படி? மாணவர்கள் *passive* ஆக இருப்பதுதான் ஆசிரியர்களுக்குச் சௌகரியமாகப் போய்விடுகிறது என்று தோன்றுகிறது.

சு. ரா : ஆசிரியர் - மாணவர் உறவு பழமையான, இறுகிப்போன தளத்திலேயே இருக்கிறது. மாணவர்கள் பெரும்பாலும் இளைஞர்கள். அவர்களிடம் நிதானமான போக்கை எப்போதும் நாம் எதிர்பார்க்க முடியாது. அவர்கள் தவறு இழைத்துவிடுவதும் ஆசிரியர்களின் பொறுமையைச் சோதிக்கும் வகையில் நடந்துகொள்வதும் நிகழக்கூடியவைதான். ஆனால் மாணவன், 'ஆசிரியர் தன்னைப் பழிவாங்கி விடுவார்' என்று கூற முற்படுவது கொடுமை. மாணவர்களிடம் பழக நேரும்போது, 'ஆசிரியர் பழிவாங்கிவிடுவார்' என்று அவர்கள் சகஜமாகச் சொல்கிறார்கள். மாணவர்கள் பார்வையில் கல்வித் துறை என்பது அதிகாரம் சார்ந்த ஒரு அமைப்பாகத்தான் இருக்கிறது. ஒரு காவல் துறை அதிகாரியைப் பார்ப்பதுபோல்தான் பெரும்பான்மையான மாணவர்கள் ஆசிரியர்களைப் பார்க்கிறார்கள். தான் தனியாகவும் இக்கட்டாகவும் மாட்டிக்கொண்டால் மாணவர்கள் தங்களைக் கேவலப்படுத்திவிடுவார்கள் என்ற எண்ணம் ஆசிரியர்களுக்கும் இருக்கிறது.

வசந்தி : இந்தப் பழிவாங்கப்படுவோம் என்ற சொல்லே நாம் படிக்கும் போதெல்லாம் வரவேயில்லை. இதெல்லாம் இப்போது தான் வந்திருக்கிறது. ஆசிரியர்களுக்குத் தங்களுடைய வேலையில் மரியாதை இல்லை. ஒரு மாணவனைப் பிடிக்காத காரணத்தால் அவனுக்கு மார்க் குறைத்துப் போடுகிறேன் என்று சொன்னால் அது எனக்குப் பெரிய இழிவு என்று நினைக்கிறேன். அது சுய மரியாதைக்குப் பெரிய அவமானம். ஆனால் சுய மரியாதையை எங்கே போய்க் கற்றுக்கொடுக்க முடியும்?

❦

ஆசிரியர் – மாணவர் உறவு

ஹமீது : பொதுவாக நமது கல்லூரிகள், பல்கலைக் கழகங்களில் குழு மனப்பான்மை முக்கியமான பிரச்சினையாக இருக்கிறது. மாணவர்களைக் குழுக்களாகக் கட்டமைப்பதில் ஆசிரியர்களுக்கு ஒரு பங்கு இருப்பதாக நினைக்கிறேன். அதிலும் ஆசிரியர்களுக்கு வேண்டிய மாணவர்கள், வேண்டாத மாணவர்கள் என்கிற வேற்றுமை திட்டமிட்டு உருவாக்கப்படுகிறது.

வசந்தி : இருக்கலாம். ஒரு துறையில் பலவிதமான ஆசிரியர்கள் இருக்கிறார்கள். ஒரு மாணவர் ஒரு ஆசிரியரோடு ஒத்துப்போக முடியவில்லை என்றால் இன்னொரு ஆசிரியரோடு உறவு வைத்துக் கொள்ளலாம். மேலும் ஆசிரியர்களுக்கு இடையிலேயே ஏராளமான கோபதாபங்களும் விரோதங்களும் இருக்கின்றன. ஒரு ஆசிரியரைப் பற்றிய பிரச்சினையை இன்னொரு ஆசிரியரிடமோ துறைத் தலைவரிடமோ பகிர்ந்து கொள்வதற்கான வாய்ப்பு மாணவர்களுக்கு இருக்கிறது. ஆனால் மாணவர்களுக்கு அதற்கான தைரியமில்லை.

ஹமீது : நீங்கள் நடைமுறை என்னவென்று பார்க்க வேண்டும். ஒரு மாணவருக்காக ஒரு ஆசிரியர் தன்னுடைய சக ஆசிரியரை எந்தவிதத்திலும் பகைத்துக்கொள்ள மாட்டார். விட்டுக்கொடுக்கவும் மாட்டார். ஆசிரியர்கள், ஆசிரியர் சமூகம் சார்ந்து மிகவும் *defensive*ஆக இருக்கிறார்கள். ஏதாவது பிரச்சினை என்று வந்தால் குற்றத்தை மாணவர்கள் மேல் சுமத்தவே முற்படுகிறார்கள். மேலும் ஒரு துறையில் ஆசிரியர்களுக்கு இடையில் சமத்துவமான உறவுகள் இல்லை. துறைத் தலைவர், முதுநிலை விரிவுரையாளர், இளநிலை விரிவுரையாளர் எனப் பலப் படிநிலைகள் உள்ளன. இந்தப் படிநிலைகளுக்கு உட்பட்டு ஆசிரியர்கள் செயல்படுகிறார்கள்.

வசந்தி : ஆமாம். நீங்கள் சொல்வது ரொம்ப சரி. நம் அமைப்பில் எல்லாமே *hierarchy*தான். அது எப்படியோ உருவாகிவிடுகிறது. ஒரு துறையில் இரண்டே இளம் ஆசிரியர் இருந்தாலும், அதிலும் ஒரு சீனியர், ஜூனியர் என்ற பிரிவு உருவாகிவிடுகிறது. இது நம்முடைய ஜாதிய அமைப்பின் தாக்கமோ என்று நினைக்கிறேன். ஜாதிய அமைப்பு என்றாலே *hierarchy*தான். ஒவ்வொரு ஜாதிக்கும் குறிப்பிட்ட ஒரு இடம். அதுமாதிரிதான் கல்வி நிறுவனங்களும் இருக்கின்றன. அதை உடைக்க வேண்டுமென்று சில மாற்றங்களைக்

கொண்டுவந்தாலும் நடைமுறையில் சாத்தியப்படுவதில்லை. எங்கள் பல்கலையில் ஒரு சின்ன முயற்சி செய்தோம். சி. பி. சி. எஸ். *(Choice Based Credit System)* என ஒரு முறையை உருவாக்கினோம். அனைத்துத் துறைகளும் இந்த முறையின் கீழே கொண்டுவரப்பட்டன. இந்த அதிகாரப் படிநிலைகள் இதில் இருக்கக்கூடாது என்பதற்காக அதை நிர்வகிக்கிற கமிட்டியில் துறைத் தலைவர்கள் மட்டுமன்றி ரீடர் இரண்டு பேர், லெக்சரர் இரண்டு பேர், மாணவப் பிரதிநிதிகள் இரண்டு பேர் என்று போட்டு வைத்திருந்தோம். இப்படித்தான் அமைப்புக்குள்ளே நாம் செய்ய முடியும். துறைத் தலைவரைத் தாண்டி இளநிலை விரிவுரையாளருக்கு முக்கியத்துவம் கொடுக்கிறோம். அப்படியிருந்தும் இது சிறப்பாக நடக்கிறது என்று என்னால் சொல்ல முடியாது. பிரச்சினை என்னவென்றால் மாணவர்கள் எதையும் எதிர்த்துக் கேட்பதில்லை என்பதுதான்.

ஹமீது : நீங்கள் கேட்பது நியாயமான கேள்விதான். ஆனால் மாணவனாக என்னுடைய அனுபவத்தில் மாணவர்களின் இந்த மௌனத்திற்குச் சில முக்கியமான காரணங்களை உணர்ந்திருக்கிறேன். பிரச்சினைகளுக்காக ஒன்று சேர்ந்து போராடுவதில் மாணவர் சமூகம் பொதுவாக நம்பிக்கை இழந்துவிட்டதோ என்று தோன்றுகிறது. அக மதிப்பீடு *(internal assessment)* என்பது ஆசிரியர்கள் கையில் இருக்கும் மோசமான ஆயுதமாக இருக்கிறது. இதைப் பயன்படுத்தித் தனக்கு வேண்டிய மாணவர்களைத் தூக்கிவிடுவது, வேண்டாத மாணவர்களை ஒழித்துக்கட்டுவது போன்ற வேலைகளில் ஆசிரியர்கள் ஈடுபடுகிறார்கள். இது மாணவர் சமூகத்தைக் குழுக்களாக உடைப்பது மட்டுமல்ல, தன்னலம் மிக்கவர்களாகவும் மாற்றுகிறது. தாங்கள் ஏதாவது எதிர்ப்புக் காட்டினால் பழிவாங்கப்படுவோம் என்கிற பயம் ஒவ்வொரு மாணவரிடமும் நிலவுகிறது. எனவே மாணவர்கள் மிகுந்த தற்பாதுகாப்புடனும் சுயநலத்துடனும் செயல்படக்கூடிய சூழல் உருவாகிறது. பொதுவான பிரச்சினைகளுக்காக மாணவர்களை ஒன்று திரட்ட முடியவில்லை. ஆசிரியர்கள், மாணவர்கள் இருவருமே மிகத் தந்திரமான உறவுகளைப் பரஸ்பரம் மேற்கொண்டிருக்கிறார்கள்.

சு. ரா : கல்வித் துறை ஒரு ஜனநாயக அமைப்பாக இல்லை. ஆசிரியர் மாணவர் உறவு மேல் – கீழ் என்ற நிலையில்தான் இருக்கிறது. வளர்ந்து வரும் ஒரு தேசத்தில் மாணவர்கள் அதிக வித்தியாசம் கொண்ட சமூக, பொருளாதார, உளவியல் பின்னணி கொண்டவர்களாக இருப்பார்கள். பின்னணி சார்ந்து சிந்தனை வெளிப்படுவது இயற்கை. ஆனால் மாறுபட்ட சிந்தனைகளை ஆசிரியர்கள் இயற்கையாகக் கருதாமல் கோபங்கொள்ள வேண்டிய அல்லது விரோதம் பாராட்ட வேண்டிய கருத்து வேற்றுமையாகத்தான் எடுத்துக்கொள்கிறார்கள். உடை போன்ற விஷயங்களில்கூடத் தங்களுடைய அபிப்பிராயங்களை ஆசிரியர்கள் மாணவர்களின்

மேல் திணிக்கிறார்கள். ஆசிரியர் ஏற்காத உடையை மாணவி அணிந்தால் அவர்களுக்குள் உறவு மோசமாகிவிடுகிறது. அத்துடன் ஆசிரியர்களும் சரி மாணவர்களும் சரி எல்லாக் காரியங்களையும் உழைப்பைத் தவிர்த்துக் குறுக்கு வழியில் எப்படி முடிப்பது என்று தான் யோசிக்கிறார்கள். அறிவை அடையக் குறுக்கு வழியே கிடையாது. ஆசிரியர்களிடமிருந்து குறுக்கு வழிகளை மாணவர்கள் கற்றுக்கொள்வது வருத்தத்தைத் தருகிறது. ஆராய்ச்சிப் பட்டங்களை எடுத்துக்கொள்ளுங்கள். ஒருசில ஆராய்ச்சிகள் மிகச் சிறப்பானவை தான். மு. வ., தெ. பொ. மீ. போன்ற பல சிறந்த ஆசிரியர்கள் பட்டம் பெற்றிருக்கிறார்கள். இன்று பெரும்பாலும் ஜோடனை தான். இந்த ஆராய்ச்சிகள் பற்றிய சமூக விமர்சனங்கள் எதுவுமே இல்லை. அவை பொதுமக்கள் பார்வைக்கு வருவதேயில்லை.

வசந்தி : நீங்கள் சொல்வது சரி. கல்வித் துறையில் எந்த மட்டத்திலும் ஜனநாயகம் இல்லை. ஆசிரியர் – மாணவர் உறவு ரொம்ப மோசமாகத்தான் இருக்கிறது. மாணவர்களிடம் அன்பும், அக்கறையும் கொண்டு பழகுகின்ற ஆசிரியர் மிகவும் குறைவு. பள்ளிகளிலாவது ஓரளவு இருக்கிறார்கள். கல்லூரியில் இல்லை. இன்றைய மாணவர்கள், அதிலும் பெரும்பாலும் கிராமப்புற, சிறு நகர்ப் பகுதிகளிலிருந்து வருகின்ற மாணவர்கள் நிறைய பேர் முதல் தலைமுறை கல்லூரி செல்லும் குடும்பங்களைச் சேர்ந்தவர் கள். இவர்கள் அன்புக்கும், ஆதரவிற்கும், அரவணைப்புக்கும் ஏங்குகின்றவர்கள். பல குழப்பங்களில், மன உளைச்சல்களில் தவித்துக் கொண்டிருப்பவர்கள். இவர்களிடம் அன்புடன் பழகுகின்ற விதிவிலக்கான ஆசிரியர்களிடம் அப்படியே ஒட்டிக் கொள்கிறார்கள். மற்றவர்கள், குறிப்பாகப் பெண்கள் கல்லூரிகளில் மூச்சுவிடக்கூட சுதந்திரம் கிடையாது. நீங்கள் சொல்கிற அவர்கள் அணிகிற உடை. இது பெரிய பிரச்சினை. ஒரு சல்வார் கம்மீஸ் போடக்கூட மாணவிகளை அனுமதியாத கல்லூரிகளும், ஆசிரியை களும் நிறைய இருக்கிறார்கள். அப்புறம் பிஎச். டி ஆராய்ச்சிகள் பொதுமக்கள் பார்வைக்கு வருவதில்லை என்று சொன்னீர்கள். அந்த ஆய்வுகள் பல்கலைக்கழக நூலகங்களில் வைக்கப்பட்டுள்ளன. ஆனால் அங்கே பொதுமக்கள் வருவதில்லை.

சு. ரா : CBCS என்று சொன்னீர்களே. அதை விளக்க முடியுமா ?

வசந்தி : Choice Based Credit System நாங்கள் கொண்டுவந்த மாற்றங்களில் முக்கியமான ஒன்று. எங்கள் பல்கலைக்கழகத்தின் அனைத்துத் துறைகளும் இந்த அமைப்பில்தான் இன்று இயங்குகின் றன. இதன் மையக் கருத்து முதுகலை மாணவர்களுக்குச் சில options கொடுப்பது. தாங்கள் விரும்பும் courses படிப்பதற்கான வாய்ப்பு கொடுப்பது. நமது பல்கலைக்கழகங்களில் முதுகலை அளவில்கூட மாணவர்கள் தாங்கள் விரும்பும் coursesஐ படிப்பதற்கு வாய்ப்பில்லை. இது ஒரு rigid system. ஒரு முதுகலை வகுப்பிலிருக்

கும் அனைத்து மாணவர்களும் ஒரே பேப்பர்களைத்தான் படித்தாக வேண்டும்.

நாங்கள் கொண்டு வந்த *CBCS* உலகெங்கும் அனைத்துப் பல்கலைக் கழகங்களிலும், முதுகலையில் மட்டுமல்ல, பட்டப் படிப்புகளிலே பெருமளவுக்கு இருக்கிறது. நம் நாட்டிலும் பல சிறந்த பல்கலைக் கழகங்களில் இருக்கிறது. ஆனால் தமிழ்நாட்டுப் பொதுப் பல்கலைக் கழகங்களில் அன்று இல்லை. சென்னைப் பல்கலையில் ஒரு சில துறைகளில் மட்டும் ஓரளவு இயங்கிக் கொண்டிருந்தது.

இந்த முறையில் மாணவர்களுக்குப் பல வாய்ப்புகள் கிடைக்கின்றன. முதலாவதாக ஒவ்வொரு துறையும் பல *optionals* நடத்த வேண்டும். மாணவர் தேர்ச்சி பெற 10 *courses* எடுக்க வேண்டுமென்றால், அந்தத் துறை 30 *courses* நடத்த வேண்டும். மாணவர் ஒவ்வொரு வரும் தாங்கள் விரும்பும் *courses* தேர்ந்தெடுத்துக் கொள்ளலாம்.

ஒரு துறையில் அனைத்து மாணவர்களும் அவசியம் கற்க வேண்டிய அடிப்படை *care courses* உண்டு. இது தவிர *Extra departmental courses* என்று ஒவ்வொரு மாணவரும் தாங்கள் சேராத மற்ற துறை களிலிருந்து சில *courses*ஐ அவசியம் எடுக்க வேண்டும். முதுகலைப் பட்டம் பெறுவதற்கு மொத்தம் 72 *credits* தேவைப்படுகிறது. அதில் 12 *credits*ஐ மற்ற துறைகளிலிருந்து எடுக்க வேண்டும். இதில் மாணவர்கள் பல அருமையான *combinations*ஐ உருவாக்க முடியும். இன்று எங்கள் பல்கலையில் எம்.எஸ்ஸி கெமிஸ்ட்ரி படிக்கும் மாணவர் ஆங்கில இலக்கியம், தமிழில் இதழியல், தொடர்பியல் துறையில் *media studies* போன்றவை எடுத்துப் பல்துறை அறிவை வளர்க்க முடிகிறது. வரலாற்றுத் துறை மாணவர்கள் இன்று *Computer science, Environment studies, Spoken English* படிக்கிறார்கள்.

சு. ரா : யார் வேண்டுமென்றாலும் டாக்டர் பட்ட ஆராய்ச்சி யைப் பல்கலைக்கழகத்திற்குச் சென்று நூலகத்திலிருந்து பெறலாம் என்ற நியதி இருக்கலாம். ஆனால் அது ரகசியமான நியதியாகத் தான் இருக்கிறது. அதற்கான உரிமை தனக்கு இருக்கிறது என்பது எழுத்தாளர்களுக்குக்கூடத் தெரியாது. ஒரு பெண் என்னிடம் வந்து திடீரென்று என் நண்பர் கிருஷ்ணன் நம்பியைப் பற்றி விசாரிக்கத் தொடங்கினாள். அவர் ஒரு சிறுகதை எழுத்தாளர். காலமாகிவிட் டார். பலர் அவரை மறந்துவிட்டனர். எனக்கே மறந்துபோய்க் கொண்டிருக்கிறது. இந்தப் பெண்ணுக்கு எப்படி அவர் நினைவு வந்தது என்று விசாரித்தேன். ஏன் அவர் கதைகளை ஆராய்ச்சிப் பட்டத்திற்கு எடுத்துக்கொண்டாய் என்று கேட்டேன். மிகக் குறை வாக அவர்தான் எழுதியிருக்கிறார்; 19 கதைகள்தான் என்றாள். மிகக் குறைவாக எழுதிவிட்டு நம்பி அற்பாயுளில் இறந்துபோனது தான் அவருடைய ஒரே தகுதி என்றாகிவிட்டது. மற்றொரு மாண வன் 'காலச்சுவடு' எட்டு இதழ்களை மட்டும் எடுத்துக்கொண்டான்.

9வது இதழாக வந்த 'காலச்சுவடு' மலரையும் சேர்த்துக்கொள் என்றேன். கனமாக இருக்கிறது; வேண்டாம் என்றான். இவ்வாறு தேர்வு செய்பவர்கள் எடுத்துக்கொண்ட விஷயத்தைத் தாண்டி எதையுமே படிப்பதில்லை. ஒரு இலக்கியக் காலகட்டத்தின் அல்லது இலக்கிய இயக்கத்தின் பின்னணி தெரியாமல் ஒரு ஆசிரியரை எப்படிப் புரிந்துகொள்ள முடியும்? ஆராய்ச்சியில் சுயமான சிந்தனைகளை வெளிப்படுத்துவதற்கான ஊக்குவிப்பே இல்லை. முறையியலை *(methodology)* யந்திர ரீதியில் கடைப்பிடித்துவிட்டால் போதும். பட்டம் கிடைப்பதற்கு உத்தரவாதம் இருக்கிறது. இதற்கு மேல் பல டாக்டர் பட்ட ஆய்வுகள் பட்டம் பெற்றவர்கள் உருவாக்கியதே அல்ல. வேறு நபர்களிடம் பணம் தந்து எழுதி வாங்கிக்கொள்கிறார்கள்.

வசந்தி : ஆமாம். ஆய்வுத் துறையில் *ghost writers, professional writers* இருக்கிறார்கள். கன்னியாகுமரி மாவட்டத்தில் அதுவும் நாகர்கோவிலில் பரவலாக இருக்கிறார்கள் என்று நான் கேள்விப்பட்டேன்.

சு. ரா : இல்லை. முன்னால் சென்னையில் மட்டும்தான் இருந்தார்கள். இப்போது பல இடங்களிலும் கிளைகள் திறந்திருக்கிறார்கள். எங்கள் ஊர்ப் பக்கமும் இருக்கிறது.

வசந்தி : இதற்கு எங்கேதான் முடிவு கட்டுவது? எப்படி தடுப்பது? ஆய்வேட்டை மதிப்பீடு செய்யத் தேர்வாளர்களை நியமிக்கிறோம். நம் பல்கலைக்கழகத்துக்குள்ளாகவோ, தமிழ்நாடு அளவிலோ அல்லது இந்தியா மட்டிலுமோ இவர் இருந்தால் எப்படியோ *influence* பண்ணிவிடுவார்கள் என்று வெளிநாட்டிலிருந்தும் வேறு ஒருவரை நியமிக்கிறோம். இப்படிச் சில *checks*. அமைப்பிற்குள்ளாக இவ்வளவுதான் செய்ய முடியும். ஆனால் அந்த வெளிநாட்டுத் தேர்வாளர் இது ஒரு அருமையான ஆய்வேடு என்று சொல்லிவிடுகிறார். *Foreign examiner*ஐயும் பல விதங்களில் *influence* செய்து மோசமான ஆய்வுகளை அங்கீகரிக்கச் செய்துவிடுகிறார்கள். ஏதாவது புகார் வந்தால் அதைச் சரி செய்யலாம். வரவில்லையென்றால் இப்படித்தான் போய்க்கொண்டிருக்கும். இதை எப்படிச் சரி பண்ணுவது? இந்தியாவில் இந்த ஊழல் எல்லா இடத்திலும் இருக்கிறது. மற்ற நாடுகளில் எல்லாம் ஒழுங்காக நடக்கும்போது இந்தியாவில் மட்டும் ஏன் நடக்கமாட்டேன் என்கிறது?

சு. ரா : உடல் உழைப்புக் கேவலம் என்பது நம் ரத்தத்தில் ஊறிப்போய்விட்டது. அதே சமயத்தில் நம் சமூகத்தில் பொதுவாக மன உழைப்புக்கு மதிப்பு உண்டு. ஆசிரியர்கள் மன உழைப்பையேனும் போதிய அளவு செலுத்துகிறார்களா?

வசந்தி : இப்போது உடல் உழைப்பு மட்டுமல்ல எல்லா உழைப்புமே கேவலமானதாக மாறிவிட்டது. உழைக்காமல் ஏமாற்று

கிறவன் சுகவாசி. அவனுக்குச் சமுதாயத்தில் மதிப்பு இருக்கிறது. இந்த மாதிரியாகத்தான் ஆசிரியர்கள் உழைப்பிலிருந்து தப்பித்துக் கொள்கிறார்கள். மாணவர்கள் உழைப்பிலிருந்து தப்பித்துக்கொள் கிறார்கள்.

பிரச்சினை என்னவென்றால் அதிகமாக உழைத்தால் பலன் கிடைக் கும் என்கிற நம்பிக்கை சமுதாயத்தில் இல்லை. அதற்கான வாய்ப்பு களும் இல்லை. உழைத்தால் அதற்குத் தகுந்த வேலை வாய்ப்புகள் கிடையாது. இதனால் எதிலும் ஆர்வமில்லாமல் ஏதோ ஒரு பட் டத்தை வாங்கிவிட்டுப் போய் உட்கார்ந்துவிடுகிறார்கள். இருக்கிற சில வாய்ப்புகளையும் பயன்படுத்திக் கொள்வதற்கான மனோபாவ மும் மாணவர்களுக்குக் கிடையாது. உழைப்பின் மீதான இந்த நம்பிக்கையின்மையால் சமூகத்தின் ஒவ்வொரு துறையும் பாதிக்கப் பட்டிருப்பது போலவே ஆய்வுத்துறையும் பாதிக்கப்படுகிறது. டாக்டர் பட்டம் எதற்கு வாங்குகிறார்கள்? டாக்டர் பட்டம் வாங்கினால் சம்பள உயர்வு கிடைக்கும், வேலை கிடைக்கும் என்ப தற்காகத்தான் வாங்குகிறார்களே ஒழிய ஆய்வு செய்யும் விஷயத் தைப் பற்றித் தெளிவாக அறிந்துகொள்ள வேண்டும் என்பதற்காக அல்ல. ஆய்வுகளில் அளவு கூடியிருக்கிறதே தவிர, தரம் உருவாக வில்லை. ஆசிரியர்களும் ஆய்வுகளில் கடுமையான மதிப்பீடுகளைச் செய்வதில்லை. ஆய்வுப் பொருளையே பல சமயங்களில் *guide*கள் தான் தீர்மானிக்கிறார்கள். இதில் பெரும்பாலும் மாணவர்களின் சுயேச்சையான தீர்வுகள் இல்லை. ஆய்வில் சுலபமான வழிமுறை களைச் சொல்லிக் கொடுக்கக்கூடிய ஆசிரியர்களைத் தேடித்தான் மாணவர்கள் போகிறார்கள். நிறையப் படி என்று சொல்லும் *guide*ஐ விட்டு ஓடிப் போகிறார்கள். எவ்வளவு சீக்கிரம் டாக்டர் பட்டம் வாங்க முடியுமோ அவ்வளவு சீக்கிரம் வாங்கிவிட வேண்டும். அதற்கான தடைகளை ஒழிக்க வேண்டும். இது தொடர்ந்து நடந்து கொண்டிருக்கிறது. பிஎச்.டியின் தரத்தை அதிகரிக்க வேண்டும் என்பதற்காக எங்கள் Standing Committee on Academic Affairsல் எத்தனையோ தீர்மானங்களை நான் கொண்டு வந்திருக்கிறேன். அதில் ஒவ்வொரு தீர்மானமும் சிண்டிகேட்டுக்கு வருகிறபோது, 'இது கூடாது, இதை நாங்கள் ஏற்றுக்கொள்ள மாட்டோம்' என்றார்கள். இப்படியே இழுத்து இழுத்து ஆறு வருடமாக அதை ஒன்றுமே இல்லாமல் பண்ணிவிட்டார்கள்.

வரலாற்றில் ஒருவர் பிஎச்.டி வாங்க வேண்டும் என்று சொன்னால் வரலாறு சார்ந்த எல்லாப் பகுதிகளிலும் அவருக்குக் குறிப்பிட்ட அளவு தேர்ச்சி இருக்க வேண்டும். மற்ற நாடுகளிலும், நம் நாட்டில் மதிப்பு வாய்ந்த எல்லாப் பல்கலைக்கழகங்களிலும் ஆய்வுக்கு முந்தைய *course work* இருக்கிறது. முதுகலை வகுப்புகள் போல் இங்கும் வகுப்புகளுக்குப் போக வேண்டும். செமினார் கொடுக்க வேண்டும். ஆய்வுக் கட்டுரைகள் எழுத வேண்டும். அதற்குப்

பிறகு comprehensive examination அல்லது general examination என்று சொல்கிறார்கள். அதில் தேர்ச்சி பெற வேண்டும். அதற்குப் பிறகு தான் ஆய்வு வேலையே தொடங்க முடியும். Advanced to candidacy என்று அந்தப் பல்கலைக் கழகங்களில் சொல்கிறார்கள். அதற்குப் பின்தான் ஒரு ஆய்வு மாணவன் பிஎச். டி ஆய்வு செய்பவன் என்றே சொல்லிக்கொள்ள முடியும். அந்தந்தத் துறையில் course work செய்து அதற்குள் ஏதேனும் ஒன்றில் specialise பண்ணி ஆய்வு செய்ய வேண்டும். தமிழ்நாட்டில் எந்த general universityயிலும் course work கிடையாது. Course work செய்யும்போது ஓரிரண்டு ஆண்டுகள் தனது துறையின் பல கிளைகள், துறையுடன் தொடர்புடைய மற்றத் துறைகள் தொடர்பான பாடங்களைத் தேர்ந் தெடுத்துப் படித்து, பரந்த அறிவைப் பெற முடியும். நேரடியாக ஆய்வேடு எழுத ஆரம்பித்தால் என்ன தெரியும்? நெல்லையப்பர் கோவில் நிர்வாக முறை பற்றி ஒருவர் ஆய்வேடு எழுதி பிஎச். டி பட்டம் வாங்கினால், அவரை வரலாற்றுத் துறையில் பிஎச். டி என்று சொல்லக்கூடாது ; நெல்லையப்பர் கோயில் நிர்வாகத்தில் பிஎச். டி என்றுதான் சொல்ல முடியும். ஏனென்றால் அவர் வேறு எதையும் படித்ததில்லை. அதையும் அவர் சரியாகச் செய்ய முடியாது. தொடர்புடைய நூல்கள் அனைத்தையும் படித்தால் தானே நாம் செய்கின்ற ஆய்வைச் சரியாகச் செய்ய முடியும். எங்கள் பல்கலையில் படாதபாடுபட்டு இப்படி course work வேண் டும் என்று தீர்மானம் கொண்டு வந்தால், அதிலிருந்து ஆசிரியர் களுக்கு விதிவிலக்கு அளிக்க வேண்டும் என்று ஆசிரிய உறுப்பினர் கள் வாதாடுகிறார்கள். இப்போது டாக்டர் பட்டத்துக்கான ஆராய்ச்சி செய்பவர்களில் 90% ஆசிரியர்கள்தான். அவர்களுக்கு course workலிருந்து விடுதலை கொடுத்துவிட்டால், பின் யாருக்காக இந்த course work? ஆசிரியர்களுக்குத் தரம் தேவையில்லை. மற்றவர் களுக்குத்தான் தேவை என்று அர்த்தமா? நான் துணைவேந்தராக இருந்த ஆறு வருடங்களில் அதற்காக எவ்வளவோ முயற்சி செய் தும் கொண்டுவர முடியவில்லை. மாறாக பிஎச். டிக்குப் பதிவு செய்வதை எளிதாக்க வேண்டும். எவ்வளவு சீக்கிரமாக முடிக்க முடியுமோ அதை முடிக்க வேண்டும். குறைந்தபட்ச காலத்தை 3 வருடங்கள்கூட வைக்கக்கூடாது என்பது போன்ற கோரிக்கைகள் தான் இருக்கின்றன. சமூக அறிவியல் துறையில் ஒரு தரமான பல்கலைக் கழகத்தில் பிஎச். டி வாங்க 7, 8 வருடங்களாவது ஆகும். என் குடும்பத்தில் இருக்கிறவர்கள் முடிக்க 9 வருடங்கள் ஆகியிருக் கின்றன. ஆனால் இப்போது 2 வருடத்தில் படித்து முடித்துவிட வேண்டும் என்ற அவசரத்தில் இருக்கிறார்கள். எதிலுமே ஆழமாகப் போவதற்கு யாருமே தயாராக இல்லை.

இன்றைக்கும் இந்தியாவில் சிறந்த ஆய்வு மையங்கள் இருக்கின்றன. அதில் மிகச் சிறந்த ஆசிரியர்கள் இருக்கிறார்கள். நல்ல தரமான ஆய்வுகளை உருவாக்கிக்கொண்டுதான் இருக்கிறார்கள். அவை

தவிர மற்ற இடங்களில் மேற்கொள்ளப்படும் பிஎச். டிக்கு எந்த மதிப்பும் இல்லை. இன்றைக்கு பிஎச். டி படித்துவிட்டு வந்த மாண வனைவிட யு. ஜி. சி. பரிட்சையில் தேர்வு பெற்று வரும் மாணவன் சிறப்பாக இருக்கிறான். சில சமயங்களில் என்னிடம் உங்களுக்கு பிஎச். டியில் நம்பிக்கை இல்லையா என்று யாராவது கேட்டால் நம்பிக்கை இல்லை என்றுதான் சொல்வேன். இதில் இன்னொரு முக்கியமான விஷயம்: ஆய்வுகள் மாணவனுக்கும் *guide*க்கும் இடையிலான உறவைப் பொறுத்ததாகிவிடுகிறது. நல்ல உறவு இருந் தால் ஆய்வின் தரம் எப்படியாக இருந்தாலும் அவனை வெற்றி பெறச் செய்துவிடுவார்கள். இல்லாவிட்டால் அவனைப் பழிவாங்கி ஒழிக்காமல் விடமாட்டார்கள்.

சு. ரா : ஆனால் *guides* மாணவர்களை எந்தளவுக்கு *guide* செய்கிறார்கள் என்ற கேள்வி இருக்கிறது. மாணவர்களிடம் அவர் கள் எடுத்துக்கொண்டிருக்கும் விஷயங்கள் சார்ந்து விரிவான வாசிப் பையும் அறிவையும் உருவாக்கப் பல சமயம் தவறிவிடுகிறார்கள் என்றே நினைக்கிறேன்.

வசந்தி : அது உண்மைதான். ஆசிரியருக்குத் தன்னுடைய *narrow specialisation* தவிர வேறெதிலும் திறமை கிடையாது. மற்ற எதையும் ஆசிரியர்கள் படிப்பது கிடையாது. எனவே மாணவர்கள் ஒரு புதிய துறையில் ஆய்வு மேற்கொள்ளும்போது ஆசிரியர்கள் வழிகாட்டத் திறனற்றவர்களாக ஆகிவிடுகிறார்கள். எதைப் பற்றியும் உண்மையான அறிவு தேவையில்லை என்று நினைக்கிறார்கள். அது எம். ஏ. அளவிலும் கிடைப்பதில்லை. எம். பில். அளவிலும் கிடைப்பதில்லை. பிஎச். டி ஆய்வில் *methodology exam* எழுத வேண் டும் என்று சொன்னால், எம். பில். அளவில் பண்ணியதற்கப்புறம் திருப்பியும் ஏன் எழுத வேண்டும் என்று ஒரே சண்டை. எம். பில்லில் *methodology* முடித்தாயிற்று. திருப்பியும் ஏன் பிஎச். டியில் *methodology* பண்ணவேண்டும் என்று கேட்கிறார்கள். எம். பில். லெவலில் என்ன பண்ணுகிறார்கள்? *Elementary*யாகப் பண்ணுகிறார்கள். அது போதாது மீண்டும் பண்ணணும் என்று சொன்னால் சண்டை போட்டுப் போட்டு இப்படியே ஆறு வருடமாக ஆய்வின் தரத்தை உயர்த்துவதில் எனக்கு முழுத் தோல்வியே ஏற்பட்டது. எல்லாவற் றையும் எடுத்துப் பார்த்தீர்களென்றால் ஒவ்வொன்றுக்குமே நான் *Standing Committee*யில் சண்டை போட்டு முட்டி மோதிப் பாஸ் பண்ணி சிண்டிகேட்டுக்குக் கொண்டு போவேன். ஆனால் சிண்டி கேட்டில் அது நிராகரிக்கப்பட்டுவிடும். நான் *Standing Committee on Academic Affairs*க்கு மிகுந்த முக்கியத்துவம் கொடுத்து வைத்தி ருந்தேன். அதுதான் *academic body;* கல்வி தொடர்பான எல்லா விஷயங்களிலும் அந்த அமைப்புதான் முடிவெடுக்க வேண்டும். நிர்வாக விஷயங்களில்தான் சிண்டிகேட்டுக்கு இறுதி அதிகாரம் கொடுக்கப்பட வேண்டும்.

நான் எவ்வளவோ கஷ்டப்பட்டு இந்த முறையைக் கொண்டு வந்தேன். ஏனெனில் அங்கேதான் ஆசிரியர் சங்கத்தின் நிர்ப்பந்தம் இல்லாமல் சில விவாதங்களை நடத்த முடியும். அங்கே *external experts* இருப்பார்கள். பாடத்திட்டக் குழுவின் துறைத் தலைவர்கள் எல்லாம் இருக்கிறார்கள். பல்கலைக்கழகத்திலிருந்து மட்டுமல்லாமல் வெளியிலிருந்தும் *experts* வருகிறார்கள். கல்வியின் தரத்தையும், பல்கலைக் கழகத்திற்கு அப்பால் மற்றப் பல்கலைக்கழகங்களில், பரந்த அறிவுத் துறையில் இருக்கின்ற வளர்ச்சிகளையும் பற்றி விவாதித்துச் சில முடிவுகளை எடுக்க முடியும் என்பதற்காக அந்த *body*க்கு மிகுந்த முக்கியத்துவம் கொடுத்து வைத்திருந்தேன். சிண்டிகேட்தான் *supreme body;* எல்லா முடிவுகளும் இங்கேதான் எடுக்கணும் என்று சொல்லிக் கொண்டிருந்தார்கள். நான் எப்படியோ அதை உடைத்து ஆறு வருடம் தொடரச் செய்தேன். நாம் ஒரு ஆரோக்கியமான முறையை உருவாக்கினால்கூட அது திட்டமிட்டுச் சிதைக்கப்படுகிறது. இப்போது யோசித்துப் பார்த்ததில் இந்த ஆறு வருடங்களிலும் பல விஷயங்களில், குறிப்பாக ஆய்வு தொடர்பான விஷயங்களில், நான் தனித்து நின்று போராடியதாகத்தான் உணர்கிறேன். வேறு எந்த ஆசிரியரும் இதை ஏற்றுக்கொண்டது கிடையாது. 'இந்த அம்மாவுக்கு வேற வேலையே இல்லை. திருப்பித் திருப்பி உயிரை வாங்குகிறதே வேலை' என்று விட்டவர்கள்தான் இருக்கிறார்களே ஒழிய இதை ஒப்புக்கொண்டவர்கள் யாரும் கிடையாது. அதனால்தான் நான் போன உடனேயே இப்படி *standing committee*க்கு முக்கியத்துவம் கொடுப்பதை நிறுத்திவிட வேண்டும் என்று நான் இருக்கும்போதே சொல்லிக்கொண்டு இருந்தார்கள். இப்படி ஏன் ஆசிரியரைப் பற்றி நம்பிக்கை இல்லாமல் பேசுகிறீர்கள் என்று கேட்கலாம். ஆனால் நிலைமை அப்படித்தானே இருக்கிறது!

ஒரு ஆசிரியரைத் தேர்வு செய்ய 39 விண்ணப்பங்கள் வந்திருந்தன. இந்த 39 விண்ணப்பதாரர்களில் ஓரிருவரைத் தவிர மற்றவர்களுக்குத் துறை அறிவு பற்றிய அடிப்படைகளே தெரியவில்லை. அவர்கள் தமிழ்நாட்டுப் பல்கலைக்கழகங்களில் ஆய்வு செய்திருக்கிறார்கள். நவீன இந்தியா பற்றி டாக்டர் பட்டம் வாங்கியிருக்கிறார்கள். ஆனால் நவீன இந்திய வரலாற்றில் தலைசிறந்த நிபுணர்கள் யார் என்று கேட்டால் பேரைக் கூடச் சொல்லத் தெரியவில்லை. யாருடைய முக்கியமான ஆய்வைப் படித்தீர்கள் என்றால் ஒருபேர் கூடத் தெரியாது. சரி, இரண்டாம் நிலை ஆய்வுகள் எதையாவது படித்தீர்களா என்று கேட்டால் முன்பின் கேள்விப்பட்டிராத ஏதாவது ஒன்றிரண்டு பேரைச் சொல்வார்கள். எல்லாமே *notes* எழுதியவர்கள்; புகழ்பெற்ற நிபுணர்கள் அல்ல. *Course work* ரொம்ப முக்கியம். *Course work* இல்லாமல் பிஎச். டியில் ஒன்றுமே செய்ய முடியாது. *Course work* இல்லையென்று சொன்னால் நாம் ஆய்வின் தரத்தில் பெருமளவு சமரசம் செய்துகொள்ள வேண்டியிருக்கும்.

சு. ரா : நீங்கள் சொன்னீர்கள், நம் சமூகத்தில் உழைப்பு கேவலம் என்ற எண்ணம் இருக்கிறது என்று. நானும் அப்படித்தான் நினைக்கிறேன். நம் வளர்ச்சிக்கு மிகப் பெரிய தடை அது. ஆனால் பல்கலைக்கழகத்திற்கு வெளியே மிகுந்த உழைப்பைக் கேட்கும் காரியங்கள் நடந்திருக்கின்றன. நடந்துகொண்டும் இருக்கின்றன. தமிழில் கலைக் களஞ்சியங்கள் அற்புதமாக உருவாக்கப்பட்டிருக்கின்றன. பெரியசாமித் தூரனும் அவருடன் இணைந்து செயல்பட்ட அறிஞர்களும்தான் காரணம். மயிலை. சீனி. வேங்கடசாமி தனிமனிதனாக நின்று மிகப் பெரிய காரியங்களைச் செய்திருக்கிறார். இந்த வரிசையில் பல உதாரணங்களைச் சொல்லலாம். ஆனால் இதே காரியங்களைப் பல்கலைக்கழகங்கள் செய்யும்போது அவை பெரும்பாலும் சிறப்பாக அமைவதில்லை. புத்தகங்களின் உள்ளடக்கங்களில் பல குறைகள் வந்துவிடுகின்றன. பல்கலைக்கழக வெளியீடுகளின் தோற்றங்கள் இன்றும் மிகப் பழமையானவை. புத்தகங்களுக்குச் சிறந்த தோற்றம் இருந்தாக வேண்டும் என்பது உலகம் முழுக்க உறுதிப்பட்டுப் பல ஆண்டுகள் ஆகிவிட்டன. வாசக உறவை உருவாக்க இது ஒரு அடிப்படை நியதி. பல்கலைக் கழக வெளியீடுகள் சரிவர விநியோகிக்கப்படுவதில்லை. என் நண்பர் ஒருவர் பல்கலைக் கழகப் புத்தகம் ஒன்றை வாங்கச் சென்றபோது உரிய பணத்தை அரசாங்கக் கருவூலத்தில் செலுத்தி ரசீது வாங்கிவரச் சொன்னார்களாம். இரண்டு நாள் லீவு போட்டு யாராவது புத்தகத்தை வாங்கப் போக முடியுமா? மிகுந்த உழைப்பைக் கேட்கும் காரியங்கள் வருமானமோ, புகழோ, பட்டமோ, பரிசோ பெற முடியாத நிலையில் வெளி உலகத்தில் நடந்துகொண்டுதான் இருக்கின்றன.

வசந்தி : நிறையவே நடந்திருக்கிறது. இன்றைக்கு இருக்கிற எல்லா அறிவார்ந்த வளர்ச்சியும் பல்கலைக்கழகங்களுக்கு வெளியேதான் நடந்திருக்கிறது. திருநெல்வேலியை எடுத்துக்கொண்டால் வளமான, அறிவார்ந்த மரபு இருந்திருக்கிறது. அந்த மரபை வளர்த்தவர்கள் நிறைய பேர் இருக்கிறார்கள். அவர்கள் எல்லாம் இங்குள்ள பல்கலைக் கழகத்தோடு நெருங்கி வரவேண்டும் என்பதற்காகவே சில அமைப்புகளை உருவாக்க வேண்டும் என்ற எண்ணத்தில் வாசகர் வட்டங்களை உருவாக்கி எழுத்தாளர்கள், ஆசிரியர்கள், மாணவர்களுக்கு இடையே உரையாடலை நிகழ்த்த முயன்றோம். நடத்துங்கள், நடத்துங்கள் என்று சொல்லி வற்புறுத்திய பிறகு ஏதோ இங்கொன்றும் அங்கொன்றுமாக நடந்தது. இதைக்கூடத் தொடர்ச்சியாக முன்னெடுத்துச் செல்ல விருப்பமான ஆசிரியர்கள் இல்லை. இவ்வளவு அறிவார்ந்த மரபு கொண்ட ஒரு இடத்தில்கூட அது சாத்தியப்படவில்லை. வெளியிலிருந்து ஆராய்ச்சியாளர்களைக் கூப்பிட்டுப் பேசவைக்க வேண்டும் என்பதற்காகச் சிலரை அழைத்துப் பேசச் செய்தோம். அதற்கப்புறம் அதுவும் நின்றுபோய் விட்டது. தமிழ்நாட்டின் வரலாறு, பொருளாதார மாற்றங்கள்,

கலாச்சாரம், நாட்டுப்புறவியல் இவற்றைப் பற்றிய சிறந்த ஆராய்ச்சி களை வெளிநாட்டுப் பல்கலைக்கழகங்களில் நிறையச் செய்கிறார்கள். வெளிநாட்டினரும் செய்கிறார்கள். நம் நாட்டு மாணவர்கள் அந்தப் பல்கலைக் கழகங்களில் இருந்து செய்கிறார்கள். பிஎச்.டி பட்டம் பெறுவதற்காக இங்கு வந்திருந்து பல ஆண்டுகள் கடுமையாக உழைத்து, நம் மொழியைக் கற்றுக்கொண்டு ஆர்வமாகச் செய்கிறார்கள். அது ஏன் இங்கே உள்ள பல்கலைக்கழகங்களில் நடக்கமாட்டேன் என்கிறது. எல்லோருக்கும் பிஎச்.டி வாங்குவதில் அவசரம். 7 வருடத்தில் வாங்க வேண்டிய பிஎச்.டியை 2 வருடத்தில் வாங்க வேண்டும். ஏதோ ஒரு விஷயத்தை எடுத்துக்கொண்டு, எவ்வளவு எளிதாக ஆராய்ச்சியைச் செய்ய முடியுமோ, செய்து முடித்துவிட வேண்டும்.

சு. ரா : தமிழில் ப. சிவனடி என்று ஒரு வரலாற்றாசிரியர் இருக்கிறார். அவரைப் பற்றி எனக்கு அதிக விபரங்கள் தெரியாது. வரலாற்றுப் புத்தகங்கள் 300, 400 பக்கங்கள் என்று தொடர்ந்து வந்து கொண்டே இருக்கின்றன. இவ்வளவு தொகுதிகளையும் அவர் எப்படி வெளியிடுகிறார்? நிதி ஆதாரம் என்ன? எப்படி விநியோகம் செய்கிறார்? பல்கலைக்கழகத்தில் பணிபுரியும் வரலாற்றாசிரியர்களுக்கு இந்தப் புத்தகங்கள் வெளிவருவது தெரியுமா? பார்த்ததில்லை; கேள்விப்பட்டதும் இல்லை என்று ஒருசிலர் சொன்னார்கள்.

வசந்தி : ஆமாம்; அப்படித்தான் இத்தகைய காரியங்கள் நிறைய நடக்கின்றன.

சு. ரா : இவரை ஒத்த ஆசிரியர்களை யார் அங்கீகரிக்க வேண்டும்? விவசாயிகள் இவர்களைத் தெரிந்துகொள்ள வேண்டும் என்று நாம் எதிர்பார்க்க முடியுமா? ஆசிரியர்கள் தானே இவர்களைப் பல்கலைக்கழகத்திற்கு அழைத்துச் செல்ல வேண்டும். மாணவர்களுக்கு அறிமுகப்படுத்த வேண்டும். உழைப்பின் நிதர்சனமும் வெற்றியும்தான் மாணவர்கள் மனதில் உழைப்பின் மீதான மதிப்பை வளர்க்கின்றன. ஆசிரியர்கள் அளிக்கும் மதிப்புதான் மாணவர்கள் மனதில் ஆழமாகப் பதியவும் செய்கிறது. ஆனால் பிரபலமானவர்களுக்கு – பல சமயங்களில் அவர்களுக்குத் தகுதி எதுவும் இல்லாத நேரத்திலும் – ஆசிரியர்கள் மதிப்பளிக்கிறார்கள். ஒரு அரசியல்வாதியோ அல்லது ஒரு நடிகரோ, நடிகையோ திட்டமிட்டுப் பல்கலைக்கழகத்திலிருந்து ஒரு டாக்டர் பட்டம் வாங்கிவிட முடியும்.

வசந்தி : ஆம். இது மாதிரி நிறைய நடக்கிறது. எங்கள் பல்கலைக் கழகத்திலும் இவ்வாறு அரசியல் அதிகாரம் உடைய சிலருக்கு, செல்வாக்கு மிகுந்த சிலருக்கு டாக்டர் பட்டம் கொடுக்க வேண்டுமென்று பல நிர்ப்பந்தங்கள் வந்தன. அவற்றையெல்லாம் மிகவும்

கஷ்டப்பட்டு நிறுத்தினேன். செனட் கூட்டங்களில் இவற்றிற்கான தீர்மானங்கள் கொண்டு வரப்பட்டன. செனட்டின் தலைவர் என்ற முறையில் அவற்றை நான் நேரடியாக எதிர்க்க முடியாது. தேவையில்லாமல் பிரச்சினைகள் வரும்; அரசியலாக்கப்படும். அதனால், மிகவும் ஜாக்கிரதையுடன், அந்தத் தீர்மானங்களை எடுக்கவிடாமலேயே தடுத்திருக்கிறேன். தமிழ்நாட்டுப் பல்கலைக் கழகங்களிலேயே எங்கள் பல்கலையில் மட்டும்தான், என்னுடைய ஆறு ஆண்டு பதவிக்காலத்தில் ஆய்வில் ஈடுபடாத எவருக்கும் டாக்டர் பட்டம் கொடுத்ததில்லை. அன்றைய பல்கலைக்கழக வேந்தராக இருந்த திரு. சென்னா ரெட்டி அவர்கள் நிர்ப்பந்தங்களுக்குப் பணியாததற்கு எங்களைப் பாராட்டினார்கள்.

சு. ரா : ஆசிரியர்களுடைய பணி எந்தத் தளத்தில் கவனிக்கப் படுகிறது? அவர்கள் பணியில் குறைகள் இருந்தால் அவற்றைத் திருத்த முயற்சிகள் மேற்கொள்ள முடியுமா? பணி சார்ந்த பொறுப்பை அவர்கள் ஏற்றுக்கொண்டிருக்கிறார்களா? நல்ல ஆசிரி யர் என்று பெயர் வாங்க வேண்டும் என்பது முன்பு ஒரு கனவாகவே இருந்தது. சமூகம் தன்னைப் பற்றி இழிவாக நினைத்துவிடக் கூடாது என்ற பயம் ஆசிரியர்களுக்கு இருந்தது. தலைமையாசிரியர் அழைத்து ஒரு ஆசிரியரைக் கண்டிப்பது அவருக்கு அவமானமாக இருந்திருக்கிறது.

வசந்தி : துரதிருஷ்டவசமாகத் தொழிற்சங்கத்தின் ஒரு மோச மான விளைவாக இது உள்ளது. இன்றைக்கு ஒரு ஆசிரியரைத் தலைமையாசிரியரோ முதல்வரோ கேள்வி கேட்க முடியாது. தலைமையாசிரியருக்கு ரொம்பப் பயமாக இருக்கிறது. ஆசிரியர்கள் எல்லோரும் ஒன்றாகச் சேர்ந்து போராட்டம் பண்ண ஆரம்பித்து விடுவார்கள். சங்க உறுப்பினராக இருப்பது அவர்களுக்கு ஒரு பாதுகாப்பு. பள்ளி, கல்லூரி இரண்டிலும் இப்படித்தான். பள்ளி களில் தலைமை ஆசிரியர் சங்கங்களும், பள்ளியில் பணிபுரியும் ஆசிரியர்களுடைய சங்கங்களும் நெருங்கிய உறவு கொண்டவை. தலைமை ஆசிரியர்களுக்கான ஊதிய உயர்வு, மற்றச் சலுகைகள் தொடர்பான கோரிக்கைகளை எழுப்புவதிலும், போராடுவதிலும், மற்ற ஆசிரியர் சங்கங்களின் ஆதரவும் பெருமளவு தேவைப்படுகிறது. அத்தகைய ஒன்றிணைந்த போராட்டங்கள் மூலம்தான் தலைமை ஆசிரியர்களின் கோரிக்கைகள் நிறைவேற்றப் படுகின்றன. நிலைமை இப்படி இருக்கும்போது, தலைமை ஆசிரியர்கள் பள்ளியின் மற்ற ஆசிரியர்களைக் கண்காணிப்பதோ, கண்டிப்பாக இருப்பதோ எப்படி முடியும்?

நம்முடைய ஆசிரியர் சமூகம் ஒரு அறிவார்ந்த சமூகமாக இல்லாமல் ஆகிவிட்டது. எப்படி மாற்றுவது என்று தெரியவில்லை. ஆரம்பத்தி லிருந்தே வரவேண்டும் என்று நான் நினைக்கிறேன். மாணவர்களாக

இருக்கும்போதே இந்த மாற்றங்கள் வரவேண்டும். நாமெல்லாம் மாணவர்களாக இருந்தபோது ஆராய்ச்சிகள் இந்த அளவிற்கு இல்லாமல் இருந்திருக்கலாம். புத்தகங்கள் இல்லாமல் இருந்திருக்கலாம். ஆனால் அர்ப்பணிப்பு மனப்பான்மை உள்ள ஆசிரியர்கள் இருந்தார்கள். ஆனால் இப்போது அத்தகைய ஆசிரியர்கள் மிகவும் குறைந்துவிட்டார்கள்.

ஆசிரியர் பொறுப்பு

சு. ரா : பொதுவாக ஆசிரியர்களுடன் யாருக்கு அதிக அளவுக்குத் தொடர்பு இல்லையோ அவர்கள்தான் ஆசிரியர்களை மதிக்கிறார்கள். ஆசிரியர்களுடன் தொடர்புகொண்ட மாணவர்களில் பெரும்பாலோருக்குப் பெரும்பான்மையான ஆசிரியர்களைப் பற்றித் துளிகூட மதிப்பு இல்லை. மிகச் சிறந்த ஆசிரியர்கள் இன்றும் நம் சமூகத்தில் இருந்து கொண்டிருக்கிறார்கள். அதில் சந்தேகமில்லை. ஆனால் இவர்கள் எண்ணிக்கையில் மிக மிகக் குறைவானவர்கள். சமுதாயத்தில் வேறு பணிகள் புரிகிற பலருக்கும் எளிய அளவிலேனும் ஒரு accountability இருக்கிறது. ஆனால் ஆசிரியர்களுக்கு அவ்வாறான ஒரு பொறுப்புத் தரப்படவில்லை என்றே நினைக்கிறேன்.

வசந்தி : நீங்கள் சொல்வதுமாதிரி accountability ஆசிரியர்களுக்கு இல்லை. ஆசிரியர்களுக்கு மட்டுமல்ல. இன்னும் பல துறைகளிலும் இது இல்லை. அது இயற்கையாகவே வரமாட்டேன் என்கிறது. அதனால் வெளியிலிருந்து நிர்ப்பந்தத்தின் மூலமாகத்தான் இந்தப் பொறுப்பை ஆசிரியர்களுக்குக் கொண்டு வரமுடியும். அவர்களுக்கு ஒரு code of conduct உருவாக்க வேண்டும் என்பது பற்றி மத்திய அரசு, மாநில அரசு எல்லாம் சொல்லிக் கொண்டிருக்கின்றன. ஆனால் எதுவும் நடைமுறைக்கு வருவதில்லை. எல்லா இடத்திலும் code of ethics உருவாக வேண்டும். அதை வேறு யாருமே உருவாக்க வேண்டாம். ஆசிரியர்களே அதை உருவாக்கட்டும். ஆனால் ஆசிரியர் சங்கங்களுக்கும் பிற தொழிற் சங்கங்களுக்கும் இடையே எந்த வித்தியாசமும் இல்லை. சம்பள உயர்வுக்காகப் போராடுகிறார்களே தவிர அமைப்பை மாற்றுவதற்கான எந்த முயற்சியும் எடுக்க மாட்டார்கள். பொருளாதாரம் சார்ந்த கோரிக்கைகள்தான் அவர்களது ஒரே நோக்கமாக இருக்கிறது. இன்னும் சொல்லப்போனால் ஆசிரியர்களுக்குத் தொழிலாளர் சட்டம் கிடையாது. தொழிற் சட்டங்கள் அவர்களுக்குப் பொருந்தவும் செய்யாது.

லல்லி : கல்வி நிறுவனங்கள் சேவை அமைப்புகள் என்ற வகையில் தொழிற் சட்டங்களுக்குள் வராது. ஆனால் இன்று மருத்துவமனைகள் தொழிற் சட்டங்களுக்குள் வந்துவிட்டன. கல்வித்

துறை இலாபம் சம்பாதிக்கக்கூடிய துறை இல்லை என்ற கணக்கில் அவ்வாறு செய்திருக்கக்கூடும். ஆனால் அது லாபம் ஈட்டும் நிறுவனமாக மாறுகிற தருணத்தில் தொழிற் சட்டங்களுக்குள் வந்துவிடும்.

வசந்தி : தொழிற் சட்டங்களுக்குள் வரவேண்டும் என்பதற்காகக் கல்வியை ஒரு லாபம் ஈட்டும் நிறுவனமாக மாற்ற முடியாது.

லல்லி : உதாரணமாக மெட்ரிகுலேஷன் பள்ளியை ஒரு லாபம் ஈட்டும் நிறுவனமாகத்தான் நடத்துகிறார்கள். லாப நோக்கம் நிரூபிக்கப்பட்டுவிட்டால் தானாகவே தொழிற் சட்டத்திற்குள் வந்துவிடும்.

சு. ரா : ஆசிரியர்களிடம் கல்வித் துறையில் நிலவும் குறைகளைப் பற்றி நாம் விவாதிக்கும்போது எப்போதும் தங்கள் பொறுப்புக்கும் பணிக்கும் அப்பாற்பட்ட காரியங்கள்மீதுதான் பழிசுமத்துகிறார்கள். ஆனால் அவர்களுடைய வருமானம் சார்ந்தோ வேலை நேரம் சார்ந்தோ குறைகளுக்கு ஆளாகும்போது அவற்றிற்கெதிராகப் போராடுகிறார்கள். கல்வி சார்ந்த குறைகளுக்காகவும் அவர்கள் போராடலாமே.

வசந்தி : அவர்களுடைய கோரிக்கைப் பட்டியலை எடுத்துப் பார்த்தோம் என்றால் இது இப்படி இருக்க வேண்டும்; சமுதாயத்தில் இந்த மாற்றங்களைக் கொண்டு வரவேண்டும்; கல்வி அமைப்பில் இந்த மாதிரியான மாற்றங்களைக் கொண்டுவர வேண்டும் என்றெல்லாம் இருக்கும். ஆனால் அதற்காகப் போராட வேண்டும் என்று நினைக்க மாட்டார்கள். ஏதோ ஒரு கருத்தரங்கில் தீர்மானம் நிறைவேற்றுவார்கள். அவ்வளவுதான். அதை வைத்துப் போராடுவதற்கு இன்றைக்கு யாரும் தயாராக இல்லை. ஆசிரியர் சங்கங்கள் தங்கள் ஊதியம், சலுகைகள் தவிர மற்றப் பிரச்சினைகளுக்காகப் போராடுவது கிடையாது.

சு. ரா : ஆசிரியர் சங்கங்களுக்கும் பிற சங்கங்களுக்கும் வித்தியாசம் இருக்க வேண்டும் என்று நான் நினைக்கிறேன். மதிப்பீடுகள் சார்ந்த அக்கறையும் எதிர்காலம் பற்றிய கவலையும் பிற ஊழியர்களைவிட ஆசிரியர்களுக்கு அதிகமாக இருக்க வேண்டும்.

வசந்தி : நம் காலத்தில்தான் இத்தகைய சீரழிவு ஏற்பட்டுள்ளது. ஆசிரியர்களுக்கு வேலையில் பாதுகாப்பு வேண்டுமா என்றால் வேண்டும். வெளிநாட்டிலுள்ள பல்கலைக்கழகங்களில் எல்லாம் ஒப்பந்த அடிப்படையில்தான் வேலை. அவர்கள் தங்களுடைய ஆய்வுக் கட்டுரைகளைச் சமர்ப்பித்து அங்கீகாரத்தைப் பெறவேண்டும். இல்லையென்றால் ஒப்பந்தம் ரத்து செய்யப்படும். ஆனால், அங்கே ஒரு வேலை போயிற்று என்றால் அடுத்த வேலை கிடைக்கும். இங்கே அந்த வாய்ப்புகள் இல்லையே. இங்கே குறைவான

வாய்ப்புகள் இருப்பதால் வேலைப் பாதுகாப்பு கொடுக்க வேண்டியதாக உள்ளது.

ஆனால் வேலைப் பாதுகாப்பு வேண்டும் என்பதற்காக, அவர்களை accountability இல்லாதவர்களாக இருக்க அனுமதிக்கக்கூடாது. வேலைக்கு உத்தரவாதமளித்துவிட்டு, மற்ற வகைகளில் அவர்களுக்கு incentives கொடுக்கலாம். அவர்கள் தொடர்ந்து செய்கின்ற ஆய்வுகளுக்கு, பிரசுரங்களுக்கு, கருத்தரங்கப் பங்கேற்புகளுக்கு, சிறந்த முறையில் கற்பிப்பதற்கு என்று ஆசிரியர்கள் தொடர்ந்து வளர்ச்சி பெற ஊக்குவிக்கலாம். நன்றாகப் பணிபுரியாத, தொடர்ந்து தங்கள் துறை அறிவை வளர்த்துக்கொள்ளாத ஆசிரியரைத் தண்டிக்க முடியாவிட்டாலும், சிறப்பாக இயங்குபவர்களுக்கு ஊக்கமும், பெருமதிப்பும் அளிப்பதன் மூலம் ஒரு qualitative improvement on the system கொண்டு வரலாம். அவ்வாறு சில முயற்சிகள் செய்யப் பட்டிருக்கின்றன. இதைப்பற்றியெல்லாம் நிறையப் பேசப்பட்டிருக் கிறது. நிறைய விவாதிக்கப்பட்டிருக்கிறது. யு. ஜி. சி இதற்காகச் சில திட்டங்களை அவ்வப்போது அறிவித்தும் உள்ளது. Merit Promotions என்பது போன்ற சில. ஆனால், நடைமுறைக்குக் கொண்டு வரும்போது இவையும் ஒரு கேலிக்கூத்தாக மாறிவிடு கின்றன. திட்டங்களின் நோக்கமே மறக்கப்பட்டு, இப்படி ஒரு merit promotion scheme இப்போது நடைமுறையில் இருக்கிறது. இதன் நோக்கம் மிகச் சிறப்பாக ஆய்வு செய்யும், பணி புரியும் ஆசிரியரை அங்கீகரித்து அவர்களுக்குப் பதவி உயர்வு தருதல். ஆனால், தமிழ்நாட்டுப் பல்கலைக் கழகங்களில் இது கேலிக்கூத்தாகி விட்டது. தலைசிறந்தவர்களுக்காக இல்லாமல், அனைத்து ஆசிரியர் களுக்கும் merit promotion கொடுக்கப்படுகிறது. அதற்காக விதிமுறை களையும், நிபந்தனைகளையும் எப்படியெல்லாம் தளர்த்த முடியுமோ, திரிக்க முடியுமோ, அப்படியெல்லாம் செய்யப்படுகின்றன.

சு. ரா : ஆசிரியர்கள் சரியாகக் கற்றுத்தராதபோது, வகுப்புக்குக் கூடச் சரியாக வராதபோது மாணவர்கள் அதைத் தட்டிக் கேட்ப தில்லையா? எதிர்ப்பதே இல்லையா?

வசந்தி : அப்படியெல்லாம் ஒன்றும் பெரிய அளவில் நடப்ப தில்லை. மாணவர்கள் எதெதற்கோ போராடுகிறார்கள். தங்களது வகுப்புகள் சரியாக நடக்க வேண்டும்; நன்கு கற்றுத்தர வேண்டும் என்று கோரி எந்தப் போராட்டமும் நடந்ததில்லை. உயர்கல்விக்குப் பெரிய அளவில் மாணவர்கள் உள்ளே நுழைகிறார்கள். ஆர்வம் இல்லாத மாணவர்கள்கூட இருக்கிறார்கள். வகுப்பு எடுக்க ஆரம்பித் தால் மாணவர் அமைப்பின் பிரதிநிதிகள் வகுப்பு எடுக்க வேண் டாம்; எங்களை விட்டுவிடுங்கள் என்று சொல்கிற கல்லூரிகள் இருக்கின்றன. வகுப்பு எடுக்காத ஆசிரியர்தான் நல்ல ஆசிரியர். மாணவர்களிடம் அப்படிப்பட்ட மனப்பான்மை இருக்கும்போது எப்படி வகுப்புகள் நடக்கும்? ஆகவே இதையெல்லாம் யோசித்துப்

பார்த்தோம் என்றால் இந்த மாணவர்களில் ஒரு பகுதியினருக்குப் பள்ளி இறுதி முடித்துவிட்டு வேறுவிதமான தொழில்நுட்பத் திறன்கள் வளர்க்கக்கூடிய பயிற்சிகள் இருந்து, அதன்மூலம் வேலைவாய்ப்புகள் கிடைக்குமென்றால் அவர்கள் இங்கு வராமல் இருக்கலாம். மாணவர்களில் இன்னொரு பகுதியினர் எவ்வித ஆர்வமோ, படிப்பதற்கான மனோபாவமோ இல்லாமல் இந்தக் கல்வி திட்டத்தினைப் பாழாக்குகிறார்கள்.

கல்லூரி நூலகங்கள்

சு. ரா : நீங்கள் கூறும் பதில்களைச் சாராம்சமாகத் தொகுத்துப் பார்த்தால் பல கசப்பான முடிவுகளுக்கு வரவேண்டியிருக்கிறது. ஆசிரியர்களுக்குப் பொறுப்புணர்வு இல்லை; மேலே இருப்பவர்கள் யாரும் அவர்களுக்கு வழிகாட்டும் நிலையில் இல்லை; தொழிற் சங்கம் வழியாக அவர்களுடைய போராட்டம் அவர்களுடைய நலன்கள் சார்ந்ததாக மட்டுமே இருக்கிறது. சம்பளம், பணி போன்ற விஷயங்களில் மட்டுமே சங்கம் அக்கறை கொண்டிருக்கிறது. வெறும் பணியாளர்களாக மட்டுமே இயங்கும் ஆசிரியர்களைச் சமூகச் சக்திகளாக மாற்ற இன்று எந்த வழிமுறைகளும் இல்லை. இவை போன்ற முடிவுகள்தான் உருவாகின்றன. இப்போது மற் றொரு கேள்வி : கல்லூரி நூலகங்களை ஏன் பொது மக்களும் பயன்படுத்தக்கூடாது? ஆசிரியர்களும் மாணவர்களும் அதிகம் பயன்படுத்தாத நூலகங்களைப் பொதுமக்களேனும் பயன்படுத்த லாமே. பொதுமக்களில் சிலருக்கு வாசிப்பில் ஆர்வம் இருக்கிறது. மாவட்ட நூலகங்களுக்குப் போகும்போது 25 நபர்களுக்குக் குறையாமல் அங்கு இருப்பதைப் பார்க்க முடிகிறது.

வசந்தி : பல பல்கலைக்கழகங்கள் இதை அனுமதிக்கின்றன. மனோன்மணியம் சுந்தரனார் பல்கலைக்கழக நூலகத்தைப் பொது மக்களும் பயன்படுத்திக்கொள்ளலாம் என்றுதான் சொல்கிறோம். ஆனால் யாரும் வருவதில்லை. அவர்கள் அப்படி வந்தால் அவர் களுக்குப் பஸ் வசதிகூடச் செய்து கொடுக்கலாம். பல்கலைக் கழகம் திருநெல்வேலி நகருக்குள் இருந்தபோது சிறிதளவு பொது மக்கள் வருகை இருந்தது.

சு. ரா : சில பல்கலைக்கழகங்களில் பொதுமக்கள் வந்து படிக்க வசதியிருப்பதாக அறிந்தேன். இதனால் சிறந்த புத்தகங்களும், அபூர்வ மான, விலை உயர்ந்த புத்தகங்களும் பொதுமக்களுக்குப் படிக்கக் கிடைக்கின்றன.

வசந்தி : அது ஒரு பெரிய பிரச்சினை அல்ல. அதைச் செய்ய முடியும். புத்தகங்கள் பெற்றுச் செல்வதற்கு சந்தா கேட்பார்கள். முன் பணம் கட்ட வேண்டியிருக்கும். ஏற்கனவே சந்தாதாரராக உள்ளவர்கள் உத்தரவாதம் அளிக்க வேண்டும் என்றெல்லாம் கேட்கலாம். ஆனால் நூலகத்தில் இருந்து படிப்பதற்கு யாருக்கும்

எவ்விதத் தடையும் இல்லை. இன்றைக்குப் பல்கலைக்கழகங்கள் ஊருக்கு வெளியேதான் இருக்கின்றன. ஊரிலிருந்து அங்கு போய்ப் படிப்பதற்குக் கஷ்டப்படுகிறார்கள். பல்கலைக்கழக வளாகத்தில் இரவு 8 மணி வரையிலும் நூலகம் திறந்திருந்தாலும் மாலை 4 மணிக்கு மேல் யாருமே நூலகத்தில் இருப்பது கிடையாது. என்னுடைய வற்புறுத்தலினால் நூலகர் மட்டும் உட்கார்ந்திருப்பார். ஆசிரியர்கள் 4 மணிக்கு மேல் நூலகத்திற்குப் போவதே இல்லை. இது எவ்வளவு பெரிய வேதனை!

சு. ரா : பொதுவாகக் கல்லூரிகளில் நூலகங்கள் எவ்வாறு செயல்படுகின்றன?

வசந்தி : கல்லூரிகளில் நூலகங்கள் நன்றாகச் செயல்படுவதில்லை. மாணவர்களும் ஆசிரியர்களும் மிகக் குறைவாகத்தான் பயன்படுத்துகிறார்கள். மாணவர்கள் நூலகங்களில் போய்த் தங்கள் பாடம் தொடர்பாக *refer* பண்ணுவது என்பது மிகக் குறைவு. ஆசிரியர்கள் அப்படிச் செய்ய வேண்டுமென்று வற்புறுத்துவதும் இல்லை. நமது தேர்வு முறையில் வெறும் நோட்ஸ் மட்டுமே படித்து பாஸ் செய்துவிடலாம். அதனால் கூடுதலாகப் படிக்க வேண்டுமென்று மாணவர்கள் நினைப்பதேயில்லை. மோசமான செயல்களெல்லாம்கூட நடக்கின்றன. புத்தகங்களைக் கிழித்துக்கொண்டு போய்விடுகிறார்கள். அது மாதிரிப் பாழாக்கப்பட்ட புத்தகங்கள் ஏராளம். புத்தகத்தின் மதிப்பே தெரியாதவர்களாக இருக்கிறார்கள். நூலகர்கள் என்ன செய்வார்கள்? அவர்கள்தானே புத்தகங்களுக்குப் பொறுப்பு. புத்தகங்கள் தொலைந்துபோனால் தங்களுடைய சம்பளத்தில்தான் பிடித்துக் கொள்வார்கள் என்ற காரணத்தால் புத்தகங்களை வெளியே கொடுப்பதற்கு மறுக்கிறார்கள். புத்தகங்களை வெளியே கொண்டு போகாத அளவிற்குப் பாதுகாப்பு செய்ய வேண்டியிருக்கிறது.

ஆசிரியர்களும் நூலகங்களை அதிகம் பயன்படுத்துவதில்லை. மாலை 4 மணிக்கு மேல் எங்கேயும் நூலகங்களைத் திறந்து வைப்பதில்லை. அப்படியென்றால் படிக்க விரும்பும் சிலர்கூடப் படிக்க முடியாமல் போய்விடுகிறது. புத்தகங்கள் வாங்குவதற்கு அரசும் நிர்வாகங்களும் போதிய நிதி ஒதுக்கீடும் செய்வதில்லை. இருக்கிற புத்தகங்களையே யாரும் படிக்காதபோது, கூடுதலாக எதற்கு நிதி ஒதுக்க வேண்டுமென்றும் தோன்றலாம்.

சு. ரா : இப்படித்தான் குறிக்கோள் தலைகீழாக மாறிவிடுகிறது. நூலக அதிகாரியின் முக்கியமான பொறுப்பே நூல்களை வெளியே தராமல் காப்பாற்றுவதுதான் என்றாகிவிடுகிறது. ஆனால் புத்தகங்கள் அழிவதைப் பற்றிக் கவலைப்பட வேண்டுமா? அவை வாங்கக் கிடைப்பவைதானே? பயன்படுத்தப்படாத புத்தகம் மெருகு குலையாமல் இருந்து என்ன பிரயோஜனம்?

62 ≺ வசந்தி தேவியுடன் உரையாடல்

வசந்தி : புத்தகங்கள் வாங்குவது குறைச்சல்தான். குறிப்பாக இதழ்கள் வாங்குவது மிகவும் குறைந்து போய்விட்டது. அரசாங்கம் ஒதுக்கீடு செய்யும் நிதியோ மிகவும் குறைவு.

சு. ரா : நூலகர்களுக்குச் சம்பளம் என்றும் இதர செலவுகள் என்றும் ஒரு பெரிய தொகை செலவாகத்தான் செய்கிறது. ஒரு மாவட்டத்தில் இருக்கும் கல்லூரி நூலகர்களுக்குத் தரப்படும் சம்பளத் தொகையையும் இதர செலவுகளையும் என்னிடம் கல்லூரி ஆசிரியரான என் நண்பர் கணக்குப் போட்டு காட்டினார். ஓய்வு பெற்ற நூலகர்களுக்கு அளிக்கும் ஓய்வூதியத்தையும் சேர்த்துச் சொன்னபோது மிகப் பெரிய தொகை வந்தது. ஓராண்டு இவ்வாறு செலவாகும் பணத்தை வைத்து எல்லோரும் வந்து படிக்கும்படி நியூயார்க்கிலோ சிகாகோவிலோ இருக்கும் பொது நூல்நிலையம் போல் ஒன்றை உருவாக்கிவிடலாம் என்றார் நண்பர். கல்வித் துறையில் சம்பளம்தான் பெரிய செலவு. ஆனால் அதன் மூலம் சமுதாயம் பெறும் லாபம் மிகக் குறைவு என்றுதான் நினைக்கிறேன்.

வசந்தி : பள்ளியிலிருந்து கல்லூரி நிலை வரையிலுமான கல்வி நிதி ஒதுக்கீட்டில் 90% சம்பளத்திற்குத்தான் போகிறது. மீதியிருக்கிற 10%ல்தான் தேர்வுகள் நடத்துவது உட்பட இதர செலவுகளைப் பண்ணவேண்டியிருக்கிறது. அதற்காக நீங்கள் ஆசிரியர்களுடைய சம்பளத்தைக் குறைக்கவேண்டும் என்று சொல்ல முடியாது.

சு. ரா : சகல வசதிகளுடன் நிறைவான, கவலையற்ற வாழ்க்கை வாழ வேண்டும் ஆசிரியர்கள் என்றுதான் விரும்புகிறேன். அதற்காக அவர்கள் போராடுவதை வரவேற்கிறேன். அது ஒரு இறுதி லட்சிய மாக இருக்கக்கூடாது என்பதுதான் என் எண்ணம். கல்வி சார்ந்த மிகப் பெரிய பொறுப்பு அவர்களுக்கு இருக்கிறது. புத்தகத்திற்கும் மனிதனுக்குமான தொடர்பை உறுதிப்படுத்துவது ஆசிரியர்களின் மிக முக்கியமான பணி. இந்த உறவை அடிப்படையாக வைத்துத் தான் சமூகத்தில் பல மாற்றங்கள் நிகழ்கின்றன.

வசந்தி : அதாவது நிர்வாகமும் அரசும் புத்தகத்திற்கும் மற்றச் செலவினங்களுக்கும் கூடுதலான நிதி ஒதுக்கீட்டைச் செய்ய வேண் டும். எந்த நாட்டை எடுத்துக்கொண்டாலும் சமுதாயத்தில் பெரும் தொகையைக் கல்விக்குக் கொடுக்க வேண்டும் என்ற எண்ணம் இருக்கிறது. நம் நாட்டில் வெகுஜனக் கல்வி வழங்குவதில் ஆர்வம் இல்லை. அதனால் இந்த அமைப்பிற்கு என்ன பயன் என்று யோசிக்கிறார்கள். கல்வித்துறைக்கு நாம் எந்த மதிப்பையும் சமூகத் தில் கொடுக்கவில்லை. மற்றத் துறைகளில் இருக்கிற முன்னேற்றம் கூட கல்வித்துறையில் இல்லை. நாம் முன்னுரிமை கொடுக்கும் விஷயங்களில் கல்வி இல்லை. நமது திட்டமிடுதலில் கல்விக்கு அதிக அளவில் நிதி ஒதுக்கீடு செய்ய வேண்டும். வெகு காலமாக அனைத்துக் கல்விக் கமிஷன்களும் கல்விக்கு நாட்டின் GDPயில்

6%லிருந்து 10% வரை ஒதுக்க வேண்டுமென்று சொல்லி வந்திருக்கின்றன. ஆனால் இப்போது நமது மொத்த நிதி ஒதுக்கீட்டில் 3.2% தான் கல்விக்கு ஒதுக்கப்படுகிறது. மற்ற நாடுகளுடன் ஒப்பிடும்போது இது மிகக் குறைவு. கல்வி எல்லோரையும் சென்றடையவில்லை.

வசதியுள்ள குழந்தைகள்

சு. ரா : வசதியான குழந்தைகள் பெறும் சிறப்பான கல்வியை இன்று வசதியற்ற குழந்தைகள் பெறுவதில்லை. ஏற்றத்தாழ்வை உருவாக்கும் இம்முறை சரியா?

வசந்தி : வசதி படைத்தவர்கள் அனைவரும் தங்கள் குழந்தை களை ஓரளவு தரமான கல்வி அளிக்கும் பள்ளிகளில் படிக்க வைக்கிறார்கள். சாதாரண மக்களின் குழந்தைகள் அவர்களின் தலைவிதிப்படி விடப்படுகிறார்கள். அமெரிக்கா போன்ற வசதி பெற்ற நாடுகளிலெல்லாம் வசதி வாய்ந்தவர்களுக்குச் சில சிறப்புப் பள்ளிகள் இருந்தாலும் மித மிஞ்சிய வசதி உள்ளவர்கள்தான் தங்கள் குழந்தைகளைச் சிறப்புப் பள்ளிகளில் சேர்க்க முடியும். ஆனால் மற்றபடி அனைவருக்கும் ஒரேமாதிரியான பள்ளி முறை தான் அங்கு உள்ளது. இங்கு இருக்கிற மாதிரி ஏற்றத்தாழ்வான இரட்டை அடுக்குமுறை அங்கு இல்லை. ஒருவேளை இப்படி நாம் யோசித்துப் பார்த்தால் மேல்மட்ட, செல்வாக்குள்ள, அதிகார வர்க்கத்தினரின் குழந்தைகளும் சாதாரண குழந்தைகள் படிக்கும் பள்ளியில்தான் படிக்க வேண்டும். வேற வழியே இல்லை என்ற நிலைமை இருந்தது என்றால் பள்ளிக்கூடம் ஒழுங்காக நடக்கும். எவ்வாறேனும் அதிக நிதி ஒதுக்கீடு பள்ளிகளுக்கு வழங்கப்படும். அந்தப் பள்ளிகள் நடத்தும் முறை கேள்விக்குள்ளாக்கப்படும். நிர்வாகத்திற்குப் பொறுப்புணர்ச்சியும் பதில் சொல்ல வேண்டிய கட்டாயமும் அப்போது ஏற்படும். கிராமப்புறங்களில் ஐந்து வகுப்புகளுக்கு ஒரு ஆசிரியர் என்பது பரவலாக இருக்கிறது. அவர்கள் பாடம் எடுக்கவே மாட்டார்கள். ஒரு அதிகாரியாகவோ அல்லது கல்லூரிப் பேராசிரியராகவோ இருக்கக்கூடிய பெற்றோர் கள் தங்கள் குழந்தைகளை இந்த மாதிரியான பள்ளிகளுக்கு அனுப்புவார்களா? அதே மாதிரி வசதியுள்ள குடும்பங்களிலிருந்து வருகிற மாணவர்கள் பொதுக் கல்லூரிகளுக்குப் போவது கிடையாது. அவர்கள் பொறியியல், மருத்துவக் கல்லூரிகளுக்கோ சுயநிதிக் கல்லூரிகளுக்கோதான் போய்ப் படிக்கிறார்கள். அரசுக் கல்லூரிகளில் அவர்களுடைய குழந்தைகள் போய்ப் படிப்பதில்லை. ஏனெனில் அத்தகைய கல்லூரிகளில் பெரும்பாலும் வகுப்புகள் சரியாக நடப்பதில்லை என்ற எண்ணம் பரவலாக இருக்கிறது. சுயநிதிக் கல்லூரியில் அளிக்கப்படுகின்ற கம்ப்யூட்டர் சயின்ஸ்,

மைக்ரோ – பயாலஜி போன்றவற்றைப் படிக்கத்தான் தங்கள் குழந்தைகளை அனுப்புகிறார்கள். உதவி பெறும் கல்லூரிகளில் இத்தகைய புதிய பாடத்திட்டங்கள் பெரும்பாலும் இல்லை. இப்போது கடந்த சில ஆண்டுகளில்தான் தமிழ்நாட்டில் அரசுக் கல்லூரிகளில் பி. எஸ்ஸி. கம்ப்யூட்டர் சயன்ஸ் தொடங்கப்பட்டிருக்கிறது. எப்படியோ வசதியுடையவர்களின் குழந்தைக்கு வாய்ப்புடைய கல்வி கிடைத்துவிடுகிறது.

லல்லி : ரோட்டரி போன்ற அமைப்புகள் பள்ளிகளைத் தத்தெடுத்துக்கொள்வது சென்னையில் நடக்கிறது. ஒரு பள்ளியைத் தத்தெடுத்து, பள்ளிக்கு வேண்டிய உபகரணங்கள் வாங்கிக்கொடுப்பது மற்றும் பல காரியங்களையும் செய்து கொடுக்கிறது. இது ரொம்ப நன்றாக நடக்கிறது.

வசந்தி : நானும் இந்த மாதிரியான பள்ளிகள் சென்னையில் இருப்பதைக் கேள்விப்பட்டிருக்கிறேன். ஒவ்வொரு ரோட்டரியும் ஒவ்வொரு பள்ளியைத் தத்தெடுத்துக் கொள்கிறது. இப்போது மெட்ரிகுலேஷன் பள்ளிகள் மற்றும் மேல்மட்டத்தினருக்கான பள்ளிகளில் எல்லாம் பாடங்கள் ஒழுங்காக நடக்கவில்லையென்றால் கேள்வி கேட்க முடியும். அங்கே ஏன் ஒழுங்காக நடக்கிறது என்றால் பெற்றோர்கள் பள்ளிச் செயல்பாட்டில் தலையிடக்கூடிய சமுதாய – பொருளாதார சக்தி கொண்டவர்களாக இருக்கிறார்கள். அந்தப் பள்ளிகள் எல்லா வசதிகளும் கொண்டதாக இருக்கின்றன. ஒழுங்காக நடக்கின்றன. அவர்கள் குழந்தைகளுக்கு நல்ல கல்வி கிடைக்குமாறு பார்த்துக்கொள்கிறார்கள். சமத்துவமற்ற சமூக அமைப்பு இருக்கும் வரை கல்வி அமைப்பிலும் இந்த சமத்துவமின்மை இருந்து கொண்டுதான் இருக்கும். ஏற்றத்தாழ்வுகள் நீடிக்கும் வரை இந்தப் பொறுப்புணர்ச்சியைக் கல்வி அமைப்பிற்குள் மட்டும் எதிர்பார்க்க முடியாது. நம் ஜாதிய ரீதியான சமூக அமைப்பில் மேல் ஜாதியினர் தங்கள் குழந்தைக்கு உடனே வேலை கிடைக்க வேண்டும் என்பதற்காக அல்ல; குழந்தை படித்துத்தான் ஆக வேண்டும் என்ற எண்ணத்தில் படிக்க வைக்கிறார்கள். அவர்கள் குழந்தைகளை எக்காரணம் கொண்டும் வேலைக்கு அனுப்ப மாட்டார்கள். இதெல்லாம் அவர்கள் ரத்தத்தில் ஊறி வந்த விஷயம். ஆனால் உழைக்கும் வகுப்பினர் தங்கள் குழந்தைகள் படிப்பதன் மூலம் பலன் இருக்கும் என்று தெரிந்தால்தான் பள்ளிகளுக்கு அனுப்புவார்கள். அப்படி இல்லையென்றால் அனுப்பத் தயங்குவார்கள்.

சுயநிதிக் கல்லூரிகள்

சு. ரா : சுயநிதிக் கல்லூரிகளில் மதிப்பெண் முக்கியமில்லை; வசதியானவர்கள் தங்கள் குழந்தைகளை நிறையப் பணம் தந்து சேர்க்கிறார்கள்; மிகப் பெரிய தொகை அளிக்கப்படுகிறது; சுயநிதிக் கல்லூரியை உருவாக்குபவர்கள் எந்த ஜாதியைச் சேர்ந்தவர்களோ அந்த ஜாதியைச் சேர்ந்த மாணவர்கள்தான் அங்கு அதிகம் சேர்க்கப் படுவார்கள் என்று சொல்கிறார்கள். தமிழ்நாட்டில் இந்தச் சுயநிதிக் கல்லூரிகளின் சாதக, பாதகங்களை பற்றித் தெரிந்துகொள்ள விரும்புகிறேன்.

வசந்தி : இப்போது சுயநிதிக் கல்லூரிகள் தமிழ்நாட்டைத் தவிர ஆந்திரா, மகாராஷ்டிரம் போன்ற மாநிலங்களிலும் நிறைய இருக்கின்றன. தமிழ்நாட்டில் பொறியியல் கல்லூரிகள் ஏராளமாக இருக்கின்றன. கலைக் கல்லூரிகளும்கூட நிறைய இருக்கின்றன. நீங்கள் சொன்னதுமாதிரி சாதாரணமானவர்கள் இந்தச் சுயநிதிக் கல்லூரியில் சேர முடியாது. அந்த அமைப்பைப் பொறுத்த வரைக் கும் எந்த வகையான கட்டுப்பாடும் கிடையாது. அவர்களை யாரும் கேள்வி கேட்பதில்லை. சுயநிதிக் கல்லூரிகளில் ஜாதி அடிப்படையில் மாணவர்களைப் பெரும்பாலும் சேர்ப்பதாகத் தெரியவில்லை. ஓரளவு இருக்கலாம். அதில் எல்லாமே பணத்தின் அடிப்படையில் தான் நடக்கின்றன. அரசு உதவி பெறும் தனியார் கல்லூரிகளில் நீங்கள் சொன்னதுமாதிரி அந்தந்த ஜாதியைச் சேர்ந்த மாணவர்கள் நிறையச் சேர்க்கப்படுகிறார்கள்.

சு. ரா : சுயநிதிக் கல்லூரிக்கு ஒரு மாணவனோ அல்லது ஒரு மாணவியோ போவதற்குக் காரணம் அவர்களுக்கு மதிப்பெண் குறைவாக இருக்கிறது என்பது மட்டும்தானா?

வசந்தி : தகுதி குறைவாக இருக்கிறது என்பது ஒரு காரணம். ஆனால் சில படிப்புகளை அங்கேதான் படிக்க முடியும். சுயநிதிக் கல்லூரியில் தமிழ், ஆங்கிலம், பொருளாதாரம், வரலாறு போன் றவை இருப்பதில்லை. அங்கே இருக்கும் படிப்புகள் எல்லாமே கம்ப்யூட்டர் சயின்ஸ், மைக்ரோ – பயாலஜி, பயோ கெமிஸ்ட்ரி போன்றவைதான்.

சு. ரா : அந்தக் கல்லூரிகளில் குறைவான மதிப்பெண்ணோடு போகும் மாணவனுக்கும் அதிகமான வசதிகள் கிடைக்கின்றன.

வசந்தி : வாய்ப்புகள் அதிகமாக இருக்கக்கூடியதாகக் கருதப் படும் படிப்புகளுக்குத்தான் மாணவர்கள் நிறையபேர் செல்கிறார் கள். அந்தமாதிரியான படிப்புகள் சுயநிதிக் கல்லூரிகளில்தான் வழங்கப்படுகின்றன. அரசுக் கல்லூரிகளிலும் அரசு நிதி உதவியுடன் நடக்கும் கல்லூரிகளிலும் இந்தப் படிப்புகளை ரொம்ப நாளாகவே ஆரம்பிக்கவில்லை. அதனால்தான் பணத்தைக் கொடுத்து சுயநிதிக் கல்லூரிகளுக்குப் போய்ச் சேருகிறார்கள். இன்று தமிழ்நாட்டில் என்ஜினியரிங் கல்விக்கு ஏகப்பட்ட டிமாண்ட். ஆனால் அரசு என்ஜினியரிங் கல்லூரிகளை வெகுகாலமாகத் தொடங்கவேயில்லை. இன்று சுயநிதி என்ஜினியரிங் கல்லூரிகள் 120க்கும் மேல் இருக்கின் றன. அரசு நிதி உதவி பெறும் கல்லூரிகள் 9தான் இருக்கின்றன. இந்தக் கல்லூரிகளை யாருமே தட்டிக் கேட்பதில்லை. என்ன கட்டணம் வாங்குவார்கள் என்பது தெரியாது. இப்போது ஓரிரு ஆண்டுகளாகத்தான் அரசு, சுயநிதிக் கல்லூரிகளின் கட்டணத்தை நிர்ணயித்திருக்கிறது. ஆனால், பல கல்லூரிகளில் அதைவிட அதிக மாகத்தான் வசூலிக்கிறார்கள். அங்கே வேலை பார்க்கும் ஆசிரியர் களுக்கு எவ்வளவு சம்பளம் கொடுப்பார்கள் என்பதும் தெரியாது. அரசு நிதி உதவி வழங்கும் கல்லூரிகளை அரசால் தட்டிக்கேட்க முடியும். ஆனால் சுயநிதிக் கல்லூரிகளைக் கட்டுப்படுத்தும் பொறுப்பு அரசுக்குக் கிடையாது என்ற நிலையை அவர்கள் முன் னரே ஏற்படுத்தி விட்டார்கள். இதை எதிர்த்து நான் தொடர்ந்து போராடி வருகிறேன். Tamil Nadu Private Colleges (Regulation) Act எல்லாக் கல்வி நிறுவனங்களுக்கும் பொதுவான ஒரு சட்டம். அரசு நிதி உதவி பெறும் கல்லூரிக்கும் சுயநிதிக் கல்லூரிக்கும் இடையில் எவ்விதமான வித்தியாசமும் இல்லை. ஒரே படிப்பு, ஒரே பட்டம்தான் வழங்கப்படுகிறது. அரசு நிதி உதவி பெறும் கல்லூரியின்மேல் விதிக்கப்படும் கட்டுப்பாடுகள் அவர்கள் மேலும் விதிக்கப்பட வேண்டும். ஜவஹர் பொறியியல் கல்லூரி தொடர்பான ஒரு வழக்கில் சென்னை உயர்நீதிமன்றம் தெளிவாகத் தீர்ப்பளித் திருக்கிறது. ஒரு கல்லூரி ஒரு பல்கலைக்கழகத்துடன் *affiliate* ஆகி, மாணவர்களுக்குக் கல்வியளித்தால் அந்தக் கல்லூரி *Tamilnadu Private Colleges (Regulation) Act*ன் கீழ்தான் வருகிறது. அந்தச் சட்டத் தின் எல்லா விதிமுறைகளுக்கும் அந்தக் கல்லூரி கட்டுப்பட வேண்டும்.

தமிழக அரசு Tamilnadu Private Colleges (Regulation) Act என்ற சட்டத்தில் திருத்தம் செய்து அதையே சுயநிதிக் கல்லூரிகளுக்குத் தனிச் சட்டமாகக் கொண்டு வரப்போகிறோம் என்று சொல்கிறார் கள். இது தேவையே இல்லை. இதை ரொம்ப வருடமாகத் திருப்பித் திருப்பிச் சொல்லிக்கொண்டே இருக்கிறார்கள். அந்தச் சட்டத்தில் உள்ள எல்லா விதிகளும் சுயநிதிக் கல்லூரிகளுக்குப் பொருந்துகின் றன. ஆனால் அரசாங்கமோ, தான் பணம் கொடுக்காததால்

தனக்குப் பொறுப்பில்லையென்று ஒதுங்கிக்கொள்கிறது. அதனால் சட்டத்தை அவர்கள் தங்கள் கைகளில் எடுத்துக்கொள்கிறார்கள். இப்போதுதான் நீதிமன்றம் மூலமாகச் சில வழக்குகளில் சில கட்டுப்பாடுகள் – குறிப்பாகப் பொறியியல் கல்லூரிகளில் – வந்திருக்கிறது. இதிலும் மாணவர் சேர்க்கைதான் கட்டுப்படுத்தப்பட்டிருக்கிறதே தவிர இன்னும் பல முறைகேடுகள் அங்கே நடக்கின்றன.

சு. ரா : சுயநிதிக் கல்லூரிகளை நடத்துகிறவர்கள் வியாபாரிகள் என்றும், லாபத்தைச் சம்பாதிப்பதற்காக மட்டுமே கல்லூரிகள் நடத்துகிறார்கள் என்றும் சொல்கிறார்கள். அரசியல்வாதிகளின் முதலீடும் இதில் அதிகமாக இருப்பதாக அறிந்தேன்.

வசந்தி : இரண்டும் இருக்கிறது. தமிழ்நாட்டில் பல இடங்களில் அரசியல்வாதிகள் பினாமியாக நடத்துகிறார்கள். வியாபார நோக்கம்தான் அவர்களுக்கு முதன்மையாக இருக்கிறது. இன்றைக்குக் கல்லூரி ஆரம்பித்தால் நிறையச் சம்பாதிக்கலாம் என்பது நிரூபணமாகியிருக்கிறது என்றுதான் நினைக்கிறேன். எவ்விதச் சமூக அக்கறையும் இல்லாதவர்கள் எல்லாம் இதில் நுழைந்துவிட்டார்கள். முன்பெல்லாம் கல்லூரி ஆரம்பித்தவர்கள் கல்வியை மேம்படுத்த வேண்டும் என்ற நோக்கமும் கொடையுள்ளமும் கொண்டவர்களாக இருந்தார்கள். ஆனால் இன்று அது முற்றிலுமாக வியாபாரம் ஆகிவிட்ட நிலையில் குறைந்தபட்ச அடிப்படை வசதிகள்கூட இல்லாமல் இத்தகைய கல்லூரிகள் ஆரம்பிக்கப்படுகின்றன. பல்கலைக் கழகத்திற்குச் சுயநிதிக் கல்லூரியின்மேல் எவ்விதக் கட்டுப்பாடும் இல்லை. *Academic side* மட்டுமாவது பார்க்கலாம். ஆனால் அதைக் கூடச் சரியாக அவர்கள் பார்ப்பது கிடையாது. நான் மனோன்மணியம் சுந்தரனார் பல்கலைக் கழகத்தில் துணைவேந்தராக இருந்த காலத்தில் ஓரளவுக்குச் சுயநிதிக் கல்லூரிகளைக் கட்டுப்படுத்தி வைத்திருந்தேன். ஆனால் அது அவ்வளவு சுலபமல்ல. எங்களுக்கு இருந்தது குறைந்த அளவு அதிகாரம்தான். அரசுதான் எவ்விதமான நடவடிக்கையும் மேற்கொள்ள முடியும்.

எங்கள் பல்கலைக் கழகத்தில் இணைந்த அனைத்துச் சுயநிதிக் கல்லூரிகளுக்கும் பல *inspection commission* அனுப்பி, நிலைமைகளைத் தெரிந்துகொண்டு, அவற்றில் நல்ல முன்னேற்றங்களைக் கொண்டு வந்திருக்கிறோம். அவற்றின் வகுப்பறைகள், பரிசோதனைக் கூடங்கள், நூல்நிலையங்கள், விளையாட்டு வசதிகள், விடுதிகள் இவற்றையெல்லாம் ஆய்வு செய்து தேவையான முன்னேற்றங்களைக் கொண்டு வந்திருக்கிறோம். போதுமான அளவு ஆசிரியர் நியமனம், அவர்களது தகுதிகள் இவற்றையும் கண்காணிக்கிறோம். ஆனால் மாணவர்களிடம் வசூலிக்கப்படும் கட்டணம், ஆசிரியர்களுக்கு அளிக்கப்படும் சம்பளம் இவற்றைக் கண்காணிக்கும் அதிகாரம் பல்கலைக்கழகத்துக்கு இல்லை; அரசுக்குத்தான் இருக்கிறது. ஆயி

னும், அரசு விதிகளுக்கு உட்பட்டுச் சுயநிதிக் கல்லூரிகள் இயங்க வேண்டுமென்பதையும் எங்கள் நிபந்தனையாகப் போடுகிறோம். குறிப்பாக, புதிய துறைகள் தொடங்குவதற்கு இந்தக் கல்லூரிகள் பல்கலைக் கழகத்திடம் அனுமதி கேட்கும்போது இந்த நிபந்தனைகளை விதிக்கிறோம். மாணவரிடம் அரசு நிர்ணயித்திருக்கும் கட்டணத்திற்கு அதிகமாக வசூலிக்கக்கூடாது; ஆசிரியருக்கு யு. ஜி. சி. நிர்ணயித்த சம்பளம் தரப்பட வேண்டுமென்றெல்லாம் நாங்கள் நிபந்தனைகள் போட்டோம். எங்கள் பல்கலை தவிர வேறு எந்தப் பல்கலையும் இவ்வாறு சுயநிதிக் கல்லூரிகளைக் கட்டுப்படுத்தியது கிடையாது. அதனால் நிர்வாகங்களுக்கு எங்கள் மேல், குறிப்பாக என்மேல் ஒரே ஆத்திரம். அதைப் பல வகைகளில் வெளிப்படுத்தியிருக்கிறார்கள். ஆனால் நாங்கள் எடுத்த எந்த நடவடிக்கையும் சட்டத்திற்குப் புறம்பானதல்ல. அதனால் அவற்றை எதிர்த்து அவர்களால் கோர்ட்டுக்குப் போக முடியவில்லை.

சு. ரா : மாணவர்கள் விரும்பிப் படிக்கக்கூடிய பாடங்கள் சுயநிதிக் கல்லூரிகளில் கொண்டு வரப்படுகின்றன. அவற்றைக் கற்றுத்தர நிறையப் பணம் வாங்குகிறார்கள். பின்னால் அரசியல் வாதிகளும் இருக்கிறார்கள். பல்கலைக்கழகங்கள் கற்றுத்தராத, பணம் பண்ணக்கூடிய பாடங்களை மட்டுமே இவர்கள் கற்றுத் தருகிறார்கள். இந்நிலை தொடர வேண்டுமா?

வசந்தி : இளநிலைப் பட்டப் படிப்பைப் பல்கலைக்கழகம் வழங்க முடியாது. அவற்றைக் கல்லூரியில்தான் பயில வேண்டும். அரசுக் கல்லூரியிலும் அரசு நிதி உதவி வழங்கும் கல்லூரியிலும் இத்தகைய பாடங்களை அவர்கள் ஆரம்பிக்க வேண்டும். ரொம்ப நாளாக இப்பாடங்களை ஆரம்பிக்கவில்லை – ஒருசில கல்லூரிகளைத் தவிர.

சு. ரா : இந்தப் பாடங்களைக் கற்றுத்தர நீங்கள் ஏதேனும் முயற்சி எடுத்துக் கொண்டிருக்கிறீர்களா?

வசந்தி : அந்த மாதிரியான பாடங்களை எங்கள் பல்கலைக் கழகத்து உதவி பெறும், மானியம் பெறும் கல்லூரிகளில் ஆரம்பிக்க வேண்டும் என்று நாங்கள் பல நாட்களாகச் சொல்லிக்கொண்டே இருக்கிறோம். மற்ற மாநிலங்களில் எல்லாம் ஆரம்பித்திருக்கிறார்கள். தமிழ்நாட்டில் ஆரம்பிக்கவேயில்லை. எங்கேயோ ஒன்றிரண்டு பாடங்களைக் கொடுத்திருக்கிறார்கள். சுயநிதிக் கல்லூரிகளுக்குத் தான் இப்பாடங்களை ஆரம்பிப்பதற்கு அனுமதி அளித்திருக்கிறார்கள். இப்போதுதான் தனியார் மயமாக்கும் கொள்கை வந்துவிட்டதே. குறிப்பாகக் கல்லூரிப் படிப்பிற்கு நிதி வழங்கும் பொறுப்பை அரசாங்கம் எடுத்துக்கொள்ளத் தயாராக இல்லை. பள்ளிப் படிப்பு வரைக்கும்தான் நாங்கள் பொறுப்பேற்க முடியும். அதற்குப்பின் பணம் கொடுத்துப் படிக்கக்கூடியவன் படிக்கட்டும். அதனால்

தகுதி உள்ள மாணவர்கள் பணம் கொடுத்துப் படிக்க முடியாத நிலையில் இருக்கிறார்கள். நிறைய சுயநிதிக் கல்லூரிகளில் அடிப்படைக் கட்டுமான வசதிகள்கூட இல்லை. படித்துவிட்டு ஆசிரியர் தொழில் கிடைக்காத பலருக்குக் குறைந்த சம்பளத்தில் இங்கு வேலை கொடுக்கிறார்கள்.

சு. ரா : அரசியல்வாதிகளை எடுத்துக்கொண்டால் அவர்களிடம் கணக்கில் கொண்டு வரமுடியாத பணம் நிறைய இருக்கிறது. இந்தப் பணம் சாராயத்தில், திரைப்படங்களில், கல்யாண மண்டபம், லாட்ஜ் போன்ற கட்டிடங்களில் பலவிதமாகப் புரளுகிறது. அதிகாரத்தின் மூலம் பல்கலைக்கழகம் விரிவுகொள்வதைத் தடுத்து தங்களுக்கென்று சில தனிச் சலுகைகளை உருவாக்கிக்கொண்டு அவர்கள் பணத்தை மாணவர்களிடமிருந்து கொள்ளை அடிக்கிறார்கள் என்று சந்தேகப்படக் காரணங்கள் இருக்கின்றனவா?

வசந்தி : காரணங்கள் நிறைய இருக்கின்றன. அரசியல்வாதிகளில் பலர் கல்லூரிகள் நடத்துகிறார்கள். அதற்குப் பின்னால் நிறையத் தவறுகள் நடக்கின்றனவோ என்று சந்தேகப்படுவதற்குக் காரணம் இருக்கிறது. நிச்சயமாக நடக்கிறது என்று சொல்ல முடியவில்லை. ஆனால் அந்தச் சந்தேகத்தை நாம் ஒட்டுமொத்தமாக நிராகரிக்க முடியாது.

சு. ரா : சுயநிதிக் கல்லூரி யாருடைய மேற்பார்வையின் கீழ் நடைபெறுகிறது? நிறைய மாணவர்கள் அங்கு படிக்கிறார்கள். அவர்களுக்கு வேண்டிய வசதிகள் செய்து தரப்படுகின்றனவா? ஆசிரியர்களின் கற்பிக்கும் திறன் எப்படி இருக்கிறது? மாணவர்களிடமிருந்து எவ்வளவு கட்டணம் வசூல் செய்கிறார்கள்? ஆசிரியர்களுக்கு என்ன சம்பளம்? இந்த விஷயங்களை எல்லாம் யார் கவனிக்க வேண்டும்?

வசந்தி : Academic mattersஐப் பொறுத்த வரைக்கும் பல்கலைக்கழகம்தான் அதை மேற்பார்வை செய்ய வேண்டும். அதில் தகுதி வாய்ந்த ஆசிரியர்கள் இருக்கிறார்களா, அடிப்படைக் கட்டுமான வசதிகள் உள்ளதா என்று பார்க்க வேண்டும். மாணவரிடம் வசூலிக்கும் கட்டணம், ஆசிரியர்களுக்குக் கொடுக்கும் சம்பளம் இவற்றைக் கண்காணிப்பதெல்லாம் அரசின் பொறுப்பு.

சுயநிதிக் கல்லூரிகளைப் பொறுத்தமட்டில் வேறு எந்தப் பல்கலைக் கழகமும் செய்ய விரும்பாத, செய்யத் துணியாத ஒன்றை நாங்கள் செய்தோம். ஆசிரியர்களுக்கு யு. ஜி. சி. சம்பளமும் படியும் கொடுக்க வேண்டுமென்று வற்புறுத்தினோம்.

சுயநிதிக் கல்லூரிகளில் ஆசிரியரின் பரிதாப நிலை எல்லோரும் நன்கு அறிந்ததே. சுமார் ரூ. 1000 – 1500தான் அவர்களுக்குக் கொடுக்கப்படும் மொத்தச் சம்பளம். இவர்களெல்லாம் எம். பில்., பிஎச். டி

படித்தவர்கள். இன்றிருக்கும் வேலையில்லாத் திண்டாட்டத்தில் இந்தச் சம்பளத்திற்கு வேலைக்குப் போகிறார்கள்.

சு. ரா : உங்கள் பகுதியில் இருக்கும் சுயநிதிக் கல்லூரிகளைப் பொறுத்தவரையில் உங்கள் பல்கலைக் கழகம்தான் பொறுப்பா?

வசந்தி : *Academic matters*ஐப் பொறுத்தவரையிலும் பல்கலைக் கழகம்தான் பொறுப்பு. ஆனால் மாணவர்களிடம் என்ன கட்டணம் வசூலிக்கிறார்கள் என்பதைக் கேட்க முடியாது. நாங்கள் நிபந்தனை போட்டுக்கொண்டுதான் இருக்கிறோம். ஆனால் அதை ஏற்றுக் கொள்ள அவர்கள் தயாராக இல்லை. அதனைக் கேட்பதற்கான அதிகாரம் பல்கலைக்கழகத்திற்கு இல்லை. சில நேரங்களில் மாண வர்கள் அந்தச் சுயநிதிக் கல்லூரிகளின் மேல் நீதிமன்றத்தில் வழக்குத் தொடர்ந்து அதைப் பல்கலைக்கழகம் ஆதரித்துமிருக்கிறது. அது மாதிரி மற்றப் பல்கலைக்கழகங்கள் செய்வது கிடையாது. ஆசிரியர் கள் என்ன சம்பளம் வாங்குகிறார்கள் என்பதையோ, மாணவர்களி டம் என்ன கட்டணம் வசூலிக்கப்பட்டது என்பதையோ பல்கலைக் கழகம் பார்க்காது. அரசுதான் அதைப் பார்க்க வேண்டும். ஆனால் அரசு ஏன் பார்ப்பதில்லை என்றால் அவர்கள் எங்களுக்கு இதில் சம்பந்தமில்லை; இது முழுவதுமாகச் சுயநிதியினால் நடத்தப்படு வது; அரசின் நிதி உதவியுடன் நடத்தப்படும்போதுதான் நாங்கள் கண்காணிப்போம் என்கிறார்கள். ஆனால் இது சரியல்ல. அவர் களை மேற்பார்வை பண்ண வேண்டும். இந்தப் பொறுப்பு அரசுக்கு உண்டு. அரசுக் கல்லூரிகள், உதவி பெறும் கல்லூரிகள் இவற்றைக் கண்காணிப்பதைப் போலவே சுயநிதிக் கல்லூரிகளையும் மேற் பார்வை பார்க்க வேண்டிய பொறுப்பு அரசுக்கு இருக்கிறது. இன் றைக்கு முழுவதுமாக கல்வி வியாபாரமாகி விட்டது.

சு. ரா : அரசு சுயநிதிக் கல்லூரிகளுக்கு அனுமதி வழங்கும் போது ஏதும் நிபந்தனைகள் விதிப்பதில்லையா?

வசந்தி : சுயநிதிக் கல்லூரிகளும், மற்றக் கல்லூரிகளில் சுய நிதி வகுப்புகளும் தொடங்குவதற்கு அரசின் அனுமதி பெறும் போது, அனைத்து நிர்வாகங்களும் உறுதிமொழி கொடுத்துவிட்டுத் தான் அதற்கான அரசாணை பெறுகின்றன. இரண்டு உறுதிமொழி கள் கொடுக்க வேண்டும். ஒன்று, மாணவர்களிடம் அரசு நிர்ணயித் திருக்கும் கட்டணம் மட்டும்தான் வசூலிக்கலாம். அதற்குமேல் வசூலிக்கக்கூடாது. அடுத்து, ஆசிரியர்களுக்கு யு. ஜி. சி. சம்பளம் கொடுக்க வேண்டும். இத்தகைய உறுதிமொழி பெறும் அரசுக்கு நன்றாகத் தெரியும், இவை இரண்டுமே சிறிதளவுகூடக் கடைபிடிக் கப்படுவது இல்லை என்பது. நிர்வாகங்களுக்கும் நன்றாகத் தெரியும். அவர்கள் இந்த உறுதிமொழி பற்றிக் கவலைப்பட வேண்டியதே யில்லை என்பது. உறுதிமொழி பெறும் அரசுக்கு இரண்டு நிபந்

தனைகளும் கடைப்பிடிக்கப்படுகின்றனவா என்பதைக் கண்காணிக்கும் பொறுப்பு இருக்கிறதல்லவா? ஆனால், அரசு அதைப்பற்றி ஒன்றும் கவலைப்படுவதில்லை.

எங்கள் பல்கலைக் கழகத்தில் ஒரு விதியைக் கொண்டு வந்தோம். புதிதாகத் தொடங்கும் சுயநிதிக் கல்லூரிகள், வகுப்புகள் அனைத்தும் ஆசிரியர்களுக்கு யு. ஜி. சி சம்பளம் கொடுப்பதாக வாக்குறுதி அளிக்க வேண்டும். முதல் ஆண்டில் யு. ஜி. சி. அடிப்படைச் சம்பளமும், 1/3 பங்கு அலவன்ஸூம் கொடுக்க வேண்டும். அடுத்த இரு ஆண்டுகளில் முழு அலவன்ஸூம் கொடுக்க வேண்டும். நிர்வாகங்களுக்கு நன்றாகத் தெரியும் நாங்கள் பெறுகின்ற வாக்குறுதிக்கும், அரசு பெறுகின்ற வாக்குறுதிக்கும் பெரிய வேறுபாடு உண்டு என்பது. நாங்கள் வாக்குறுதி பெற்றால் கறாராகக் கண்காணிப்போம். வாக்குறுதி பெற்று, கல்லூரிகளும், பாடங்களும் தொடங்கப்பட்ட 3 மாதங்களில், கமிஷன் அனுப்புவோம். வாக்குறுதி நிறைவேறாவிட்டால் நிபந்தனை விதிப்போம். இறுதியில் அனைத்தையும் மீறினால் *disaffiliate* செய்யவும் தயங்கமாட்டோம் என்ற பயம் இருந்தது.

நிர்வாகங்களால் இதைத் தாங்கிக் கொள்ளவே முடியவில்லை. எங்களை இதைக் கைவிடச் செய்வதற்கு ஏதேதோ முயற்சிகள் செய்து பார்த்தார்கள். இத்தகைய நிபந்தனைகள் விதிப்பதற்குப் பல்கலைக்கழகத்திற்கு அதிகாரம் இல்லையென்றார்கள். ஆனால், இதை எதிர்த்து ஒருவர்கூட கோர்ட்டுக்குப் போகவில்லை. அவர்களுக்கு நன்றாகத் தெரியும் அவர்கள் வாதம் கோர்ட்டில் செல்லாது. ஏனென்றால், சுயநிதிக் கல்லூரிகளுக்கும், நிதி உதவி பெறும் கல்லூரிகளுக்கும் எந்த வித்தியாசமும் இல்லை என்பதை நீதி மன்றங்கள் தொடர்ந்து வலியுறுத்தி வருகின்றன. அனைத்துச் சட்ட திட்டங்களும் விதிமுறைகளும் சுயநிதிக் கல்லூரிகளுக்கும் பொருந்தும்.

இந்த முயற்சிகளின் விளைவு சுயநிதிக் கல்லூரி ஆசிரியர்களின் ஊதியம் பெருமளவு உயர்ந்தது. முழுமையாக யு. ஜி. சி. ஊதியம் அவர்களுக்குக் கொடுக்கப்பட்டதாக நான் சொல்லவில்லை. ஆனால் நல்ல முன்னேற்றம் இருந்தது.

எங்களைப் பார்த்து, தமிழ்நாட்டின் மற்ற பல்கலைக் கழகங்களைச் சேர்ந்த கல்லூரிகளிலும் இந்தக் கோரிக்கை எழுந்தது. ஆனால், வேறு எங்கும் இது நடக்கவில்லை.

சு. ரா : ஒரு மாணவனிடம் பேசிக்கொண்டிருந்தேன். அவன் படிப்புக்காக அவன் தந்தை சுயநிதிக் கல்லூரிக்குப் பல லட்சங்கள் தந்துவிட்டதாகவும், வேலையில் சேர்ந்ததும் லஞ்சம் மூலம் அந்தப் பணத்தை விரைவில் திரும்ப எடுக்க வேண்டும் என்றும் சொன்னான். ஒரு பகுதி பணம் வரதட்சணையாக வந்து சேரும் என்றான்.

எந்த வேலைக்குப் போனால் அதிகம் லஞ்சம் வாங்க முடியும் என்பது பற்றி அவன் தீவிரமாக யோசித்துக்கொண்டும் இருந்தான்.

வசந்தி : எல்லாக் கல்லூரிகளிலும் இந்த மாதிரித்தானே நடக்கிறது. 10 லட்சம், 20 லட்சம் கொடுத்துச் சேர்கிறார்கள். அந்த 20 லட்சத்தை எப்படி விரைவிலேயே திரும்பப் பெறுவது என்று பார்க்கிறார்கள். வரதட்சணை முக்கியமான ஒரு பகுதி. அதற்குத் தகுந்த மாதிரியாக இன்றைக்கு வரதட்சணை கொடுப்பதற்கும் ஆட்கள் தயாராக இருக்கிறார்கள். இத்தகைய மோசமான சீரழிவு களைத்தான் நாம் பார்க்கிறோம். அரசாங்கம் நிச்சயம் இத்தகைய காரியங்களை அனுமதிக்கக் கூடாது.

சு. ரா : நிறைய பேர் பி. எட் படிக்க விரும்புவதாகக் கேள்விப் படுகிறேனே, உண்மைதானா ?

வசந்தி : பி. எட் பாடம் எல்லாப் பல்கலைக்கழகங்களிலும் கல்வி இயல் கல்லூரிகளில் இருக்கின்றது. அஞ்சல்வழிக் கல்வி மூலமாகவும் பயிற்சி பெற்று வருகிறார்கள். ஆசிரியர்களாகப் பணியாற்றச் செல்பவர்களுக்குத்தான் இந்தப் பயிற்சி அவசியம். அதாவது ஆசிரியராகத் தேர்ந்தெடுக்கப்பட்டவர்களுக்கு மட்டும் இந்தப் பயிற்சி அளித்தால் போதுமானது. தேர்ந்தெடுக்கப்பட்ட பின் ஒரு வருடத்திற்கு பி. எட் பயிற்சியைத் தீவிரமாக அவர்களுக்குக் கொடுக்கலாம். அதற்கப்புறம்தான் அவர்கள் பணியாற்ற முடியும் என்று இருக்க வேண்டும். ஆசிரியர்களுக்குத் தொடர்ந்து பயிற்சிகள் அளிக்க ஏற்கனவே உள்ள நிறுவனங்களைப் பயன்படுத்திக் கொள்ளலாம். ஆசிரியர்களுடைய செயல்முறை, ஆற்றல் வாய்ந்த புதிய கற்பித்தல் முறைகள், கல்வித்துறையில் அவர்களுக்கு ஏற்பட்ட அனுபவம் இவற்றைப் பற்றிப் பயிற்சியில் விவாதங்கள் நடத்தலாம். பி. எட் முடித்து ஆறு வருடங்கள் கழித்து வேலை கிடைத்தால் அவர்கள் படித்ததெல்லாம் மறந்து போயிருக்கும். உதவி பெறாத தனியார் பள்ளிகளில் ஆசிரியர்களுக்கு என்ன சம்பளம் என்று கேட்டால் அதிகபட்சம் ரூபாய் 1000தான் இருக்கும். குறைவான சம்பளம் உள்ள வேலையை எல்லாம் பெண்கள்தான் செய்கிறார் கள். சும்மா வீட்டில் இருக்கிறதைவிட வரதட்சணைக்காக மாதா மாதம் ரூபாய் 500 சேர்த்து வைத்தால் சிறிது நகை வாங்கலாம் என்பதற்காகத்தான் வருகிறார்கள். கல்யாணம் ஆகிவிட்டாலும் கூடக் குடும்பத்திற்கு அந்தப் பணம் தேவையாக இருக்கும் என்று போகிறார்கள். ஒரு நாளும் ஆண்கள் இத்தகைய வேலைகளுக்குத் தயாராக இருப்பது கிடையாது. கேரளாவில் இருந்து இங்கு வந்து நிறைய பேர் பி. எட். படிக்கிறார்கள். அங்கே இந்தமாதியான பி. எட். பாடங்கள் அதிகம் இல்லை.

சு. ரா : வேலை வாய்ப்புகள் குறைவாக இருக்கும்போது ஏன் பி. எட் படிக்கிறார்கள் ?

வசந்தி : எப்படியாவது வேலை கிடைக்கும் என்று நினைக் கிறார்கள். குறிப்பாகப் பார்த்தோம் என்றால் பெண்கள் நிறையப் படிக்கிறார்கள். கல்யாணம் ஆகி எங்கிருந்தாலும் ஏதாவது ஒரு வேலை கிடைக்கும்; ஒரு சின்னப் பள்ளிக்கூடத்திலாவது வேலை பார்க்கலாம்; எனவே பெண்கள்தான் நிறையப் படிக்கிறார்கள்.

☙❧

ஆங்கிலம் வழிக் கல்வி

சு. ரா : ஆங்கிலம்வழி கற்றுத் தரும் பள்ளிகளில் சம்பளம் மிகக் குறைவு. அதிகமும் பெண்கள் வேலை பார்க்கிறார்கள். மாதச் சம்பளத்தைச் சேர்த்து நகை நட்டுகள் செய்துகொண்டு வரதட் சணைக்கும் பணம் சேர்த்து வருகிறார்கள். அவர்கள் ஆங்கில அறிவு திருப்தியானது அல்ல. இருந்தாலும் ஆங்கிலப் பள்ளிகளைக் குறித்து ஒரு மாயை இருக்கிறது. இந்தப் பள்ளிகளில் கற்றுத்தரும் காரியம் சரிவர நடக்கிறது என்ற எண்ணம் பெற்றோர்களுக்கு இருக்கிறது.

வசந்தி : நீங்கள் சொல்வது மிகவும் சரி. புற்றீசல்கள்போல் கிளம்பியிருக்கும் ஆங்கில மொழிவழிப் பள்ளிகளின் தரம் மிகவும் கேள்விக்குரியது. ஆனால் இந்த ஆங்கில மொழிவழிப் பள்ளிக்கு நம் மக்களிடம் டிமாண்ட் மிகவும் அதிகமாக இருக்கிறது.

சு. ரா : நடுத்தரக் குடும்பத்தைச் சேர்ந்த குழந்தைகள் மட்டு மல்ல, மிகவும் ஏழ்மைப்பட்ட குடும்பங்களிலுள்ள குழந்தைகள்கூட ஆங்கிலவழிக் கல்வி முறைக்குத்தான் போய்ச் சேருகிறார்கள்.

வசந்தி : ஆமாம். ஒரு ரிக்‌ஷாக்காரன் வீட்டுக்கார அம்மா வந்து என் குழந்தையை ஆங்கிலம் சொல்லிக் கொடுக்கிற அந்தப் பள்ளிக்குத்தான் அனுப்ப வேண்டும் என்று சொல்கிறார். இதற்கு இரண்டு காரணங்கள். ஒன்று, நமக்கு இருக்கிற காலனிய மனப் பான்மை. நமக்கு இன்றைக்கும் ஆங்கிலப் படிப்புதான் உயர்ந்தது என்ற மனப்பான்மை இருக்கிறது. ஆங்கிலத்தில் நான்கு வார்த்தை சொன்னாலும், அதைத் தப்புத் தப்பாகச் சொன்னாலும், ஆஹா! என் குழந்தை ஆங்கிலத்தில் பேசுகிறது என்று சொல்வதில் ஒரு பெருமை. இரண்டாவது, தமிழ்வழிப் பள்ளிகளில், அரசுப் பள்ளி களில் சரியாகச் சொல்லித் தருவதில்லை. அதனாலே அங்கு படிப்பு வராது என்பதால் இங்கே கொண்டு சேர்த்துவிடுகிறார்கள். கிராமங்களில், சிறு நகரங்களில் ஆங்கில மொழிவழிப் பள்ளிகள் மிகவும் மோசமாக நடத்தப்படுகின்றன. ஒரு பெரிய பலகையில் *English Medium School* என்று எழுதியிருப்பார்கள். ஒரு மாட்டு வண்டியிலும் அது எழுதப்பட்டிருக்கும். ஏப்ரல் மாதத்து வெயிலில் குழந்தைகளுக்கு டை கட்டி, ஷு போட்டு, சாக்ஸ் போட்டு அழைத்துப் போவார்கள். இப்படிப் போனால்தான் *English Medium*

Schoolக்குப் போவது போல் ஆகும். அதற்கும் நமது சீதோஷ்ண நிலைக்கும் என்ன சம்பந்தம்?

ஹமீது : குழந்தைகள் ஆங்கிலம் படித்தால் சமூகத்தில் பெரிய நிலைமைக்குப் போய்விடலாம் என்ற மாயை பெற்றோர்களுக்கு இருக்கிறது.

வசந்தி : அது ஒரு மாயை என்று நான் சொல்லமாட்டேன். ஓரளவுக்கு இந்தக் காலத்தில் அது உண்மைதான். எல்லாமே தனியார் மயமாகி வருகிறது. ஆங்கிலம் பேசாத யாருக்குமே பெரிய தனியார் நிறுவனங்களில் வேலை கிடைக்காது. அதனால் தான் இந்த அளவுக்குப் போட்டி. இட ஒதுக்கீடு பிரச்சினையில் சமூக நீதியைப் பற்றிக் குரல் எழுப்பப்படுகிறது. அது ஒரு உணர்ச்சி மயமான அரசியல் பிரச்சினை. கடந்த 50 ஆண்டுகளாக இட ஒதுக்கீடு இங்கு வலியுறுத்தப்பட்டு வந்தபோதும் அடித்தட்டில் உள்ளவர்கள் மேலே வர முடியவில்லை. இன்று தனியார் நிறுவனங்களில் ஜாதிய ரீதியாக மேலே இருப்பவர்கள் வேலை வாய்ப்புகளைப் பெறுவது சுலபமாக இருக்கிறது. ஆனால் மிகவும் பிற்படுத்தப்பட்ட, தாழ்த்தப்பட்ட வகுப்புகளைச் சேர்ந்தவர்களுக்கு அது அவ்வளவு சாத்தியமானதாக இல்லை. ஒரு பக்கம் தமிழ், தமிழ்ப் பற்று வேண்டும்; மண்ணின் மைந்தர்களுக்கு வாய்ப்பளிக்க வேண்டும் என்று சொல்கிறார்கள். ஆனால் இன்னொரு பக்கம் எல்லாவற்றையும் தனியார் மயமாக்கம் செய்கிறார்கள். அரசாங்கம் வேலை அளிக்க முடியாத பட்சத்தில் தனியார் நிறுவனங்கள்தான் வேலைகள் அளிக்கக்கூடிய நிலையில் உள்ளன. அங்கு இந்த இட ஒதுக்கீடு முறையை அமுல் செய்ய வழி வகுக்கப்படவில்லை. இன்று இட ஒதுக்கீடே கேலிக்கூத்தாகியிருக்கிறது. இடம் இருக்கும் தனியார் துறைகளில் ஒதுக்கீடு இல்லை. ஒதுக்கீடு இருக்கும் அரசு, பொதுத் துறைகளில் இடமில்லை.

சு. ரா : நீங்கள் தமிழ் மீடியத்தில் படித்து உங்களால் போட்டி போட முடிந்திருக்கிறது. ஆனால் இன்றைக்கு அந்தக் காரியம் நடக்காது என்ற எண்ணம் வளர்கிறது. இடையில் என்ன நடந்தது?

வசந்தி : அப்போது இன்றைக்கு இருப்பதுமாதிரியான elite பள்ளிகள் அதிகம் கிடையாது. சென்னை போன்ற பெருநகரங்களில் ஒன்றிரண்டு இருந்தன. எங்கள் அப்பா, அம்மா இரண்டு பேருமே படித்தவர்கள். வீட்டில் படிப்பதற்கான அறிவார்ந்த சூழல் இருந்தது. பொருளாதார நிலை மேம்பட்டிருந்தது. அதனால் எல்லோருடனும் போட்டி போட்டு மேலே வர முடிந்தது. பொருளாதாரத்தில் மேல் நிலையில் இருந்ததாலும், குடும்பத்தில் வழிவழியாகக் கல்வி கற்கும் மரபு இருந்ததாலும் அவர்களால் படிக்க முடிகிறது. பிறருடன் போட்டி போட முடிகிறது.

அன்றைக்குத் தமிழ் மீடியம் படித்தவர்கள்கூட எல்லோருடனும் போட்டி போட முடிந்தது. ஆனால் இன்றைக்கு ஒரு பெரிய பகுதி

யினர் மற்றவர்களோடு போட்டிபோட முடியாமல்தான் இருக்கிறார்கள். இன்று elite பள்ளிகள் பெருகிவிட்டன. அவற்றிற்கும், சாமானியர் செல்லும் தமிழ்வழிப் பள்ளிகளுக்குமான இடைவெளி மிகவும் அதிகரித்துவிட்டது. CBSE பள்ளிகளின் பாடத் திட்டங்கள் மற்றப் பள்ளிகளில் இருப்பதைவிடத் தரம் அதிகமானவை. இவற்றில் கற்று வரும் மாணவருக்குப் பலவகைப்பட்ட நுழைவுத் தேர்வுகளில் சிறப்பாகத் தேர்ச்சி பெறுவது எளிதாகிவிடுகிறது. அதே சமயம், தமிழ்வழிப் பள்ளிகளில், பல காரணங்களினால், தரம் மிகவும் குறைந்திருக்கிறது. ஆங்கிலம் படிக்கிறவனுக்குத்தான் வேலை கிடைக்கும் என்பது ஒரு மாயை அல்ல. யதார்த்தம் தான். ஒருமுறை திருவண்ணாமலைக்குச் சென்றிருந்தேன். அங்கு ஹோட்டல் ரூமுக்கு டீ கொண்டு வந்த பையன் ஆங்கிலத்தில் பேசினான். 'எப்படிப்பா நீ ஆங்கிலத்தில் பேசுகிறாய்?' என்று கேட்டால் அவன் பி.எஸ்ஸி படித்திருப்பதாகக் கூறினான். ஆங்கிலம் பேசத் தெரிந்ததனாலேயே அந்த ஹோட்டலில் வேலை கிடைத்ததாகக் கூறினான். ஆங்கிலம் பேசவில்லையென்றால் அங்கு வேலை கிடைத்திருக்காது. இன்றைக்கும் அந்த ஆதங்கம் இருக்கிறது. ஆசை இருக்கிறது.

சு. ரா : தாய்மொழியில் கல்வி கற்பது சிறப்பானது என்பது உங்கள் கருத்து. உலகம் முழுவதும் பெரும்பாலும் கல்வியாளர்கள் இந்தக் கருத்தைத்தான் வற்புறுத்துகிறார்கள். நம் சமூகத்தில் அரசியல் வாதிகளும் தாய்மொழிக் கல்விதான் தேவை என்கிறார்கள். நம்பிச் சொல்கிறார்களா அல்லது நிர்ப்பந்தத்தினால் சொல்கிறார்களா என்பது தெரியவில்லை. அரசியல்வாதிகளின் குழந்தைகள் பெரும்பாலும் ஆங்கிலவழிக் கல்வியில்தான் படிக்கிறார்கள். தமிழ்க் கல்வியை வற்புறுத்துகிறவர்களும் ஒரு பாடமாக ஆங்கிலத்தைக் கற்றுக்கொள்ள வேண்டும் என்றுதான் சொல்கிறார்கள். தமிழில் கற்றுக்கொள்வதோ ஆங்கிலத்தில் கற்றுக்கொள்வதைவிடப் பல மடங்கு சுலபமானது. அப்படியிருந்தும் அரசாங்கம் தமிழை அமல் படுத்த ஏன் தயங்குகிறது?

வசந்தி : ஒவ்வொரு குடும்பத்தினரும் அவர்களுடைய சுய நலத்திற்காக அவர்களுடைய குழந்தைகளைப் படிக்க அனுப்புகிறார்கள். தமிழில் படித்தால் வாய்ப்பு இருக்கிறது என்று சொன்னால் தங்கள் குழந்தைகளை அவர்கள் தமிழிலேயே படிக்க வைப்பார்கள். இன்றைக்கு இந்த வாய்ப்பு ரொம்பக் குறைந்துகொண்டே இருக்கிறது. தமிழ்நாட்டிலேயே ரொம்பக் குறைந்து கொண்டிருக்கிறது. வெளியிலே போகவேண்டும் என்றால் ஆங்கிலத்தில் படித்தால்தான் முடியும். நாம் பல வழிகளில் பார்த்தோம் என்றால் எல்லோருமே ஆங்கிலம் வேண்டும் என்றுதான் நினைக்கிறார்கள். அரசியல்வாதிகள் சொல்வார்கள். ஆனால் செயல்படுத்த மாட்டார்கள்.

சு. ரா : தமிழ்நாட்டில் ஒரு மாணவனோ மாணவியோ அறிவியல் பாடங்களைத் தமிழிலேயே படிக்கிறார் என்று வைத்துக்கொள்

வோம். அவர் ஆங்கில மொழியையும் சரிவரக் கற்றிருந்தால் பணி தேடி வெளிநாடுகளுக்கோ பிற மாநிலங்களுக்கோ போகும்போது ஏதும் பிரச்சினை ஏற்படுமா ?

வசந்தி : நல்ல திறமையுடைய குழந்தைக்குச் சிரமம் இல்லை. ஆங்கிலத்தை அந்த அளவுக்கு வீட்டில் சொல்லிக் கொடுத்தால்தான் உண்டு. ஆங்கிலம் சொல்லிக் கொடுத்தாலும் அதை நன்றாகப் படிக்கக்கூடிய குழந்தைகள் மிகவும் குறைவு. எல்லாப் பாடங்களிலும் அருமையான மார்க் வாங்குகிறார்கள். ஆனால் ஆங்கிலத்தில் மட்டும் மார்க் குறைவாகத்தான் வாங்குகிறார்கள். ஆங்கிலேயர்கள் இந்தியாவை விட்டுப் போனபோது இந்தியாவைச் சபித்திருப்பார்கள் என்று நினைக்கிறேன். அதனால்தான் நமக்கு ஆங்கிலம் கற்க முடியாமல் இருக்கிறதோ என்னவோ! இந்த வகையான மோசமான நிலைமைக்கு வேறு எந்தச் சமூகமும் வரவில்லை. ஆங்கில மோகம் ஏன் தமிழ்நாட்டில் இந்த அளவுக்கு இருக்கிறது என்று யோசிக்க வேண்டும். என்ன காரணம் என்று கேட்டால் குறிப்பிட்ட வகுப்பினர் ஆங்கிலம் அத்தியாவசியமானது; ஆங்கிலம் இல்லாமல் வாழவே முடியாது என்கிற நிலைமைக்குக் கொண்டு வந்திருக்கிறார் கள். மாணவர்களால் அவர்களது பாடங்களைத் தமிழில் புரிந்து கொள்ள முடிகிறது. ஆனால் ஆங்கிலத்தில் சொல்லிக் கொடுத்தால் அவ்வளவாகப் புரிவதில்லை. ஆங்கிலத்தில் பாடங்களை நடத்தும் போது அவர்களால் கேள்விகள் கேட்க முடிவதில்லை. அதனால் ஆங்கிலவழிக் கல்வியை மாற்ற வேண்டும். இன்னொன்று பகுதி II (ஆங்கில மொழி) படிக்கிறார்கள். அதையும் மாற்ற வேண்டும். அந்தப் பாடத்தில் 40 மதிப்பெண்களுக்குப் பதிலாக 20 மதிப்பெண் கள் எடுத்தாலே தேர்ச்சி பெற்றவராக அறிவிக்க வேண்டும். ஆனால் ஆங்கில ஆசிரியர்களோ அதை ஒப்புக்கொள்ளவே மாட்டோம் என்கிறார்கள். அந்தப் பாடத் திட்டத்தை மாற்றவும் அவர்கள் தயாராக இல்லை. ஆங்கில ஆசிரியர்கள் இலக்கியத்தைக் கற்றுக் கொடுக்கவில்லை என்றால் அது ஆங்கிலம் கற்றுத் தந்ததாக ஆகாது என்று சொல்கிறார்கள். Communication skillsதான் கற்றுக்கொடுக்க வேண்டும். Functional English கற்றுத்தர வேண்டும். மாணவரைப் பேசவைக்க வேண்டும்; எழுத வைக்க வேண்டும்; புரிய வைக்க வேண்டும். ஆனால் புதிதாக எதையும் செய்வதற்கு ஆசிரியர்கள் தயாராக இல்லை.

எங்கள் பல்கலைக்கழகத்தில்கூட ஆங்கிலப் பாடத்திட்டத்தையும், கற்பிக்கும் முறைகளையும் மாற்ற வேண்டும்; communication skillsஐ மாணவர்களிடம் உருவாக்கும் முறையை மாற்றி அமைக்க வேண்டும் என்று நான் பல முயற்சிகளை எடுத்திருக்கிறேன். இதற்காக ஆங்கிலத் துறை ஆசிரியர்களுக்குப் பயிலரங்குகளெல்லாம் நடத்தினோம். ஆனால், பெருமளவிற்கு மாற்றம் ஏதும் வரவில்லை. மாற்றி அமைக்க ஆங்கிலத்துறை ஆசிரியரும் அந்தப் பாடத் திட்டக் குழுவும் தயா

ராக இல்லை. மாணவர்களுக்கு ஆங்கிலம் பேச, எழுதக் கற்றுக் கொடுக்க வேண்டும் என்றால் தங்களது வேலை அதிகரிக்கும் என்று நினைக்கிறார்கள்.

சு. ரா : ஆங்கிலவழிக் கல்வி கற்பதில் எதிர்கொள்ளும் பிரச் சினைகளை அனுபவ வாயிலாக ஏன் நாம் இன்னும் தெரிந்து கொள்ளவில்லை? ஆங்கிலவழி கற்பது என்பது எல்லாக் குழந்தை களுக்குமே சிரமமாகவே இருக்கிறது. மற்றப் பாடங்களில் நல்ல மதிப்பெண்கள் வாங்கும் குழந்தைகள்கூட ஆங்கிலத்தில் குறைவாகத் தான் வாங்குகின்றன. 10, 12 வருடங்கள் ஆங்கிலம் கற்ற பின்பும் சகஜமாக ஒரு கடிதத்தை மாணவர்களால் எழுத முடிவதில்லை. ஆங்கிலத்தில் பேசுவது இன்னும் கஷ்டம். அரசாங்க உயர் அதிகாரி களையோ அல்லது பெரிய மனிதர்களையோ – டாக்டர் போன்றவர் களைக்கூட – சந்திக்க நேர்ந்தால் தனக்கு ஆங்கிலம் போதிய அள வுக்குத் தெரியாது என்பதுதான் முதலில் நம்மவர்கள் நினைவுக்கு வரும்.

வசந்தி : நீங்கள் சொல்வது மிகவும் சரி. எந்த மாநிலத்தில் உள்ளவர்களும் முதலில் சந்தித்தால் அவர்கள் மொழியில்தான் பேசுவார்கள். ஆனால் நாம் முதலில் ஆங்கிலத்தில்தான் பேசுவோம். இரண்டு மலையாளிகள் சந்தித்தால் முதலில் மலையாளத்திலேயே பேசுகிறார்கள்.

சு. ரா : வங்காளிகளும் அப்படித்தான்.

வசந்தி : வங்காளிகள் வங்காளியில்தான் பேசுவார்கள். வட இந்தியர்கள் இந்தியில்தான் பேசுவார்கள். ஆனால் தமிழ்நாட்டில் ஆங்கில மோகம் மிகவும் அதிகமாக இருக்கிறது.

ஆங்கிலேய ஆட்சிக்கால துவக்கத்தில் பார்த்தால் ஆங்கிலத்தை முதன்முதலில் கற்று எல்லாத் துறையிலும் நுழைந்த பிராமணர்களை எதிர்த்துத்தானே நீதிக்கட்சியே ஆரம்பிக்கப்பட்டது. காலனிய ஆட்சியில் பிராமணர்களுக்கு மேலான இடம் இருந்தது. பின்னர் தான் மேல் வகுப்பைச் சார்ந்த பிராமணர் அல்லாதவர்களும் ஆங்கிலத்தின் பலனை அனுபவித்தார்கள். பிராமணர்கள் தங்கள் நிலையைத் தக்க வைத்துக் கொள்வதற்காகவே ஆங்கில மொழியை இத்தனை முக்கியத்துவம் உள்ளதாக வைத்துக்கொண்டார்களோ என்று நினைக்க வேண்டியிருக்கிறது.

'சமஸ்கிருத மயமாக்கம்' என்று சொல்கிறோமே, அது எப்படிச் செயல்படுகிறது என்று பார்த்தால் கீழ்நிலையில் உள்ளவர்கள் மேல்நிலையில் உள்ளவர்களின் நிலைமைக்கு வருவதற்கு முயற்சி செய்கிறார்கள். தம் அடையாளத்தை, மொழியை, மதிப்பீடுகளை, கலாச்சாரத்தை உதறித் தள்ளுகிறார்கள். உதாரணத்திற்கு, நான் சில நாட்கள் உசிலம்பட்டியில் கள ஆராய்ச்சி செய்துகொண்டிருந்

தேன். பெண் சிசுக்கொலை, வரதட்சணை பற்றிய ஆராய்ச்சி அது. உசிலம்பட்டி சமூகத்தை எடுத்துக்கொண்டால் பெண்கள் மறுமணம் என்பது சாதாரண விஷயம். மணம் செய்துகொண்ட ஆணை விவாகரத்து செய்துவிட்டு வேறு ஆணைத் திருமணம் செய்துகொள்வது நடைமுறையில் உள்ள விஷயம். ஆனால் அந்தச் சமூகத்தில் படித்து வேலையில் உள்ளவர்கள் இதனை மறுக்கிறார் கள். இந்தப் பழக்கத்தைத் தீமையாக நினைக்கிறார்கள். இம்மாதிரி யான ஒரு பழக்கம் தங்கள் சமூகத்தில் இருந்ததைச் சொல்லிக்கொள் ளவே கூச்சப்படுகிறார்கள். மேல் ஜாதிக் கலாச்சாரத்தையும் மதிப்பீடுகளையும் தங்களுடையதாக மாற்றிக் கொள்கின்றனர். அதனால் அந்தச் சமூகத்தில் முன்பு பெண்களுக்கு இருந்த சுதந்திரம் இப்போது மறுக்கப்படுகிறது. கீழ்நிலையில் உள்ளவர்கள் முன்னேறி வரும்போது மேல் ஜாதியைச் சேர்ந்தவர்கள் போலவே வாழ வேண்டும் என்ற முயற்சியில் வாழ்க்கையே நாசமாகிவிட்டது.

சு. ரா : சமஸ்கிருத மயமாக்கம் பற்றி நீங்கள் சொன்ன கருத்துகள் அநேகம் எனக்கு உடன்பாடானவைதான். தங்களுக்குச் சொந்த மான பழக்கவழக்கங்களையும் பண்பாட்டு அடையாளங்களையும் ஒரு சமூகம் விட்டுவிட்டு மேல்நிலையாக்கத்தின் பகுதியாகத் தங்களுக்கு அந்நியமான பண்பாட்டின் கூறுகளைத் தழுவுவது நல்லது அல்ல. ஆனால் இதுதான் நம் சமூகத்தில் நடந்து கொண் டிருக்கிறது. தங்கள் பண்பாடு சார்ந்து விதவைத் திருமணத்தை ஏற்றுக் கொண்டிருப்பவர்கள் அதை விட்டுவிட விரும்புகிறார்கள். அசைவத்திலிருந்து சைவமாக மாறுவது, தமிழ் பக்திப் பாடல்களி லிருந்து சமஸ்கிருத மந்திரங்களுக்குப் போவது, தங்கள் கலாச்சாரத் துக்குத் தொடர்பில்லாத சமயத் தலைவர்களின் படங்களை வீட்டில் மாட்டி வைத்துக்கொள்வது என்பதெல்லாம் இப்போது பரவிக் கொண்டிருக்கின்றன. காலனிய ஆதிக்கத்தின் போது ஆங்கிலத்தின் மூலம் பயனடைந்த மேல்நிலை வர்க்கங்கள் இன்றைக்குத் தமிழ் பரவத் தடையாக நிற்பதாக உணர்கிறீர்களா? இந்தப் போக்கு எங்கிருந்து தொடங்குகிறது? நான் படித்த பள்ளிச் சூழல் நினை வுக்கு வருகிறது. சுமார் அறுபது வருடங்களுக்கு முன்னால் அந்தப் பள்ளிக்கூடத்தில் 99% பிராமண ஆசிரியர்கள். நாடார் சார் தனியாக இருந்தார். ஒருசிலர்தான் அவரைச் சேர்த்துக்கொள்வார்கள்.

வசந்தி : நாடார் சார் என்பவர் ஆசிரியரா?

சு. ரா : அவர் கணித ஆசிரியர். ஆனால் அவருக்கு விளை யாட்டுகளில் அதிக ஈடுபாடு. 99% ஆசிரியர்களும் குடுமி வைத்திருந் தார்கள். அது 1940–1947 காலகட்டம். இன்று அந்தப் பள்ளிக்கூடத் தில் ஒரு பிராமண ஆசிரியராவது இருப்பாரா என்பது சந்தேகம் தான். எங்கள் ஊரில் பிராமண டாக்டர்கள், இஞ்சினியர்கள் இல்லவே இல்லை என்றுகூடச் சொல்லி விடலாம். பல்கலைக் கழகங்களில் பிராமண ஆசிரியர்களின் எண்ணிக்கை மிகவும்

குறைவு. திரைப்படத் துறையில், அரசியலில் அவர்கள் அதிகம் இல்லை. அவர்களுடைய உள்நோக்கங்கள் எப்படிச் சமூகத்தில் அமுலாகின்றன ?

வசந்தி : பிராமணர்களின் மதிப்பீடுகளை மற்றவர்களும் எப் போதோ உள்வாங்கிக் கொண்டுள்ளனர். அதே மதிப்பீடுகளை மற்றவர்களும் பின்பற்றுகிறார்கள். வர்ணாசிரமக் கலாச்சாரம் நம் சமூகத்தின் எல்லா அடுக்குகளிலும் நுழைந்துவிட்டது. இப்போது பல துறைகளிலும் எண்ணிக்கையில் பிராமணர்கள் அதிக அளவில் இல்லையென்றாலும் அவர்களுடைய மதிப்பீடுகள் எல்லா ஜாதி யிலும் ஊறிப்போய்விட்டன. தேவர்களுக்கும் தலித்துக்குமான பிரச்சினையில் பிராமணர் இல்லையென்றாலும் அவர்கள் மூலம் உள்வாங்கப்பட்ட மதிப்பீடுகள் இருக்கின்றன. ஒவ்வொரு சமூகத்திற் கும் தன்னுடைய அடையாளத்தைப் பற்றிய அக்கறையும் மதிப்பும் வேண்டும். இப்போதுதான் தலித் இலக்கியம், தலித் கலாச்சாரம் என்று பேச ஆரம்பித்துள்ளனர். மற்ற சமூகத்தில் இது இல்லை. நமது கலாச்சாரம் சிறந்தது என்று ஒவ்வொரு சமூகமும் அவரவர் கலாச்சாரத்தைப் பின்பற்ற வேண்டும். மேல் ஜாதிக் கலாச்சாரத்தை ஏற்றுக்கொள்ளக்கூடாது என்ற நிலை தமிழ்நாட்டில் இல்லை.

பிராமணர்கள் கிராமங்களிலிருந்தும், சிறு ஊர்களிலிருந்தும் போய் விட்டார்கள் என்பது உண்மைதான். ஆனால், அவர்கள் பெருநகரங் களில் இன்றும் அடர்த்தியாக வாழ்கிறார்கள். இந்தப் பெருநகரங்கள் கலாச்சாரத் துறையில் பெரும் ஆதிக்கம் செலுத்துகின்றன. பிறகு, மீடியாவை எடுத்துக்கொள்ளுங்கள். அந்த media இன்றும் பெருமளவு பிராமணர் கையில்தான் இருக்கிறது. இன்று டி. வி. யில் கையாளப் படும் தமிழ் பிராமணத் தமிழ்; காண்பிக்கப்படும் குடும்பங்கள் பிராமணக் குடும்பங்கள் என்று சொல்கிறார்கள். நான் டி. வி. ரொம்பப் பார்ப்பதில்லை. அதனால், இதை என்னால் உறுதியாகச் சொல்ல முடியவில்லை.

பிறகு, இன்றைக்குப் பிரம்மாண்டமாக வளர்ந்து, உலகையே மாற்றி யமைத்துக் கொண்டிருக்கும் தகவல் தொழில்நுட்பம். இதில் பிரா மணர்கள் பெருமளவு பங்கு பெற்று, அவர்கள் கையில்தான் அந்தத் துறை அதிகமும் இருக்கிறது. இதன்மூலம் தமிழ்ச் சமுதாயம் தாக்கத் திற்கு உள்ளாகிறது. சமீபத்தில் 'இந்தியாவின் பல மக்கள், பல மாநிலங்களின் கலாச்சாரங்கள்' என்ற பொருளில் ஒரு சி. டி. பார்த் தேன். அதில் பாரம்பரியத் தமிழ்க் கலாச்சாரம், தமிழ்ப் பெண் என்று ஒரு பிராமணப் பெண்ணை, 9 கஜப் புடவை கட்டிக் கொண் டிருக்கும் பெண்ணைக் காண்பிக்கிறார்கள். தமிழ்நாட்டில் எத்தனை சதவிகிதப் பெண்கள் இவ்வித உடை உடுத்தியிருந்தார்கள்? இந்த அளவிற்குத் திராவிட இயக்கம் வளர்ந்து, பிற்பட்ட வகுப்பினர் எழுந்த பின்பும் இந்நிலை என்பது ஆச்சரியமாகத்தான் இருக்கிறது.

சொல்லப் போனால் இன்று மீண்டும் பிராமண மயமாதல் நடந்து கொண்டிருக்கிறதோ என்று எண்ணத் தோன்றுகிறது. சங்கராச்சாரியாரைப் பின்பற்றுகிற பிராமணர்கள் இருந்தால் அதற்கு மாற்றாக பிராமணர் அல்லாதவர்களிடத்தில் ஒரு பங்காரு அடிகளார். அவருக்குப் பின்னால் போவதற்கு ஒரு கூட்டம்.

அறிவியல் தமிழ்

சு. ரா : ஒரு மாணவன் ஒரு பாடத்தை எடுத்துப் படிக்கிறான். அதன்பின் ஏதோ ஒரு காரணத்தால் அவனுக்கு அந்தப் பாடம் பிடிக்காமல் போய்விடுகிறது. தான் எடுத்த பாடத்தை மாற்றிக் கொள்ள இன்று அவனுக்கு வசதியிருக்கிறதா ?

வசந்தி : இளங்கலையைப் பொறுத்தவரையில் மாற்றலாம். திருப்பியும் முதலிலிருந்து படிக்க வேண்டும் என்பதுதான் பிரச் சினை. ஏற்கனவே படித்ததற்கு credit கிடைக்காது. Credit முறையில் ஒவ்வொரு செமஸ்டரையும் தனித்தனி unit ஆகப் பண்ணலாம். ஒரு மாணவன் தன் பட்டப் படிப்பைப் பாதியில் விட்டுவிட நேர்ந்தாலும், இரண்டு வருடங்கள் கழித்தோ, மூன்று வருடங்கள் கழித்தோ மீண்டும் சேர்ந்து முடிக்கலாம்.

முதுகலையிலும் அதே நிலைதான். சில பல்கலைக்கழகங்களில் Double Major, Triple Major என்று இருக்கின்றன. அதில் ஒரே சமயத் தில் 2, 3 முதன்மைப் பாடங்களைத் தேர்ந்தெடுத்துக் கற்கலாம்.

சு. ரா : உயர்கல்வியில் எல்லாப் பாடங்களையும் ஆசிரியர்கள் ஆங்கிலத்தில் சொல்லித் தருகிறார்கள் என்ற எண்ணம் பொதுவாக இருந்தாலும் ஆங்கிலமும் தமிழும் கலந்துதான் வகுப்பில் சொல்லித் தருகிறோம் என்று பல ஆசிரியர்களும் சொன்னார்கள். ஆங்கிலத் தில் மட்டுமே சொல்லித் தருவது பெரும்பாலும் பழக்கத்தில் இல்லை என்றார்கள். ப்ளஸ்டூ முடித்துக்கொண்டு கல்லூரிக்கு வந்து சேரும் மாணவனுக்கு முதலில் எதுவுமே புரிவதில்லை என்றும் ஆங்கிலத்தை இடைகலந்து அதிகமும் தமிழில் சொல்லித் தந்து, போகப் போகத்தான் 50% ஆங்கிலத்துக்காவது வந்துசேர முடியும் என்றும் சொன்னார்கள். அத்துடன் ஆங்கிலத்திலுள்ள கலைச்சொற்களைத் தமிழில் மொழிபெயர்ப்பதில்லை என்றார்கள். முழுக்க முழுக்க அறிவியலைத் தமிழில் கொண்டுவருவதைப் பற்றி உங்கள் அபிப்பிராயம் என்ன என்று பல அறிவியல் ஆசிரியர் களிடமும் கேட்டேன். முழுக்கவும் தமிழில் கொண்டு வருவது கஷ்டம் என்றார்கள். கலைச்சொற்களைத் தமிழில் கொண்டுவரும் போது அறிவியல் நுட்பம் இல்லாமல் போய்விடும் என்றும், சொல்லித் தருவதில் நிறையப் பிரச்சினைகள் ஏற்படும் என்றும் கூறினார்கள். தமிழில் அறிவியல் பாடங்களைப் படிப்பது முதலில்

சற்றுச் சுலபமாகவே இருக்கும். ஆனால் போகப் போக எல்லாக் கலைச்சொற்களையும் தமிழில் மொழிபெயர்த்துக் கொண்டு போவது பிரச்சினைகளை உருவாக்கும். ஒரு குறிப்பிட்ட இடம் போய்ச் சேர்ந்த பின் வளர்ச்சி நிலையை நோக்கிப் போக முடியாது. இவையெல்லாம் என் நண்பர்களான அறிவியல் ஆசிரியர்களின் அபிப்பிராயங்கள்.

தமிழ்நாட்டில் அறிவியல் சார்ந்த கலைச்சொற்களை மொழிபெயர்க் கும்போது தமிழ் இயக்கம் சார்ந்த பாதிப்பு அதிகளவுக்கு இருக்கிறது என்று ஒரு ஆசிரியர் சொன்னார். தமிழ் மொழியில் மட்டுமே அறிவு கொண்டவர்கள் கலைச்சொற்களை மொழிபெயர்க்கும்போது சில புதிய பிரச்சினைகள் தோன்றுகின்றன என்றும் குறிப்பிட்டார். அண்டை மாநிலங்கள் சிலவற்றில் கலைச்சொற்களை ஆங்கிலத்தி லேயே வைத்துக்கொள்கிறார்களாம். இப்படி ஆசிரியர்கள் பல கருத்துகளைக் கூறுகிறார்கள். நீங்கள் என்ன நினைக்கிறீர்கள்? அறிவியலை முழுக்கவும் தமிழில் கொண்டுவர வேண்டும் என்று நினைக்கிறீர்களா? பொறியியல் கல்லூரி, மருத்துவக் கல்லூரி போன்றவற்றிலும் தமிழிலேயே பாடம் நடத்தலாம் என்று கருது கிறீர்களா? அங்கெல்லாம் தமிழிலேயே பாடம் என்று ஏற்பட்டு விட்டால் கற்பது மாணவர்களுக்குச் சுலபமாக இருக்குமா? கடினமாக இருக்குமா?

வசந்தி : கல்லூரிகளில் பெரும்பாலும் வகுப்பில் தமிழைப் பயன்படுத்தித்தான் சொல்லித்தரப்படுகிறது. தொழிற் கல்லூரிகள், சென்னை போன்ற நகரங்களிலுள்ள *elite* கல்லூரிகள் இவற்றில் தான் முழுவதும் ஆங்கிலத்தில் இன்று கற்றுத்தர முடியும். பல வகுப்புகளில், அதுவும் கிராமப்புற, பின்தங்கிய பகுதிகளிலுள்ள கல்லூரிகளில், முழுவதுமே தமிழில்தான் கற்றுத்தரப்படுகிறது. பல மாநிலங்களிலும், குறிப்பாக வட இந்திய, ஹிந்தி பேசும் மாநிலங்களில், கலைக் கல்லூரிகளில் முழுவதுமே ஹிந்தியில்தான் கற்றுத்தரப்படுகிறது. தமிழ்நாட்டில் பெரும்பாலும் அரசுக் கல்லூரி களில்தான் தமிழ்வழி, ஆங்கிலவழி என்று இரு பிரிவுகள் இருக் கின்றன. தனியார் கல்லூரிகளில் ஒரு பிரிவுதான். அது பெயரளவில் ஆங்கிலவழி வகுப்பு. தேர்வு எழுதும்போதும் மாணவர்களுக்குத் தமிழிலோ, ஆங்கிலத்திலோ எழுதுவதற்கு உரிமை அளிக்கப்பட்டிருக் கிறது. ஒரே விடைத்தாளில் ஒரு கேள்விக்கான விடையைத் தமிழிலும், மற்றதை ஆங்கிலத்திலும் எழுதும் மாணவரும் உண்டு.

கலைச்சொற்களை ஆங்கிலத்திலிருந்து தமிழில் மொழிபெயர்ப்பதி லும் அதைப் புரிந்து கொள்வதிலும்தான் மாணவர்களுக்குக் கஷ்டம் இருக்கிறது என்று நினைக்கிறேன். தமிழில் அறிவியலைக் கொண்டு வருவோம் என்று சொல்கிறார்கள். இதனால் மாணவர் களுக்கு நன்மை இருக்கும் என்றால் ஆங்கிலத்தில் அந்தக் கலைச் சொற்களை வைத்துக்கொள்ளலாம். இருந்தாலும் அந்தச் சொற்

களைப் புரிந்து கொள்வதிலும், அந்தத் தமிழைப் புரிந்து கொள்வதிலும் அவர்களுக்குக் கஷ்டம் இருக்கிறது. ஆக்ஸிஜனுக்குத் தமிழில் என்ன சொல்கிறார்கள்?

சு. ரா : முன்னால் பிராணவாயு என்று சொல்வார்கள். இப்போது உயிர்வளி என்று மொழிபெயர்த்திருக்கிறார்கள் என்று நினைக்கிறேன்.

வசந்தி : பிராணவாயு என்று சொன்னால் அது புரியலாம். ஆக்ஸிஜன் என்பதைவிடச் சீக்கிரத்தில் புரியலாம். ஆக்ஸிஜன் என்கிற வார்த்தை சீக்கிரத்திலேயே புரிய வேண்டும். அதனால் கஷ்டப்பட்டுத் தமிழில் கொண்டு வரவேண்டும் என்று நான் நினைக்கவில்லை. ஆக்ஸிஜனை ஆங்கிலத்தில் எழுதச் சொன்னால் தப்புத் தப்பாக எழுதுகிறார்கள். அதனால் ஆக்ஸிஜனைத் தமிழிலேயே எழுதட்டும். சொல் ஆங்கிலமாக இருக்கலாம் என்று தான் நான் நினைக்கிறேன்.

சு. ரா : பொதுவாகத் தமிழ்நாட்டில் கல்வித் துறையினருக்கு இதற்கு எதிரான மனோபாவம்தான் இருக்கிறது என்று தோன்றுகிறது.

வசந்தி : இன்றைக்கு ஒரு மாணவனிடம் எந்த வகுப்பில் படிக்கிறாய் என்று கேட்டால் கெமிஸ்ட்ரி, இங்கிலீஷ் மீடியம் படிக்கிறேன் என்று சொல்வதில்தான் பெருமை இருக்கிறது. தமிழ் மீடியத்தில் படிக்கிறேன் என்று சொன்னால் ஆங்கிலமே வராது என்று மற்றவர்கள் நினைப்பார்களோ என்று கருதுகிறான். ஆனால் இங்கிலீஷ் மீடியம் கிளாஸில் படிக்கிறேன் என்று சொல்வதில் ஒரு வறட்டுக் கௌரவம் இருக்கிறது. ஆசிரியர்களில் பலரும், கல்வியாளரும் இன்று தமிழையும், ஆங்கிலத்தையும் கலந்து கற்றுத் தருவதன் தேவையை உணருகின்றனர் என்றுதான் நினைக்கிறேன்.

சு. ரா : தமிழ்நாட்டிலும் சரி பிற மாநிலங்களிலும் சரி தமிழில் அறிவியலைக் கற்ற ஒரு மாணவனுக்கு வேலை கிடைப்பது சிரமம் என்று ஒரு ஆசிரியர் சொன்னார்.

வசந்தி : ஆமாம். வேலை கொடுக்க மாட்டார்கள். இன்று வேலைவாய்ப்பைப் பற்றிப் பேசும்போது இன்றைய தனியார் மயமாகும், உலகமயமாகும் போக்கிலிருந்தும், கொள்கையிலிருந்தும் அதைப் பிரித்துப் பார்க்க முடியாது. ஆங்கிலம் ஓரளவு நன்றாகப் பேசத் தெரியாதவர்களுக்குத் தனியார் துறைகளில் வேலை கிடைப்பது கடினம். இன்றைக்கு வளர்ந்து வரும் பணித் துறைகளில் ஆங்கிலம் நன்கு பேசத்தெரிய வேண்டுமென்று நினைக்கிறார்கள். அரசுத் துறைகளிலோ, பொதுத் துறை நிறுவனங்களிலோ இன்று வேலைவாய்ப்புகளே கிடையாது. ஆட்குறைப்புத்தான் நடந்து கொண்டிருக்கிறது. நீங்கள் உயர்கல்விக்குச் செல்ல வேண்டும் என்றால், அதிலும் ஆராய்ச்சிக்குப் போகவேண்டும் என்றால் கஷ்டம்.

சு. ரா : தமிழ் பற்றாளர்களும் அறிவியல் ஆசிரியர்களும் எதிரெதிர் நிலையில் நிற்பது போல் இருக்கிறது. அவர்களுக்குள் ஒரு விவாதம் இன்று தேவை. தூய தமிழில் பாடம் நடத்த வேண்டும் என்று தமிழ்ப் பற்று மிகுந்தவர்கள் கூறுவதும் அறிவியல் ஆசிரியர்கள் தங்களுக்குள்ள நடைமுறைப் பிரச்சினைகளைக் கல்வித் துறையினர் கவனிப்பதில்லை என்று கூறுவதும் வழக்கத்தில் இருக்கிறது. இன்று அகராதி என்பது ஒரு நுட்ப விபரங்கள் கொண்ட அறிவியலாக வளர்ந்துகொண்டிருக்கிறது. அகராதி சார்ந்த சிந்தனைகளை மொழியியலாளர்கள் வேகமாக வளர்த்துக்கொண்டு வருகிறார்கள். தமிழில் கூட மொழியியலாளர்களின் கருத்துகளுக்கு வேறுபட்டு நிற்கின்றன தமிழ்ப் பற்றாளர்களின் கருத்துகள். தமிழ் மக்கள் பரவலாகப் பயன்படுத்தும் எல்லா வார்த்தைகளையும் தமிழ் அகராதியில் சேர்க்க வேண்டும் என்று சர்வதேசத் தளத்தில் அகராதிகளைப் பற்றி ஆராய்ச்சி செய்த ஒரு மொழியியலாளர் என்னிடம் கூறினார். சினிமா என்ற வார்த்தையைத் தமிழ் அகராதியில் சேர்க்கக்கூடாது என்று ஒருசிலர் கூறுகிறார்கள். சினிமா என்ற வார்த்தையைப் பயன்படுத்தாத தமிழனே கிடையாது. வேறு வார்த்தைகளை அவர்கள் பயன்படுத்துவதும் இல்லை. பலருக்கு அது ஆங்கில வார்த்தை என்பதுகூடத் தெரியாது. சினிமா என்ற வார்த்தையைத் தமிழ் அகராதியில் சேர்த்தால் தீக்குளிப்பேன் என்று ஒரு அறிஞர் பயமுறுத்தினார். தமிழ்க் கல்வி அல்லது தமிழ் வளர்ச்சி என்று வரும்போது தமிழாசிரியர்கள் தங்களுக்குத்தான் தீர்மானமான முடிவெடுக்கத் தகுதியிருப்பதாக நினைக்கிறார்கள்.

வசந்தி : உண்மையில் அவர்கள் அரசியல் சக்தியாக இருக்கிறார்கள் என்று நினைக்கிறீர்களா?

சு. ரா : ஆமாம்.

வசந்தி : அந்தமாதிரி ஒரு காலத்தில் இருந்தது. ஆனால் இப்போது மாறிக்கொண்டு வருகிறது என்று நினைக்கிறேன். கலப்படமற்ற தூய தமிழில் எல்லா வார்த்தைகளையும் மொழி பெயர்க்க வேண்டும் என்பதைப் பெரும்பாலானோர், தமிழறிஞர்கள் உட்பட ஒப்புக்கொள்வதில்லை என்றுதான் நினைக்கிறேன்.

சு. ரா : தமிழ் எம். ஏ. படித்த மாணவனுக்குக்கூடத் தமிழில் எழுத திணறல் இருக்கிறது.

வசந்தி : தமிழ் எம். ஏ. படித்த மாணவனுக்கா?

சு. ரா : ஆமாம். அவர்கள் எழுதிய கடிதங்களை, கட்டுரைகளை, ஆராய்ச்சிகளைப் பார்த்திருக்கிறேன். ஆராய்ச்சிக் கட்டுரைகளில்கூட மிக மோசமான தவறுகளைக் கவனித்திருக்கிறேன்.

வசந்தி : அது ஏன் என்று நீங்கள் நினைக்கிறீர்கள்? மொழியாசிரியர் கற்றுத் தருவதில் தவறு இருக்கிறது. அதனால்தான் தமிழ், ஆங்கிலம் இரண்டுமே மோசமாக இருக்கிறது.

சு. ரா : சுயமாகக் கையாளும் திறன் வளரும் வகையில் தமிழ் கற்றுத்தரப்படுவதில்லை. மொழியைப் பயன்படுத்துவதில் கல்லூரி வட்டம் சார்ந்து ஒரு போக்கு இருக்கிறது. அந்தப் போக்கு ஒற்றைப் பரிமாணம் உடையது. அதைத்தான் மாணவர்கள் நகல் செய்கிறார்கள். படைப்புலகிலோ மொழி எண்ணற்ற முறைகளில் பயன்படுத்தப்படுகிறது.

வசந்தி : நான்கு வாக்கியங்கள் எழுதினால் இருபது ஒற்றுப் பிழைகள் சாதாரணமாக வருகின்றன. அப்படித்தான் ஆசிரியர்களும் எழுதுகிறார்கள். மாணவர்களும் எழுதுகிறார்கள். தமிழ் உச்சரிப்பில் சொல்லவே வேண்டாம். 'ழ' 'ள' 'ற' 'ண' இவற்றைப் பெரும்பாலோர், அதிலும் இன்றைய இளைஞர்கள், சரியாக உச்சரிப்பதே இல்லை. தமிழைக் கொலை செய்வதுபோல் காதில் விழுகிறது.

சு. ரா : பல மாணவர்களும் மேடைகளில் சரளமாகப் பேசுவார்கள். வார்த்தைகளைக் கொட்டுவார்கள். சுய சிந்தனையை வெளிப்படுத்துவதற்கான பேச்சுப் பயிற்சி அளிக்கப்படுவதே இல்லை.

வசந்தி : தமிழில் எழுதக் கொடுத்தோமென்றால் வளவள வென்று எழுதுவார்கள். ஆங்கிலத்தில் எழுதச் சொன்னால் அப்படி எழுத மாட்டார்கள். ஆங்கிலத்தில் எழுதவே வராது. அப்படியே எழுதினாலும் குறைவாகத்தான் தங்களை வெளிப்படுத்துவார்கள். தமிழே மூச்சு, தமிழே உயிர் என்று சொல்லிக்கொண்டிருக்கும் நாட்டில் தமிழ் ஏன் இவ்வளவு மோசமாகப் போனது என்று தெரியவில்லை.

பாடத் திட்டம்

சு. ரா : நீங்கள் செய்த மாற்றங்களிலேயே மிகவும் முக்கிய மானது பட்டப்படிப்பை மாற்றியமைத்தது என்று சொன்னீர்கள். இதன் மூலம் உங்களது கல்விச் சித்தாந்தத்தை ஓரளவு நடை முறைக்குக் கொண்டுவர முயன்றதாகச் சொன்னீர்கள். அந்தத் திட்டம் என்ன என்பதை விளக்க முடியுமா?

வசந்தி : நமது கல்வி அமைப்பு மிகவும் குறைபட்டது. குறுக லானது. மாணவனை ஒரு முழு மனிதனாக, தன்னைப் பற்றியும் தன்னைச் சுற்றியிருக்கும் உலகைப் பற்றியும் ஓரளவு பிரக்ஞை உடையவனாகவும் ஆக்கும் கல்வி அல்ல நமது கல்வி. அத்துடன் மாணவனுடைய பலவகைப்பட்ட திறமைகளை வளர்ப்பதற்கும் இந்தப் பட்டப்படிப்பில் இடம் இல்லை. ஒரு narrow specialisationஐ வெகு விரைவிலேயே தொடங்கிவிடுகிறோம். இப்போது நிறைய மாணவர்கள் பி. காம் படிக்கிறார்கள். 10ஆவது வகுப்பிற்குப் பிறகு வாணிபம் தொடர்பான பாடங்கள் தவிர வேறு எதையும் அவர்கள் படிப்பதில்லை. பி. காம் படிப்பில் தமிழோ வேறு மொழியோ, இலக்கணமோ கற்பதில்லை. சமுதாயத்தைப் பற்றி வேறெதுவும் படிப்பதில்லை.

சு. ரா : மற்ற நாடுகளிலெல்லாம் இந்த மாதிரியான specialisation இல்லையா?

வசந்தி : இருக்கிறது. ஆனால் இவ்வளவு சிறுவயதில் அதைத் தொடங்குவதில்லை. உதாரணமாக, நாம் எல்லாவற்றிற்கும் மாதிரி யாக எடுத்துக்கொள்கிற அமெரிக்கா. அங்கே பட்டப்படிப்பில் சேரும்போதே பி. எஸ்ஸி இயற்பியல், பி. ஏ. வரலாறு என்று முடிவு செய்வதில்லை. பட்டப்படிப்பு அங்கே 4 ஆண்டுகள். அதில் முதல் இரண்டு ஆண்டுகளில் பல வகைப்பட்ட பாடங்களைப் படிக்க வேண்டும். ஆங்கிலம், வேறு ஏதேனும் ஒரு மொழி, mathematical sciences, lab sciences, life sciences, social sciences and humanities. இதில் ஒவ்வொன்றிலும் ஒவ்வொரு மாணவனும் சில credits வாங்க வேண்டும். நம் நாட்டில்தான் அப்படி இல்லை.

சு. ரா : இந்த மாற்றத்தைக் கொண்டு வர நீங்கள் என்ன செய்தீர்கள்?

சுந்தர ராமசாமி ➤ 89

வசந்தி : இரண்டு முக்கியமான குறிக்கோள்களைப் பட்டப் படிப்பில் கொண்டு வர முயன்றோம். ஒன்று, வெளி உலகைப் பார்ப்பதற்கு, சுற்றிலுமிருக்கும் சமுதாயத்தை அறிவதற்கு ஒரு சிறிய சாளரத்தைத் திறப்பது. அடுத்து, மாணவன் தனது பலவகைப் பட்ட திறமைகளை வளர்ப்பதற்கு வாய்ப்பும், ஊக்கமும் அளிப்பது. இதற்காகப் பகுதி IV, பகுதி V என்ற இரண்டு பிரிவுகளைப் புதிதாக அறிமுகம் செய்தோம்.

சு. ரா : பகுதி V என்பது என்ன ?

வசந்தி : பகுதி Vஇல் மாணவர்கள் தங்களுக்கு ஆர்வமுள்ள extra curricular activity ஏதாவது ஒன்றில் ஈடுபடலாம். இதற்கு மதிப்பெண்கள் கொடுக்காவிட்டால் யாரும் கற்றுக்கொள்ள மாட்டார்கள் என்று கருதி இதற்கு credit கொடுத்து மதிப்பெண் பட்டியலில் சேர்க்க வேண்டும் என்று கொண்டு வந்தோம். இல்லாவிட்டால் ஒருத்தரும் ஒன்றும் கற்றுக்கொள்ள முன்வரமாட்டார்கள். ஒவ்வொரு மாணவரும் தனக்கு விருப்பமான ஒரு extra curricular activityஐத் தேர்ந்தெடுத்து, அதில் ஒவ்வொரு ஆண்டும் 75 மணி நேரம் ஈடுபட வேண்டும். வகுப்பு நேரத்திற்கு வெளியே இது நடக்க வேண்டும். இதில் நாட்டு நலப் பணி (N.S.S), தேசிய மாணவர் படை (N.C.C), விளையாட்டு இவை அடங்கும். இவை தவிர, மாணவர்கள் வேறு பல ஆர்வங்களையும், திறமைகளையும் வளர்த்துக்கொள்ளலாம். இசை, நடனம், ஓவியம், சமூக நலப் பணி, அறிவொளி இயக்கம், இப்படி எதில் வேண்டுமானாலும் ஈடுபடலாம். இதைக் கொண்டுவந்ததில் தேர்வுத் துறைக்குப் பலவிதங்களிலும் பிரச்சினை ஏற்பட்டது. மதிப்பெண் பட்டியல் தயாரிப்பதில் பெரிய பிரச்சினை. ஏனெனில் மதிப்பெண் பட்டியல் குறிப்பிட்ட விதத்தில்தான் எல்லாப் பல்கலைக்கழகங்களிலும் இருக்கும். புதிதாகப் பகுதி Vஐ சேர்க்கும்போது நிறையச் சிரமங்கள் ஏற்பட்டன. பகுதி Vஐ மொத்தமாகப் போட்டால் போதாது. வீணை படித்தால் வீணை என்று போடவேண்டும். வயலின் படித்தால் வயலின் என்று போட வேண்டும். சில கல்லூரிகளில் கராத்தே, யோகா, தையல், டைப்பிங் இப்படி 35 விதமான பாடங்கள் கற்றுத் தருகிறார்கள். அந்த 35 பாடத்தையும் ஒரு மதிப்பெண் பட்டியலில் போட வேண்டும் என்றால் சிரமம். என்றாலும் அப்பிரச்சினையை எதிர் கொண்டோம். சில கல்லூரிகளில் பகுதி V மிகவும் அருமையாக நடந்தது. ஒருமுறை நாகர் கோவிலில் ஒரு கல்லூரிக்குப் போனபோது ஒவ்வொரு வகுப்பிலும் பகுதி V பாடம் நடந்துகொண்டிருந்தது. ஒரு வகுப்பில் வாய்ப்பாட்டு, இன்னொன்றில் நடனம்; ஓவியம். இவ்வாறு மாணவிகள் ஈடுபட்டிருந்தார்கள்.

சு. ரா : வாய்ப்பாட்டு என்றால் மேற்கத்திய இசையா ?

வசந்தி : இல்லை. கர்நாடக இசை. இதிலே கராத்தே, விளையாட்டு எல்லாம் நடந்துகொண்டிருக்கிறது. மாணவிகள் நன்றாக விளையாடிக் கொண்டிருக்கிறார்கள். அப்புறம் ஒரு வகுப்பில் டைப்பிங் பயிற்சி. கல்லூரி அருகிலுள்ள டைப்பிங் பயிற்சி மையத்துடன் தொடர்பு வைத்துக்கொண்டு குறைந்த அளவு கட்டணம் வசூலித்துப் பயிற்சிகள் நடைபெற்று வருகின்றன. ஆகவே ஹாஸ்டலில் உள்ள மாணவிகள், வீட்டிலிருந்து போக முடியாத மாணவிகள் எல்லாரும் படிக்கிறார்கள். அவர்களுக்கு இந்தத் திறமைகள் நன்கு வளர்க்கப்படுகின்றன. இன்னொரு வகுப்பில் மேற்கத்திய இசை, பியானோ சொல்லிக் கொடுக்கிறார்கள்.

சு. ரா : இந்தப் பாடத்தை எப்படி மதிப்பீடு செய்வார்கள்?

வசந்தி : அந்தப் பாடத்தைக் கற்றுக்கொடுக்கும் ஆசிரியரிடம் பாடங்களை மதிப்பிடுவதற்குச் சில விதிமுறைகளை வரையறுத்துக் கொடுத்திருக்கிறோம்.

சு. ரா : மாணவர்களுக்கு இறுதித் தேர்வு என்று ஏதாவது இருக்கிறதா?

வசந்தி : இறுதித் தேர்வு கிடையாது. மாணவர்களுடைய திறமையையும் அவர்கள் வருகையையும் ஆசிரியர் மதிப்பீடு செய்து சான்று வழங்கவேண்டும். இந்தப் பகுதி V இல் எல்லோரும் கண்டிப்பாகப் பங்கேற்க வேண்டும். சரியாக மாணவர் அதில் ஈடுபடவில்லையென்றால், 'Unsatisfactory' என்ற grade கொடுக்கப்படும். அத்தகைய ஒரு entry, குறிப்பு மதிப்பெண்களின் பட்டியலில் இருப்பது மாணவர்களுக்கு ஒரு கரும்புள்ளியாக இருக்கும்.

இந்த restructuring பாடத்திட்டத்தை மாற்றி அமைத்து, எப்படி இந்தப் பாடத் திட்டத்தை அறிமுகப்படுத்தினேன், ஆசிரியர்களுக்குப் புரிய வைத்தேன், அவர்களுடைய ஒப்புதலைப் பெற்றேன் என்பது ஒரு பெரிய கதை.

சு. ரா : பகுதி IV என்பது என்ன?

வசந்தி : இளங்கலையில் பகுதி I தமிழ், பகுதி II ஆங்கிலம், பகுதி III Major and ancillaries. எல்லாப் பல்கலைக்கழகங்களிலும் இவ்வாறுதான் இருக்கிறது. எங்கள் பல்கலைக்கழகத்தில் ஒரு வருடமாகத் திட்டமிட்டு இதனை மறுகட்டமைப்புச் செய்து 1993–94 இல் பகுதி IV, பகுதி V என்ற இரண்டையும் அறிமுகம் செய்தோம். பகுதி IV என்பது ஒரு புதிய பாடத்திட்டம். பட்டப் படிப்பில் முதல் வருடம் எல்லோருமே பொது அறிவுப் பாடம் படிக்க வேண்டும். போட்டித் தேர்வுகளுக்குப் படிப்பார்களே அந்த மாதிரியான புத்தகங்கள் படிப்பது, நூலகங்களுக்குச் சென்று படிப்பது, செய்தித் தாள்கள் படிப்பது இவ்வாறாக மாணவர்களைத்

தயார் செய்து, பிறகு அவர்களுக்கு வாரத் தேர்வுகள் நடத்த வேண்டும். அதற்கு கிரேட் வழங்குவார்கள். ஆனால் இறுதித் தேர்வு மூலமாக மதிப்பெண்கள் போடப்படும். இது ஒன்று. இரண்டாவது, வருடத்தில் சமூகக் கல்விப் பாடங்கள் என்று இனங்காணப்பட்ட ஒன்பது பாடங்களில் ஏதாவது ஒரு பாடத்தை மாணவர்கள் எடுக்க வேண்டும். இதில் உள்ள பாடங்கள் என்னவென்றால் விடுதலைக்குப் பிந்திய இந்தியப் பொருளாதாரம், சுற்றுப்புறமும் சூழலியலும், இந்தியாவில் பெண்கள் நிலை, நுகர்வோர் பாதுகாப்பு, காந்தியச் சிந்தனை, கிராமப்புற இந்தியா, அறிவியல் வரலாறு, இந்திய விடுதலைப் போர், மதச்சார்பின்மை. இந்த 9 பாடங்களுக்கும் பாடத்திட்டம் தயார் செய்தோம். இதில் சில பாடங்களை நாட்டிலேயே எங்கள் பல்கலையில்தான் முதன்முதலில் அறிமுகம் செய்தோம். நுகர்வோர் பாதுகாப்பு பாடத்தைக் கற்றுத்தர வேண்டுமென்று வெகுகாலமாக நுகர்வோர் இயக்கத்தைச் சேர்ந்தவர்கள் வலியுறுத்தியிருக்கிறார்கள். ஆனால் நாங்கள்தான் இதை முதலில் கொண்டு வந்தோம். அதேபோல் *Secularism.* நம் நாட்டில் மதவெறி பரவி வரும் இந்நேரத்தில் இதை மாணவர்களுக்குக் கற்றுத்தருவது அவசியம் என்று நினைத்தோம். இது நாட்டில் வேறு எந்தப் பல்கலைக்கழகத்திலும் இல்லை.

இந்தப் பாடத்திற்குப் பாடத்திட்டம் தயாரிக்கப் புகழ் பெற்ற வரலாற்று அறிஞர் டாக்டர் எஸ். கோபால் அவர்களை அணுகினேன். சென்னையில் *'Citizens for a Secular Society'* என்ற அமைப்பில் நானும் அவரும் இணைந்து செயலாற்றியிருக்கிறோம். அவர் மாதத்தில் பாதிநாள் ஆக்ஸ்போர்டு பல்கலைக்கழகத்திலும் மற்ற நாட்களில் ஜவகர்லால் நேரு பல்கலைக்கழகத்திலும் பணிபுரிபவர். இளங்கலை அளவில் பாடத்திட்டம் தயாரிப்பதில் தனக்குப் பழக்கமில்லை; ஆனால் இன்று இப்பாடம் மிகவும் அவசியம் என்பதை உணர்கிறேன் என்று சொன்னார். பரவாயில்லை; உதவி செய்யுங்கள் என்று நான் சொன்னேன்.

பாடத்திட்டங்களை உருவாக்கிவிட்டால் போதுமா? அவற்றைக் கற்றுத் தருவதற்கான ஆசிரியர்களை உருவாக்க வேண்டுமே! இப்போதுள்ள ஆசிரியர்கள் இத்தகையப் பாடங்களைக் கற்றதேயில்லை. அனைத்துக் கல்வி மாற்றங்களும் ஆசிரியர்களுக்குக் கற்பித்தலில்தான் தொடங்க வேண்டும். அதுதான் முதல்படி. ஒவ்வொரு பாடத்திற்கும் பயிற்சிப் பட்டறை நடத்த வேண்டும். பாடப் புத்தகமும் தயாரிக்க வேண்டும். கையில் பாடப்புத்தகம் இருந்தால்தான் படிப்பார்கள்.

History of Science மிகக் கடினமான ஒரு பாடமாக இருந்தது. பி. எஸ்ஸி., எம். எஸ்ஸி, பிஎச். டி படித்துப் பட்டம் பெற்றிருந்தாலும் இந்தப் பாடத்தைப் பற்றி ஒருவருக்கும் ஒன்றும் தெரியாது. விஞ்ஞானத்தின் மகோன்னதத் தன்மை குறித்தும், அதன் வரலாறு

பற்றியும், மனித சமூகத்தின் மீதான அதன் தாக்கம் பற்றியும் அறிவியல் மாணவர்கள் எதுவும் படிப்பதில்லை. விஞ்ஞானமும், தொழில் நுட்பமும் வளர்ச்சியடைவதன் சமூகப் பின்புலம் என்ன, சமூக விளைவுகள் என்ன என்பதைப் பற்றி, விஞ்ஞானத்திற்கும் சமுதாயத்திற்கும் இடையிலான ஊடாடலைப் பற்றி எதுவும் தெரியாது. இந்தப் பாடத்தைத் தயாரிக்க பாண்டிச்சேரி ஜிப்மெரில் பணிபுரியும் மருத்துவ விஞ்ஞானி டாக்டர் சுந்தர்ராமனும் எங்கள் பல்கலைக்கழக அறிவியல் ஆசிரியர்கள் இருவரும் இணைந்து பாடத்தை ஆங்கிலத்தில் முதலில் எழுதினார்கள். பின்னர் அதனைத் தமிழில் மொழி பெயர்த்தோம். சென்ற வருடத்திலிருந்து History of Science பாடத்தை அறிவியல் துறை மாணவர்களுக்குக் கட்டாயப் பாடமாக மாற்றியிருக்கிறோம். Environmental Science பாடத்திற்குப் பல்கலைக்கழகத்திலேயே புத்தகம் தயாரித்தோம். ஒவ்வொரு கல்லூரி யிலும் அதிக அளவு எண்ணிக்கையிலான மாணவர்கள் Consumer Protection பாடத்தை விரும்பிப் படிக்கிறார்கள்.

லல்லி: இந்தப் பாடங்களை நடத்துவதற்கு வெளியிலிருந்து சிறப்பு ஆசிரியர்களை வரவழைப்பது உண்டா?

வசந்தி: வெளியிலிருந்தும் வரலாம். உதாரணத்திற்குப் பொது அறிவுப் பாடத்தில் உடல்நலம் பற்றிய ஒரு பகுதி. ஏதாவது ஒரு டாக்டரைக் கூப்பிட்டு நடத்தச் சொல்வார்கள். அதில் எனக்கு மிகப் பெரிய சந்தோஷம் என்னவென்றால் நிறையப் பெண்கள் கல்லூரியில் பெண் டாக்டர்களை அழைத்து நடத்துகிறார்கள். தங்களுடைய உடல்நிலையைப் பற்றிப் பெண்களுக்கு நிறையத் தெரிந்தாக வேண்டும். அதுபோன்று வழக்கறிஞர்கள், அரசு சாராத செயல்பாட்டு நிறுவனங்களில் பணிபுரிபவர்கள் இவர்களையெல் லாம் வரவழைத்துப் பாடங்கள் நடத்தக் கூறினோம். அது சரியா கவே நடக்கவில்லை. இதில் இன்னொன்றுகூடக் கொண்டு வந்தேன். கடைசி வருடத்தில் அவர்களுடைய major paperஇல் இரண்டு பேப்பர் செயல்முறை உடையதாக இருக்குமாறு செய்தோம். உதாரணத்திற்குத் தமிழ் இலக்கிய மாணவர்கள், இதழியல், தொடர் பியல் பாடங்களைப் படிக்க வேண்டும். இவற்றை நடத்துகிறபோது குறைந்தபட்சம் 15 நாட்கள் அவர்கள் எதைப் பற்றிப் படிக்கிறார் களோ அந்தக் களத்திற்கு அவர்களை அழைத்துப்போய் அதை அறிமுகம் செய்து நேரடி அனுபவத்தை அவர்களுக்கு அளிக்க வேண்டும். இதில் நிறைய நடைமுறைப் பிரச்சினைகள் இருந்ததாகக் கூறி இந்த 15 நாள் பயிற்சியும் சரிவர நடக்கவில்லை.

சு. ரா: முக்கியமான காரியங்கள் நடந்திருப்பதாகப் படுகிறது.

வசந்தி: நம் கல்வி அமைப்பு முறை மிகவும் இறுகிய தன்மை கொண்டது. ஆசிரியர்களின் வேலைப்பளு ஏற்கனவே தீர்மானிக்கப் பட்டது. இந்தப் பாடத்திட்டத்தின் காரணமாக ஆசிரியர்களுக்கு

ஒரு மணி நேரம் குறைத்துக் கொடுக்க முடியாது. ஒரு மணி நேரம் கூட்டிக் கொடுக்க முடியாது. ஒரு மணி நேரம் கூட்டிக் கொடுத்தால் ஆசிரியர் சங்கங்கள் பிரச்சினை எழுப்பும். ஒரு மணி நேரம் குறைத்துக் கொடுத்தால் இயக்குநர் அலுவலகம் அதிக அளவு ஆசிரியர்கள் இருக்கிறார்கள் என்று ஆள்குறைப்புச் செய்வார்கள். இதையெல்லாம் கணக்கிலெடுத்துக்கொண்டுதான் செயல்பட வேண்டும்.

சு. ரா : ஒரு ஆசிரியர் சராசரி எத்தனை மணி நேரம் கல்லூரியில் பணிபுரிவார் ?

வசந்தி : கல்லூரி அளவில் நாளொன்றுக்கு சராசரி 3 மணி நேரம். வாரத்துக்கு 16 மணிநேரம். அதற்குமேல் அவர்கள் பாடம் சொல்லித்தர முடியாது. இந்த மாதிரியான கால வரையறைக்குள் மாற்றங்களைக் கொண்டு வந்தேன்.

சு. ரா : இத்திட்டத்தை நீங்கள் எப்படிச் செயல்படுத்தினீர்கள் ?

வசந்தி : நான் முதலில் இந்தப் புதிய பாடத்திட்டத்தின் குறிக் கோள்கள், ஏன் பல்கலைக்கழகம் இதைக் கொண்டு வருகிறது, ஆசிரியர்கள் ஏன் இதைத் தங்களுடைய பொறுப்பாகக் கருத வேண்டும், இன்றைக்குக் கல்வித் திட்டத்தில் இருக்கின்ற குறைபாடு களை எவ்வாறு இதன் மூலம் எதிர்கொள்வது என்ற விபரங்களை எல்லாக் கல்லூரி ஆசிரியர்களுக்கும் அனுப்பினேன். கல்வித் திட்டத்தில் நான் எதிர்பார்க்கும் புதிய மாற்றங்களை எல்லாம் பல்கலைக்கழகக் கல்விக்குழுவில் வைத்து விவாதத்தை எழுப்பி னேன். அதில் ஒவ்வொரு பாடக்குழுத் தலைவரும் உறுப்பினர்; மற்றும் வெளியிலிருந்து நிபுணர்கள், உறுப்பினர்கள் இருந்தார்கள். அந்தக் குழுவில் நீண்ட விவாதங்கள் நடத்தினோம். 22 பாடங்கள் ஆரம்பிப்பதற்குத் திட்டமிட்டோம். முதலில் 9 பாடங்கள் ஆரம்பித் தோம். இது எப்படி நடக்கும் என்று பார்த்துவிட்டுப் பின்னால் பிற பாடங்களைச் சேர்க்கலாம் என்று நினைத்தோம். மனித உரிமைகள் பற்றிய பாடத்தை அதில் சேர்க்க வேண்டும் என்று நினைத்தேன். அது கடைசி வரைக்கும் பல தடங்கல்களால் நின்றுவிட்டது.

ஆசிரியர் அமைப்புகளை அழைத்து அவர்களுடன் நீண்ட விவாதங் கள் நடத்தினேன். நம் மாணவர்களுக்கு இது தேவையா இல்லையா என்று சொல்லுங்கள் என்றேன். அவர்கள், நம் மாணவர்களுக்கு இது மிகவும் தேவை. நம் மாணவர்கள் ஒரு குறுகிய வட்டத்திற்குள் போய்விட்டார்கள். நம் கல்வித் திட்டத்தில் இதனைக் கொண்டு வரவேண்டும். அதில் எப்படி வளர்ச்சி காணலாம் என்பதைப் பின்னர் பார்க்கலாம் என்றார்கள். 'மூட்டா' அமைப்பின் ஆதரவு எனக்குப் பெரிய பலமாக இருந்தது. அவர்கள் இதை முழு மனதோடு ஏற்றுக்கொண்டார்கள். எல்லா இடத்திலும் ஆசிரியர்களிடம்

ரொம்பக் குறை இருக்கிறது என்று சொல்கிறார்கள். "நீங்கள் எந்த வகையான புதுமைக்கும் தயாராக இல்லை. எந்த வகையான மாற்றங்கள் கொண்டு வரவேண்டும் என்றாலும் அதை எதிர்க்கிறீர் கள். அதனால் நம் மாணவர்களுக்கு எது நல்லதோ அதைச் செய்யவே முடியவில்லை. மாணவர்களுக்குத் தடங்கலாக இருப்பதே ஆசிரியர்கள்தான் என்று சொல்கிறார்கள். அதை நீங்கள் மாற்றிக் காண்பிக்க வேண்டும். நீங்கள் ஒரு பயிற்சிப் பட்டறை நடத்த வேண்டும். நான் வருகிறேன். நான் வந்து விளக்கம் அளிக்கிறேன். உங்கள் சந்தேகங்களை என்னிடம் கேளுங்கள். எப்படிச் செய்யலாம் என்பதை நான் உங்கள் உறுப்பினர்களிடம் கேட்டு இதற்கு ஆதரவு திரட்டுகிறேன்" என்றேன். அவர்கள் எல்லோரும் சரி என்று ஒத்துக் கொண்டார்கள்.

ஒருநாள் காலையில் 10.30 மணிக்கு ஆரம்பித்து 3 மணி வரைக்கும் நான் அவர்களிடையே பேசினேன். தொடர்ந்து அவர்களுக்கு இருக்கிற சந்தேகங்களையெல்லாம் தீர்த்து, எந்தப் பாதிப்பும் வராது; இந்தப் பாடத்திட்டத்தை ஏற்றுக்கொள்ளுங்கள் என்று சொன்ன தற்கப்புறம் சரி என்று ஒத்துக் கொண்டார்கள். ஆனால் எனக்குத் தெரியும்; பயிற்சிப் பட்டறைக்கு வந்தவர்கள் மொத்த ஆசிரியர்களில் ஒரு சிறிய பகுதிதான். மேலிருந்து அதிகாரத்தைச் செலுத்துகிற மாதிரியாக, புதிய திட்டத்தைத் திணிப்பதாக நினைக்கக் கூடாது என்ற காரணத்தால் அதிக அளவிலான ஆசிரியர்களுடைய ஒப்பு தலையும் பெற வேண்டும் என்று நினைத்தேன். பல்கலைக்கழகப் பகுதியை 7 மண்டலங்களாகப் பிரித்து ஒவ்வொரு மண்டலத்திலும் இருக்கிற ஆசிரியர்களுக்கும் ஒரு நாள் லீவு கொடுக்கச் சொன்னேன். இத்திட்டத்தைப் பற்றிய விளக்கத்தை ஏற்கனவே கல்லூரி ஆசிரியர் களுக்கு அனுப்பியிருந்தேன். அவர்களுக்கு ஒதுக்கியிருக்கும் ஒரு நாளில் அவர்களுடைய சந்தேகங்கள், அவர்களுடைய ஆலோசனை கள், அவர்களுடைய பங்களிப்புகள் எல்லாவற்றையும் ஒவ்வொரு மண்டலத்திலும் கொடுங்கள் என்றேன். ஒவ்வொரு மண்டலத்திலும் நடைபெற்ற கூட்டங்கள் மிகவும் சுவாரசியமாக இருந்தன. "இதை ஏன் நாங்கள் செய்ய வேண்டும்? எங்களுக்குக் கூடுதலாக ஊதி யத்தை வாங்கிக் கொடுங்கள். அப்போது நாங்கள் செய்கிறோம்" அப்படியெல்லாம் கேட்டார்கள். ஆனால் எல்லா இடங்களிலும் எனக்கு முழு அளவில் ஆதரவு கிடைத்தது. அதிலும் குறிப்பாக இளம் ஆசிரியர்கள் பல்கலைக் கழகத் துணைவேந்தரே இவ்வளவு தூரம் முயற்சி எடுத்து, நேரில் வந்து அனைவரையும் சந்தித்து, எல்லாவற்றையும் விளக்கியது பற்றி மிகவும் சந்தோஷப்பட்டார்கள். பின்னால் கேள்விப்பட்டேன். சில கல்லூரிகளில் இந்தக் கூட்டங் களுக்குப் பிறகும் மூத்த ஆசிரியர்களிடம் ஆர்வம் இல்லாமல் இருந்ததாகவும், இளம் ஆசிரியர்கள் முதன்முறையாக ஒரு துணை வேந்தர் நம்மை மதித்து, நமது கருத்துகளைக் கேட்டு, திட்டத்தை வகுக்கிறார்கள்; நாம் நிச்சயம் ஒத்துழைப்பு அளிக்க வேண்டும்

என்று கூறியதாகவும் கேள்விப்பட்டேன். பல்கலைக் கழகம் இதை ஒரு உத்தரவாக அளித்து இத்திட்டத்தினைச் செயல்படுத்தியிருக்க முடியும். அப்படித்தான் அனைத்துப் பல்கலைக் கழகத் திட்டங்களும் நிறைவேற்றப்படுகின்றன. ஆனால் இந்த அளவிற்கு ஒத்துழைப்பு கிடைத்திருக்காது. இந்த ஏழுநாள் விவாதங்களில் நடைமுறைப்படுத்தக்கூடிய ஆலோசனைகள் நிறைய கூறினார்கள். அந்த ஆலோசனைகளையும் அத்திட்டத்திற்குள் அடக்கினோம்.

இத்திட்டத்தை அறிமுகப்படுத்தினால் போதாது. தொடர்ந்து கண்காணிப்பு இருக்க வேண்டும். இதற்காக ஒவ்வொரு கல்லூரியிலும் monitoring mechanism உருவாக்க வேண்டும். அதில் ஒவ்வொரு துறையிலிருந்தும் ஒரு ஆசிரியர் இருக்க வேண்டும். துறைத் தலைவராக இருக்க வேண்டும் என்ற அவசியம் இல்லை. இத்தகைய சில விதிமுறைகளைக் கொண்டு வந்தோம். இதில் ஓரளவு இளம் ஆசிரியர் முன்வந்து பங்களிக்கும் வாய்ப்பும் இருந்தது. இது ஓரளவுக்குச் சில கல்லூரிகளில் நன்றாக நடந்தது. சில கல்லூரிகளில் அந்தக் குழு சந்திக்கவே இல்லை. பின்பு திட்டம் நடைமுறைக்கு வந்த ஓராண்டிற்குப் பிறகு எப்படி நடைபெறுகிறது என்பதைக் கண்டறிய ஓய்வு பெற்ற கல்லூரி முதல்வர்கள் மூவரைத் தேர்ந்தெடுத்தேன். கல்லூரிகளை அவர்களுக்குள் பிரித்துக் கொடுத்து, ஒவ்வொரு கல்லூரிக்கும் அவர்கள் சென்று திட்டம் எப்படிச் செயல்படுகிறது என்பதைக் கண்டறிய வேண்டும். அந்தக் கல்லூரி ஆசிரியர், மாணவர், நிர்வாகம், பெற்றோர்கள் எல்லோருடைய கருத்துகளைக் கேட்க வேண்டும். பின்பு ஒவ்வொரு கல்லூரி பற்றியும் ஒரு அறிக்கையை நேரடியாகத் துணைவேந்தருக்கு அனுப்ப வேண்டும். பல்கலைக்கழகம் அந்த அறிக்கையை அந்தந்தக் கல்லூரிக்கு அனுப்பி, குறைகளைத் தீர்க்கவும், நிறைகளை வளர்க்கவும் ஊக்குவிக்கும். இதனைத் தொடர்ந்து செய்தோம்.

சு. ரா : அது நடந்துகொண்டுதான் இருக்கிறதா?

வசந்தி : ஆமாம். அது 93 – 94லிருந்து தொடர்ச்சியாக நடந்து கொண்டிருக்கிறது. அமைப்பை உருவாக்கிவிட்டோம்; ஆனால், அதில் ஆன்மா இல்லையோ என்று தோன்றுகிறது. இப்போது ஐந்து ஆண்டுகளுக்குப் பிறகு அதை review பண்ணும்போது பாடத்திட்டங்களை உருவாக்கிவிட்டோம்; ஆனால் உண்மையில் அது மாணவர்களைச் சிந்திக்க வைத்திருக்கிறதா என்று எண்ணத் தோன்றுகிறது. Status of Women in India பாடத்தைப் படிக்கும் பெண்கள் தங்களுடைய நிலையைப் பற்றி யோசிக்க வேண்டும். இந்தச் சிந்தனைகள் மூலமாக அவர்களுக்குத் தங்கள் சொந்தக் காலில் நிற்க வேண்டும் என்கிற தன்னம்பிக்கை வரவேண்டும். தங்களுக்கு இழைக்கப்படும் அநீதிகளை எதிர்த்து நான்கு கேள்விகள் கேட்பதற்கான தைரியம் அவர்களுக்கு வரவேண்டும். ஏன் இப்படி பெண்ணடிமைத்தனம் உருவாகி இருக்கிறது; அதை ஏன் நாங்கள்

ஒத்துக்கொள்ள வேண்டும் என்ற கேள்வியை அவர்கள் கேட்க வேண்டும். ஆனால் அவ்வாறான கேள்விகளை யாரும் கேட்பது கிடையாது. வகுப்பறையில் ஆசிரியர்களே பெண்களைக் கேள்வி கேட்க வைக்கிறது கிடையாது. நிறைய வெளி அனுபவங்கள் இருந்தால்தான் இது சரியாக வரும். ஆனால் நான் ஒரேயடியாக நம்பிக்கையின்றிப் பேசக் கூடாது. இந்தப் பாடத்தைப் பட்டப்படிப்பு அளவில் நாங்கள் அறிமுகம் செய்ததே பெரிய சாதனை என்றுதான் சொல்ல வேண்டும். 'பெண்களின் நிலை' பற்றிய பாடத்தை இது வரை பல்கலைக்கழகங்களில் ஆராய்ச்சியளவில், முதுகலை அளவில் ஒரு சில மாணவியர் மட்டுமே படிக்கும் நிலைதான் இருந்தது. நாங்கள்தான் இதை முதன் முதலில் பட்டப் படிப்பு அளவில், ஒரு இணைப்புப் பல்கலையில், 50 கல்லூரிகளில், 30,000 மாணவர் கற்கும்படி பெரிய அளவில் விரிவுபடுத்தினோம். இத்தனை ஆயிரம் மாணவரில் சில நூறு மாணவரிடத்திலாவது சிந்தனை விதைகளைத் தெளித்திருக்குமென்று நினைக்கிறேன்.

சு. ரா : நுகர்வோர் பாதுகாப்பு என்கிற பாடம் ரொம்ப முக்கிய மானது. கடையில் வாங்கும் பொருளைக் கூர்ந்து பார்த்து வாங்கத் தொடங்குவதே ஒரு பெரிய ஆரம்பம். விற்பனைப் பொருளைக் கூர்ந்து ஆராயும் வாடிக்கையாளரிடம் விற்பனையாளன் கவன மாகவே இருப்பான். பொருளை அஜாக்கிரதையாக வாங்குவது ஒரு மோஸ்தராக நம் சமூகத்தில் கருதப்படுகிறது. என்னுடைய நலன் களைப் பேண எனக்கு உரிமை உண்டு என்று வாடிக்கையாளர்கள் நினைக்க வேண்டும். விலைப்பட்டியலுக்குப் பணம் கொடுக்கும் போது பாக்கியைச் சரிபார்க்காமல் வாங்கிக்கொண்டு போய்விடு வது தான் பலருடைய பழக்கம். இதுபோன்ற இடங்களில் அவசர மாக நடந்துகொள்வதையே பலரும் விரும்புகிறார்கள். என் தந்தை எந்தப் பொருளை வாங்கினாலும் விலைப்பட்டியலைச் சரிபார்ப் பார். நாற்பத்தியாறு பொருட்கள் வாங்கியிருந்தால் அவ்வளவையும் சரிபார்த்துவிட்டு ஒன்பது பைசா அதிகமாகப் போட்டிருக்கிறீர்கள்; பரவாயில்லை என்று சொல்லிவிட்டுப் போவார். இந்த மனோபா வம் தான் நுகர்வோர் உரிமையின் அடிப்படை.

வசந்தி : நீங்கள் கூறுகிற விழிப்பு நிலை மிக முக்கியம்.

விளையாட்டு

சு.ரா : விளையாட்டு சம்பந்தமான உங்கள் எண்ணங்கள் சிறுவயதில் எப்படி இருந்தன? அந்த எண்ணங்களை நிறைவேற்றக் கூடிய சூழல் உருவானதும் அதை எப்படி வெளிப்படுத்தினீர்கள்? மாணவ, மாணவியருக்கு விளையாட்டுப் போட்டிகள் நடத்தினீர் களா? பெற்றோர்களின் ஆதரவு எப்படி இருந்தது? ஆசிரியர்கள் மாணவர்களுக்கு எந்த அளவுக்கு ஒத்துழைத்தார்கள்? அப்போது என்னென்ன பிரச்சினைகளை எதிர்கொண்டீர்கள்?

வசந்தி : நான் பள்ளியில் படித்தபோது எனக்கு விளையாட்டில் அவ்வளவு ஆர்வம் இல்லை. ஆனால் விளையாட்டை follow பண்ணுவதில் நிறைய ஆர்வம் இருந்தது. முக்கியமாக கிரிக்கெட், டென்னிஸ் இரண்டும். அப்பா டென்னிஸ் விளையாடுவார். விளை யாட்டைப் பற்றி நிறையப் பேசுவார். நிறையச் சொல்லித் தருவார். அப்போதெல்லாம் சென்னையில் டெஸ்ட் மாட்ச் நடந்தால் திண்டுக்கல்லிலிருந்து 5 நாட்கள் சென்னை போய்விடுவோம். முழுவதுமாக உட்கார்ந்து பார்த்துவிட்டுத்தான் வருவோம். அப் போது எனக்கு விளையாடுவதில் ஆர்வம் இல்லை. மாநிலக் கல்லூரிக்குப் போன பிறகுதான் விளையாட்டு எவ்வளவு முக்கியம் என்பதை உணர ஆரம்பித்தேன். ஆனால் விளையாடுவதற்கான வாய்ப்புகள் கிடைக்கவில்லை. நான் பல்கலைக்கழகத் துணைவேந்த ரான பின்பு விளையாட்டுக்கு ரொம்ப முக்கியத்துவம் கொடுக்க வேண்டும் என்று நினைத்தேன். மாணவர்கள் எல்லாவிதங்களிலும் தங்கள் தகுதிகளை வளர்த்துக்கொள்ள வேண்டும் என்று நினைத் தேன். அதில் மிகவும் முக்கியமானது விளையாட்டு. மாணவர்கள் தங்கள் உடல் வலிமையை வளர்த்துக்கொள்வது மிகவும் முக்கிய மானது. விளையாட்டு நம் குழந்தைகளுக்குக் கிடைக்க வேண்டும். ஓடி ஆடி விளையாட வேண்டும். அதுவும் மற்றக் குழந்தைகளோடு விளையாடுவது குழு மனப்பான்மையை உருவாக்குவது. இதெல்லாம் அவசியம் என்று நினைத்தேன். குறிப்பாகப் பெண்கள் கல்லூரியில் மாணவிகளுக்கு விளையாட்டுப் பயிற்சி மிகக் குறைவு. ஏதோ பி. ஏ., பி. எஸ்சி. முடித்தற்குப் பின் வீட்டிலே அடைந்து கிடப்பதால் வெளிக்காற்றே அவர்கள்மேல் படப்போவதில்லை. எனவே அவர் களுக்கு விளையாட்டைக் கொண்டு வரவேண்டும் என்று நினைத் தேன். பட்ட வகுப்புகளில் ஒட்டுமொத்தமாக மாற்றத்தைக் கொண்டு

வந்ததன் ஒரு பகுதியாக, பகுதி V என்ற ஒன்றை அறிமுகம் செய்திருந்தோம். இதில் பட்டப் படிப்பு முதல் இரண்டு ஆண்டுகளில் ஒவ்வொரு மாணவனும் தனது திறமையை வளர்க்க ஏதேனும் ஒரு துறையைத் தேர்ந்தெடுத்து, அதில் ஒவ்வொரு செமஸ்டரிலும் 75 மணி நேரம் ஈடுபட வேண்டும். அதில் ஒன்று விளையாட்டு.

எல்லாக் கல்லூரிகளிலும் Physical Director என்று ஒருவர் இருக்கிறார். அவர் மற்ற ஆசிரியர்களுக்குச் சமமாகத்தான் இருப்பார். அவருக்கும் அதே சம்பளம்தான். ஒவ்வொரு கல்லூரியிலும் சில தேர்ந்தெடுக்கப்பட்ட மாணவ மாணவியர்களைப் பல்கலைக்கழக அளவிலோ மாநில அளவிலோ விளையாட்டுப் போட்டிகளுக்குப் பயிற்சி அளிப்பதுதான் அவருடைய முக்கியமான பொறுப்பு. அதைத் தவிரப் பொதுவாக அனைத்துக் கல்லூரி மாணவர்களுக்கும் விளையாட்டு என்பது கிடையாது. மிகவும் வருத்தப்பட வேண்டிய விஷயம் இது. விளையாட்டுப் போட்டிகளுக்குப் பயிற்சி அளிப்பதற்கே ரொம்ப நேரம் செலவிட வேண்டியிருக்கிறது என்று சொல்வார்கள். பிற மாணவர்களை ஒரு கட்டுப்பாட்டுக்குள் வைத்திருக்க முடியாது என்று சொல்வார்கள். அவர்களுக்கு எதில் விருப்பம் இருக்கிறதோ அதைச் செய்யச் சொல்லுங்கள். கால் பந்து கொடுங்கள். கைப் பந்து கொடுங்கள். இப்படி அவர்கள் விருப்பப்பட்டதை விளையாடச் சொல்லுங்கள். ஓடச் சொல்லுங்கள். அவர்கள் விளையாடட்டும் என்று சொன்னால் அதைக் கேட்பதற்குத் தயாரில்லை. ஒவ்வொரு கல்லூரியிலும் அருமையான விளையாட்டு வீரர்கள் இருக்கிறார்கள். அவர்களை உதவிக்கு வைத்துக்கொள்ளுங்கள். நீங்கள் பயிற்சியளிப்பதுபோக அவர்களும் மாணவர்களுக்குப் பயிற்சி அளிப்பார்கள் என்றேன். ஆனால் நான் இவ்வாறு சொன்னது நடக்கவே இல்லை.

எல்லோரையும் விளையாட வைக்கவேண்டும் என்று சொல்லி பகுதி V ஐ நாங்கள் கொண்டு வந்தோம். ஒவ்வொரு மாணவரும் 75 மணிநேரம் அதில் செலவிட்டிருக்க வேண்டும். இதற்குத் தனியாக கிரேட் வழங்கப்பட்டது. ஆர்வமுடன் விளையாடும் மாணவர்களுக்கு இது பெரிதும் உதவியது. நான் துணைவேந்தராகப் பொறுப்பேற்ற பிறகு தேசிய அளவிலான பல்கலைக்கழக மாணவர்களுக்கான விளையாட்டுப் போட்டிகளை நடத்தினேன். நாடு முழுவதும் மற்றப் பல்கலைக்கழகத்திலிருந்து வந்த விளையாட்டு அலுவலர்கள் விளையாட்டுத் துறையில் பங்கேற்கும் மாணவர்களின் பிரச்சினையை என்னிடம் கூறினர். நவம்பர், டிசம்பர் மாதங்களில் வடக்கில் பல இடங்களில் விளையாட்டுப் போட்டிகள் நடக்கின்றன. அந்தப் போட்டிகளில் பங்கேற்கப் போகிறவர்களுக்குத் தேர்வுகள் எழுத முடிவதில்லை. இந்தப் பிரச்சினையைக் கூறி அவர்களுக்காகத் தனியே சிறப்புத் தேர்வுகள் நடத்த வேண்டும் என்று சொல்லிக் கொண்டிருக்கிறோம். யாருமே நடத்தமாட்டேன்

என்கிறார்கள் என்று அங்கலாய்த்தனர். இது எனக்கு அநியாயமாகப் பட்டது. பல்கலைக் கழகத்தின் பிரதிநிதிகளாக அதன் கொடியைத் தாங்கிச் சென்று பரிசுகள் பெற்று, பல்கலைக்கழகத்துக்குப் பெயரும் புகழும் வாங்கித் தரும் விளையாட்டு வீரர்கள் பாராட்டுதல் பெறுவதற்குப் பதில் பாதிப்புக்கு உள்ளாகிறார்கள். தேர்வு எழுத முடியாததால் அவர்கள் குறித்த ஆண்டுகளுக்குள் படித்து முடிக்க முடியவில்லை. இது அநியாயம் இல்லையா? நான் பல்கலைக்கழகத் தேர்வாணையாளர், பதிவாளர் இவர்களிடம், விளையாட்டில் பங்கேற்கும் மாணவ மாணவியர்களுக்குச் சிறப்புத் தேர்வுகள் நடத்த முடியுமா என்று கேட்டேன். மிகவும் கஷ்டம்தான்; ஆனால் நடத்த முயலலாம் என்று அவர்கள் சொன்னதை, அப்போதே மேடையில் உடன் அறிவித்துவிட்டேன். விளையாட்டில் பங்கேற்பவர்களுக்குத் தனியே தேர்வுகள் வைப்பது சிரமமான காரியம்தான். சில சமயங்களில் ஒவ்வொரு விளையாட்டு வீரனுக்கும் ஒரு தனி வினாத்தாள் தயாரிக்க வேண்டியிருக்கும். நிறையப் பணம் செலவாகிறது. ஆனாலும் எங்கள் பல்கலைக்கழகத்தில் அதனை அமல்படுத்தினோம். மற்றப் பல்கலைக் கழகங்களிலிருந்து வந்த எல்லா விளையாட்டு வீரர்களும் இதைப்பற்றி மிகவும் சந்தோஷப்பட்டார்கள். விளையாட்டை ஊக்குவிக்க நான் செய்ய வேண்டிய கடமையாக இதைக் கருதினேன்.

சு. ரா: உங்கள் பல்கலைக்கழகத்தில் மாணவர்களுக்குக் கிடைக்கும் சந்தர்ப்பங்கள் பிற பல்கலைக்கழகங்களிலும் அளிக்கப்படுகின்றனவா?

வசந்தி: இதுவரையில் கொடுக்கப்படவில்லை. நாடு முழுவதுமிலிருந்து, அனைத்துப் பல்கலைக்கழகத் துணைவேந்தர்கள் பங்கேற்கும் Associaion of Indian Universities meetingலும் நான் இது குறித்துப் பேசினேன். அந்த அமைப்பிலிருந்து அவர்கள் எல்லாப் பல்கலைக் கழகங்களுக்கும் இதுபற்றி எழுதியிருக்கிறார்கள். நீங்களும் இந்த மாதிரிச் செய்யுங்கள் என்று சொல்லியிருக்கிறார்கள். நானும் எல்லா மாநாடுகளிலும் திரும்பத் திரும்பச் சொல்லியிருக்கிறேன். ஆனால் யாருக்கும் இந்தக் கூடுதல் வேலையை எடுத்துக்கொள்வதில் ஆர்வம் இல்லை.

சு. ரா: அந்த அளவுக்கு நீங்கள் ஆசிரியர்களின் ஒத்துழைப்பைப் பெற்றிருக்கிறீர்கள் அல்லவா?

வசந்தி: விளையாட்டுத் துறை ஆசிரியர்கள் இதைப்பற்றி இன்றுவரையிலும் பேசிக்கொண்டிருக்கிறார்கள். தேசிய அளவிலான பல்கலைக்கழக அறிக்கையிலும் இதைப் பற்றிய செய்திகள் வெளியிடப்பட்டிருக்கின்றன. மனோன்மணியம் சுந்தரனார் பல்கலைக் கழகத்தின் பெயர் வெளியே தெரிய ஆரம்பித்ததற்கு முக்கியக் காரணமே விளையாட்டுதான். விளையாட்டுத் துறையில் உள்ள

மாணவர்களுக்குக் கொடுக்கிற நாள் படி ரொம்ப குறைவாக இருக்கும். அந்தப் பணத்தில் அவர்களால் உருப்படியாகச் சாப்பிடவே முடியாது. இந்தத் தொகையை எங்கள் பல்கலைக்கழகத்தில் கணிசமாக உயர்த்தியிருக்கிறோம். எங்கள் பல்கலைக்கழகத்தில் இதற்காக அதிக அளவில் நிதி கிடையாது. ஆனால் அவர்களுக்குத் தேவையென்பதால் அளித்திருக்கிறோம்.

ஒவ்வொரு வருடமும் திருநெல்வேலியில் வ. உ. சி. திடலில் தேசிய அளவில் பல்கலைக்கழகங்களுக்கு இடையிலான விளையாட்டுப் போட்டிகள் நடத்தினோம். அதில் எல்லோரும் மிகவும் ஆர்வமாக இருப்பார்கள். குறிப்பாகத் திருநெல்வேலியில் இருக்கிற எல்லா மாணவர்களும் போட்டிகளைக் காண்பதற்கு வருவார்கள். நாங்கள் அந்தப் போட்டிகளைக் காணவரும் பொதுமக்களுக்கு இலவச அனுமதி வழங்கினோம். எங்கள் பல்கலையில் பொதுவாகக் கடுமையான நிதி பற்றாக்குறை; ஆகவே கட்டணம் வசூலிக்க வேண்டுமென்று சிலர் வாதிட்டனர். ஆனால் திருநெல்வேலியில் விளையாட்டில் சாதாரண மக்களுக்கு நிறைய ஆர்வம் இருக்கிறது. நுழைவுக் கட்டணம் வசூலித்தால் அவர்களெல்லாம் வர மாட்டார்கள். ஆகவே வசூலிப்பதில்லை என்று முடிவு செய்தோம். இரவில் ஒளி வெள்ளத்தில் போட்டிகளை நடத்தினோம். பெரும் திரளாக மக்கள் பார்க்க வந்தார்கள். ராத்திரி 9 மணிக்குமேல் பெண்கள் குழந்தைகளை இடுப்பில் தூக்கிக்கொண்டு பார்க்க வந்துவிடுவார்கள். வயதானவர்கள் நிறைய பேர் வருவார்கள். ஒரு இடம்கூட காலியாக இருந்தது கிடையாது. பொதுமக்களுக்கு அது ஒரு நல்ல பொழுது போக்காக இருந்தது.

சு. ரா : மோசமான சினிமாக்களைத் தேர்ந்தெடுக்காமல் அவர்கள் இந்தவிதமான பொழுதுபோக்கைத் தேர்ந்தெடுத்தது நல்ல விஷயம்தான்.

வசந்தி : ஆமாம். அவர்கள் பார்ப்பது ரொம்ப சந்தோஷமாக இருக்கும். அவர்கள் பார்க்கிறபோது சுற்றிக்கொண்டு வருவேன். எவ்வளவு பேர் வந்திருக்கிறார்கள் என்று பார்ப்பேன். நிறைய வயதானவர்கள் இருப்பார்கள். அவர்களில் சிலபேர் என்னிடம் சொல்லியிருக்கிறார்கள்: நீங்கள் வருடா வருடம் இதை நடத்த வேண்டும்; நாங்கள் எப்போது வரும் என்று காத்துக்கொண்டிருப்போம். இப்படியெல்லாம் சொல்வார்கள். இலவச அனுமதியுடன் அதுவும் இரவு நேரத்தில் ஒளி வெள்ளத்தில் போட்டிகளை நடத்துவதால் எல்லோரும் வந்து பார்க்கிறார்கள்.

சு. ரா : விளையாட்டு மாணவர்களின் உடல்நலத்துக்கு ஏற்றது என்பது மட்டுமல்ல; வாழ்க்கையையே எதிர்கொள்வதற்கான ஆயத்தத்தையும் தன்னம்பிக்கையையும் அது வளர்க்கிறது. ஒரு பெண் சைக்கிளில் சென்று சில பொருட்களைக் கடைத் தெருவி

லிருந்து வாங்கி வருவது ஒரு சாதாரண நிகழ்வு மட்டுமல்ல. சமூக மாற்றத்தைத் தூண்டும் முக்கிய நிகழ்வு இது. அந்தக் காரியத்தின் மூலம் பல முன் விதிகள் உடைகின்றன. பெண்கள் விளையாட்டு களில் ஈடுபடும்போது உடைகள் சார்ந்த கட்டுப்பாடுகளும் உடை கின்றன. விளையாட்டின் மூலம் உடல்நலமும் ஆளுமையும் வளர் கின்றன.

வசந்தி : திருநெல்வேலியில் மாணவிகள் ஷார்ட்ஸ் அணிந்து விளையாடுகிறார்கள். இதற்கு இந்த ஆறு வருடத்தில் ஆண்களிட மிருந்து எந்தவிதமான *comments*ம் வந்ததில்லை. ரொம்ப மரியாதை யான சூழலில்தான் போட்டிகள் நடக்கின்றன. தமிழ்நாட்டில் பிற இடங்களில் எல்லாம் ஊருக்குள்ளே வைத்து நடத்த மாட்டார்கள். பொதுவாகப் பல்கலைக்கழகங்கள் ஊருக்கு வெளியேதான் இருக் கும். ஒருவேளை எங்கள் பல்கலைக்கழகத்தில் விளையாட்டுத் திடல் இருந்திருந்தால் வ. உ. சி. திடலில் நடத்தியிருக்க மாட் டோமோ என்னவோ. இது தொடர்ந்து நடக்க வேண்டும் என்று நான் நினைக்கிறேன். இந்தப் பெண்களைப் பற்றி நீங்கள் சொன்னீர் கள். தாவணியைத் தவிர வேறு எதையும் போடாத பெண்கள்கூட ஷார்ட்ஸ் போட்டுக்கொண்டு விளையாடுகிறார்கள். எவ்விதத் தடையுமின்றி அவர்களால் விளையாட முடிகிறது. பெண்கள் சைக்கிள் ஓட்டுவது பற்றிச் சொன்னீர்கள். கடந்த வருடம்தான் நான் இதை ஆரம்பித்தேன். கல்லூரியிலிருக்கிற எல்லா மாணவி களும் சைக்கிள் ஓட்டக் கற்றுக்கொள்ள வேண்டும். அவர்கள் கற்றுக்கொண்டதற்குப் பின் கல்லூரியைச் சுற்றியிருக்கிற கிராமத்து, நகரத்துப் பெண்களுக்கு சைக்கிள் ஓட்டக் கற்றுக்கொடுக்க வேண் டும். இதைப் பெரிய திட்டமாகக் கொண்டுபோக வேண்டும் என்று நினைத்தேன். இவ்வாறு இந்தத் திட்டத்திற்குப் பயன்படுத்தும் சைக்கிள்களுக்கு 'சக்தி சைக்கிள்' என்று பெயர் வைத்தோம். துர திருஷ்டவசமாக இதைப் பற்றிக் கடைசி வருடம்தான் யோசித்தேன்.

சு. ரா : முதன்முதலாக சைக்கிள் ஓட்ட யார் கற்றுக்கொடுத்தார் கள்? பல்கலைக்கழக வளாகத்தில் இருக்கும் பலருக்கும் ஓட்டத் தெரியுமா?

வசந்தி : பல்கலைக்கழக வளாகத்திற்குள்ளே நிறையப் பெண் களுக்கு சைக்கிள் ஓட்டத் தெரியும். தெரியாத பெண்களும் இருந் தார்கள். அவர்களுக்குக் கற்றுக் கொடுக்க ஏற்பாடு செய்தோம். அவர்களும் 3, 4 நாட்களில் கற்றுக்கொண்டார்கள். எல்லாக் கல்லூ ரிகளிலும் இத்திட்டத்தை நிறைவேற்றினோம். என். எஸ். எஸ். முகாம் போகும்போது கிராமங்களில் இருக்கும் வயதான பெண்களைத் தவிர்த்து மீதி எல்லாப் பெண்களுக்கும் சைக்கிள் ஓட்டக் கற்றுக் கொடுக்க வேண்டும் என்று சொல்லியிருக்கிறோம். பெண்கள் தங்களுக்கான சுதந்திரத்தை நிலைநிறுத்திக் கொள்வதற்கான ஒரு உத்தியாக இது செயல்படும்.

புதுக்கோட்டையில் கலெக்டர் ஷீலாராணி சுங்கத் அறிவொளி இயக்கம் மூலம் பெண்களுக்கு சைக்கிள் ஓட்டக் கற்றுக் கொடுத்தார்கள். அந்த நேரத்தில் நிறையப் பெண்கள் சைக்கிளில் போனார்கள். அதே மாதிரி நடத்த வேண்டும் என்று எனக்கும் தோன்றிற்று. பெண்களைப் பலவீனமானவர்கள் என்று சொல்வற்கு ஒரு காரணம் அவர்களால் ஆண்களைப் போல் எளிதாக எல்லா இடத்திற்கும் போக முடிவதில்லை. பெண்களைச் சக்தி படைத்தவர்களாகச் செய்வதற்கு இந்த நிலையை மாற்ற வேண்டும். இதை நாங்கள் தொடங்கிய சில வாரங்களிலேயே உற்சாகப்படுத்தும் செய்திகள் வந்தன. ஆழ்வார்குறிச்சிக்கு அருகில் ஒரு கிராமத்தில் இரண்டு ஏழைப் பெண்கள் அவர்களுடைய வருமானத்திற்காக அப்பளம், வத்தல் எல்லாம் பண்ணி விற்பனைக்காகத் தங்கள் அப்பாவையோ, அண்ணனையோ, தம்பியையோ நச்சரித்து வேறு ஊருக்குக் கொடுத்தனுப்புவார்கள். அப்பளம் கொண்டுபோய்ப் போட முடியாத சமயத்தில் அதெல்லாம் வீணாகிவிடும். இந்த இரண்டு பெண்களும் ஒரு கல்லூரி மாணவி மூலம் சைக்கிள் ஓட்டக் கற்றிருக்கிறார்கள். இப்போது அவர்கள் யாரையும் எதிர்பார்க்க வேண்டியதில்லை. அவர்களே எடுத்துக்கொண்டு போய்ப் போட்டுவிட்டு வருகிறார்கள். இதுமாதிரி எத்தனையோ காரியங்கள் நடந்திருக்கின்றன. சைக்கிள் கற்றுக் கொடுக்கும் திட்டத்தைத் தொடங்கும் நிகழ்ச்சி ஒன்று வைத்து கல்லூரிகளிலிருந்து மாணவியர்களை வரவழைத்து நடத்தினோம். இந்த நிகழ்ச்சியில் முதல் சைக்கிளை நான் பரிசாகக் கொடுக்க நினைத்தேன். இந்த சைக்கிளை வாங்குவதற்கு அதற்கு முந்திய நாள் கடைக்குச் சென்றிருந்தபோது பெண்கள் சைக்கிள் மிகவும் குறைவாகவே விற்பனையாவதால் அதற்கான தேவை யெழும் போது மட்டுமே அதை அசெம்பிள் செய்து கொடுப்பதாகத் தெரிவித்தார்கள்.

இந்த சைக்கிள் கற்றுக்கொடுக்கும் திட்டத்தை பெரிய இயக்கமாக நடத்த வேண்டும் என்று ஆசைப்பட்டேன். சில ஆசிரியர்கள் சைக்கிளை நன்கொடையாக வழங்கினார்கள். இந்த இயக்கத்தினுடைய முக்கியக் குறிக்கோள் பெண்களுக்குத் தன்னம்பிக்கை அளிப்பது; அவர்களுக்கு *mobility* அளிப்பது. அடுத்தவர்களை நம்ப வேண்டியதில்லை. வயல் வேலைக்குப் போகக்கூடியவர்கள், சித்தாள் வேலைக்குச் செல்லும் பெண்கள், பள்ளிக்குச் செல்லும் குழந்தைகள் இவர்களெல்லாம் சைக்கிளை நிறையப் பயன்படுத்த வேண்டும் என்று நினைக்கிறேன்.

சு. ரா : கிராமத்தில் பெண்கள் சைக்கிள் கற்றுக்கொள்வதற்கு வாடகை சைக்கிள் கிடைக்காததுகூட ஒரு தடையாக இருக்கலாம்.

வசந்தி : ஒரு கிராமத்தில் என்.எஸ்.எஸ் முகாம் நடத்தும் போது அந்த முகாமின் மூலம் பெண்கள் சைக்கிள் ஓட்டக் கற்றுக் கொள்கிறார்கள் என்றால் அந்தக் கிராமத்திலும் சைக்கிள் கடையில்

பெண்கள் சைக்கிளைக் கொண்டு வைப்பார்கள். பெண்கள் எடுத்துக் கொண்டு போவார்கள். அதில் அவனுக்கு லாபம் இருக்கிறது. ஒரு பஞ்சாயத்துக்கு ஒரு சைக்கிளை யார் மூலமாவது வாங்கிக் கொடுக்கலாம். அந்த சைக்கிளை யாராவது பொறுப்பு எடுத்துக்கொண்டு கிராமத்திலுள்ள எல்லாப் பெண்களும் பயன் படுத்தி முதலில் கற்றுக்கொள்ளலாம். இது பெண்ணடிமைத் தனத்தை ஓரளவு உடைப்பதாக இருக்கும்.

சு. ரா : பெண்களுக்கு அரசாங்கம் சைக்கிள் வாங்கிக்கொடுக்க லாம். 10ஆம் வகுப்பில் தேர்ச்சி பெறும் பெண்களுக்கு இலவசமாக சைக்கிள் தரலாம். சைக்கிள் பெண்களுடைய ஆளுமையை வளர்க் கும் முக்கிய சாதனம். பேச்சால் மாற்ற முடியாதவற்றையும் அந்த வாகனம் மாற்றும்.

வசந்தி : 8ஆம் வகுப்பில் தேர்ச்சி பெற்றவர்களுக்கு 5000 ரூபாய் அவர்களுடைய கல்யாணத்திற்குக் கொடுக்கலாம் என்று சொல்கிறார்கள் அல்லவா. அதைவிட இது முக்கியம். அத்துடன் 8ஆம் வகுப்பு முடித்தால் ஒரு சைக்கிள் கொடுக்கலாம் என்று அரசாங்கம் அறிவிக்கலாம்.

சு. ரா : இது பெரிய விஷயம். சைக்கிள் உற்பத்தியும் விற்பனை யும் அதிகமாகும். பெண்கள் சைக்கிள் கற்றுக்கொள்வதன் மூலம் வெளி உலகத்தையும் கற்றுக்கொள்கிறார்கள். சைக்கிளில் போகும் போது ஏற்படும் பிரச்சினைகள் வெளி வாழ்க்கையைப் பற்றிய புரிதல்களுக்கு உதவலாம். ஏதேனும் ஒரு இக்கட்டு ஏற்படும்போது பிறருடன் கட்டாயமாகத் தொடர்புகொள்ள வேண்டிய அவசியம் ஏற்படும். பிரச்சினைகளுக்குச் சுயமாகத் தீர்வு காண வேண்டிய சந்தர்ப்பம் உருவாகும்.

வசந்தி : ஆமாம். அடுத்தவர்களை எதிர்பார்க்க வேண்டியதும் இல்லை.

சு. ரா : பாரதியார் பார்த்தால் சந்தோஷப்படக்கூடிய பல காரியங்கள் தமிழ்நாட்டில் நடந்துகொண்டிருக்கின்றன. சைக்கிளில் ஒரு பெண் மற்றொரு பெண்ணைப் பின்பக்கம் வைத்துக்கொண்டு போவது, ஒரு பையனை ஒரு பெண் அழைத்துச் செல்வது, பெண் கள் வயதானவர்களை ஏற்றிக்கொண்டு போவது எல்லாம் இன்று நடக்கின்றன. சைக்கிள் பெண்கள் வாழ்க்கையில் புரட்சிகரமான மாற்றங்களைச் செய்யும். அதுபோல் பல விஷயங்கள். பெண்கள் கார் ஓட்டுவதும். பெண்கள் ஜீப் ஓட்டுவது எனக்கு அதிகப்படியான சந்தோஷத்தைத் தருகிறது.

வசந்தி : ஏனென்றால் ஜீப் ஒரு கனரக வாகனம். அதை ஒரு பெண் ஓட்டும்போது ரொம்ப சந்தோஷமாக இருக்கிறது.

சு. ரா : இதுபோன்ற விஷயங்களில் ஆசிரியர்களின் ஒத்துழைப்பு எந்தளவுக்குக் கிடைத்தது? ஆசிரியைகளின் வரவேற்பு கிடைத்ததா?

உதாரணமாக ஒரு மாணவியும் ஆசிரியையும் சைக்கிள் ஓட்டுவது, விளையாட்டுக் களத்தில் மாணவிகள் அணிந்திருக்கும் ஆடைபோல் ஆசிரியையும் அணிவது. இவையெல்லாம் எப்படி எதிர்கொள்ளப் படுகிறது? விளையாட்டுகளில் மாணவிகளோடு ஆசிரியைகளும் பங்கேற்பது முக்கியம் என்று நினைக்கிறேன்.

வசந்தி : எல்லா இடங்களிலும் ஒரேவிதமான ஒத்துழைப்பை எதிர்பார்க்க முடியாது, சில இடங்களில் ஆசிரியைகள் ரொம்ப ஆர்வமாக இருப்பார்கள். சில ஆசிரியைகள் கண்டுகொள்ளாமல் இருப்பார்கள். வேறு வழியே இல்லை வந்து தொலைப்போம் என்று எரிச்சல் பட்டுக்கொண்டே வருபவர்களும் உண்டு. ஆனால் ஓரளவுக்கு நல்ல ஒத்துழைப்பு இருந்தது. இதை நான் ஆரம்பித்த போது பல்கலைக்கழகத்தின் இளைஞர் நலத்துறை இயக்குநராக திரு. மாடசாமி அவர்கள் வந்து சேர்ந்தார்கள். அவர் அறிவொளி இயக்கத்தில் இருந்தவர். பல காலமாக ஆசிரியர் பணியில் இருந்த வர். இந்நிகழ்ச்சிகளை வழிநடத்தக்கூடிய திறமையும் உணர்வும் உள்ளவர். அப்புறம் சில பெண்கள் கல்லூரியில் நல்ல ஒத்துழைப்பு இருந்தது. ஆனால் எனக்கு ஒரு சந்தேகம் இருந்தது. பெண்கள் கல்லூரிகளில் மட்டும் இதை நடத்தலாமா? கோ—எஜுகேஷன் கல்லூரிகளில் பிரச்சினைகள் வருமோ என்று நினைத்தேன். ஆனால் அங்கும் பிரச்சினையின்றி அத்திட்டம் ஒழுங்காக நடந்து கொண்டிருந்தது. இப்போது திண்டுக்கல்லிலும் இதைத் தொடங் கலாம் என்று நினைக்கிறேன்.

சு. ரா : எல்லாக் கல்லூரிகளிலிருந்தும் உங்கள் முயற்சிக்கு ஆதரவு கிடைத்ததா ?

வசந்தி : சிலவற்றிலிருந்து ஆதரவு இல்லை. சில கல்லூரிகளில் நாம் எந்த விஷயத்தைக் கொடுத்தாலும் பெண்களுக்குச் சுதந்திரம் அளிக்கும் எந்தத் திட்டத்திற்கும் அவர்கள் வரவே மாட்டார்கள். திருநெல்வேலியில் ஒரு சுயநிதிக் கல்லூரி இருக்கிறது. அந்தக் கல்லூரியில் படிக்கும் பெண்கள் இன்றைக்கும் சல்வார் கமீஸ் போட முடியாது. புடவைதான் கட்ட வேண்டும். அந்த மாதிரி யான கல்லூரி அது. அந்தக் கல்லூரி இத்திட்டத்தில் பங்கேற்கவே இல்லை.

சு. ரா : அவர்களுடைய எதிர்ப்பு உடை சம்பந்தப்பட்டதா ?

வசந்தி : அதுமட்டுமல்ல. பெண்களைப் பூட்டி வைக்கவேண் டும். காலையில் எழுந்தவுடன் ஹாஸ்டலில் உள்ள எல்லாப் பெண்களும் கல்லூரிச் செயலரின் காலில் விழவேண்டும். கும்பிட்டு விட்டுத்தான் கல்லூரிக்குச் செல்வார்கள். ஆனால் அந்தக் கல்லூரி யில் நன்றாகச் சொல்லித் தருகிறார்கள். அங்கு உபகரணங்களைப் பொறுத்தவரையில் ஒன்றுமே குறைவில்லை. கல்வி அளிப்பதில் அவர்கள் சிறப்பாகச் செயல்படுகிறார்கள். அதிலேயும் பகுதி

V கொண்டு வந்ததற்கப்புறம் அந்தப் பாடத்தில் பெண்களுக்குப் பலவகையான பயிற்சிகள் நடத்தினார்கள். பாட்டு, நடனம், தட்டச்சு இவ்வாறான பாடங்கள் நடக்கின்றன. ஆனால் மாணவிகள் சுதந்திரமாக வெளியே செல்வதை, சுதந்திர உணர்வுகளை வளர்த்துக் கொள்வதை அவர்கள் விரும்பாதவர்கள்.

மாணவர் பிரச்சினைகள்

சு. ரா : நீங்கள் அறிமுகப்படுத்திய பாடத்திட்டங்களை நடை முறைக்குக் கொண்டுவர எதிர்கொண்ட சிரமங்கள், பிரச்சினைகள் பற்றியெல்லாம் விளக்கமாகச் சொன்னீர்கள். சில தெளிவுகள் இருந்ததால் கீழிறங்கி வந்து விவாதங்களை நடத்த முடிந்திருக்கிறது. இந்த ஒன்பது பாடங்களையும் மாணவர்கள் கற்றுக்கொண்டபின் ஏதும் பயன் அடைந்தார்களா? உதாரணமாக, மாணவர்களுக்கு மனித உரிமைகள் பற்றித் தெரியவந்தபோது தனக்கு இருக்கும் உரிமைகள் பற்றிய அறிவு சார்ந்து அவற்றை உறுதிப்படுத்திக்கொள் ளும் முயற்சியை மேற்கொண்டார்களா? அதே மாதிரி நுகர்வோர் உரிமை பற்றி அறிந்துகொண்டபோது எந்த அளவுக்கு விழிப்பு நிலை ஏற்பட்டது? எந்த அளவுக்கு நுகர்வோர் உரிமையை நடை முறையில் பயன்படுத்தினார்கள்? பொருள்களை வாங்குவதில் நுகர்வோர் திறன் வெளிப்பட்டால்தான் பொருள்களை விற்பதிலும் கவனம் உருவாகும். ஆனால் இந்த அரிய விஷயங்களைப் பாடங் களாக மாற்றும்போது நடைமுறை சார்ந்து நோட்ஸ் எல்லாம் உருவாக்கப்பட்டுவிடுவதால் திட்டம் போதிய வெற்றி தராமல் போக அதிக வாய்ப்பு இருக்கிறது. புத்தகங்களை மாணவர்களும் ஆசிரியர்களும் ஒதுக்கி வைத்துவிட்டுத் தேர்வுக்கு என்னென்ன கேள்விகள் வரும்; சென்ற தேர்வில் சில கேள்விகள் வந்திருப்பதால் அவை இந்தத் தேர்வில் வராது; இந்தக் குறிப்பிட்ட பகுதிகளை மட்டும் உருப்போட்டுப் படிக்க வேண்டும் என்ற தளத்திற்குப் படிப்பு கொச்சைப் படுத்தப்பட்டுவிடுகிறது. வெற்றி பெறுவதற்கான தந்திரங்கள் அதிக முக்கியத்துவம் பெற்றுவிடுகின்றன. இப்போது குறிக்கோள் தொலைக்கப்பட்டு விடுவதையும் கற்றுக்கொள்ளும் காரியத்தின் மீது அடையாளங்களும் சடங்கு சம்பிரதாயங்களும் கவிந்துவிடுவதையும் பார்க்கிறோம். ஒவ்வொன்றினுடைய ஆத்மா வையும் பிடிவாதமாகத் தக்கவைத்துக்கொள்ள வேண்டியது ஆசிரி யர்களுடைய கடமை. ஆனால் அவர்கள் ஆத்மாவை இழந்துவிட்டு அடையாளங்களுக்குள் விழுந்துவிடுவது ஏமாற்றத்தைத் தருகிறது.

வசந்தி : நீங்கள் சொல்வது சரியானது. இந்தப் பாடங்களில் பலவும் ஓரளவுக்கு அப்படித்தான் அர்த்தமற்று நடக்கின்றன. எல்லாப் பாடங்களுக்கும் ஒரே புத்தகத்தில் விஷயங்கள் கிடையாது. ஆசிரியர்கள் பல புத்தகங்கள் படிக்க வேண்டும். அவர்கள் படிப்

பதற்குத் தயாராக இல்லை. பொது அறிவுப் பாடத்திற்கு விரிவான கேள்வி வங்கி ஒன்றை உருவாக்கினோம். ஒவ்வொரு பாடத்திட்டத் திற்கும் புத்தகங்கள் வரவில்லையே தவிர எல்லா வகுப்புகளும் நடந்துகொண்டுதான் இருக்கின்றன.

மாணவர்கள் வெளியுலகத்துக்குப் போய் ஏதாவது ஒரு சின்ன புராஜெக்ட் சொந்தமாகச் செய்தாக வேண்டும். உதாரணத்திற்கு பெண்கள் நிலை என்ற பாடத்திற்குப் பெண்களிடம் ஒரு சர்வே நடத்தட்டும். அவர்கள் பிரச்சினைகளைப் பற்றி ஒரு அறிக்கை தயாரிக்கட்டும். பத்திரிகையில்கூட இதைப்பற்றி நிறைய வருகிறது. அதையெல்லாம் பெரிய ஆல்பமாகத் தயாரித்து அளிக்கலாம். நுகர்வோர் பாதுகாப்புப் பாடத்தைப் பற்றிக் கற்றுக்கொடுக்கும் போது மாணவர்களை நுகர்வோர் நீதிமன்றத்திற்கு அழைத்துச் செல்லுமாறு கூறியிருக்கிறேன். அங்கு புத்தகத்தைவிட அவர்கள் நிறையக் கற்றுக் கொள்வார்கள். சில கல்லூரிகளில் இதனைச் செய்ய முயன்றார்கள். சில கல்லூரிகளில் ஆரம்பித்து அப்புறம் விட்டுவிட்டார்கள். சென்ற ஆண்டு ஒரு சிறிய மாற்றத்தைக் கொண்டு வந்தோம். இந்த social value education பாடங்களில் 10% மார்க் சொந்தமாக ஒவ்வொரு மாணவரும் செய்யும் ஒரு சிறிய புராஜெக்டுக்கு அளிக்கப்படும்.

இந்த social value education பாடங்களில் இன்னொரு முக்கியமான அம்சம், மாணவர்கள் இந்த ஒன்பது பாடங்களில் எதை வேண்டு மானாலும் தேர்ந்தெடுப்பதற்கான வாய்ப்பு கொடுக்கப்பட்டது. இந்த ஒன்பது பாடங்களுமே optionals. கெமிஸ்ட்ரி பற்றிப் படிக்கும் ஒரு மாணவிக்கு 'நுகர்வோர் பாதுகாப்பு' பற்றிக் கற்றுக்கொள்ள வேண்டுமென்ற ஆர்வம் இருக்கலாம். அதே வகுப்பிலிருக்கும் மற்றொரு மாணவிக்கு 'இந்தியச் சுதந்திரப் போராட்டம்' படிக்க விருப்பமிருக்கலாம். இந்த விருப்பங்களுக்கெல்லாம் வாய்ப்புக் கொடுக்கும் வகையில் ஒவ்வொரு கல்லூரியும் ஒன்பது பாடங்களை யும் நடத்த வேண்டும். குறைந்தது ஆறாவது நடத்த வேண்டும். ஆனால் நமது அமைப்பில் இப்படி மாணவர்கள் விருப்பத்தை மதிப்பது என்பதே இல்லாமல் போய்விட்டது. சில கல்லூரிகளில் ஒரு வகுப்பு மாணவர்கள் அனைவரும் ஒரு குறிப்பிட்ட social value education பாடம்தான் எடுக்க வேண்டுமென்று திட்டவட்ட மாக வரையறுத்துவிட்டார்கள். கெமிஸ்ட்ரி மாணவர்கள் அனை வரும் அறிவியல் வரலாறுதான் எடுக்க வேண்டும். Economics மாணவர்கள் எல்லாம் Ecology and Environmentதான் எடுக்க வேண்டும் என்று மறுபடியும் ஒரு இறுக்கத்தைக் கொண்டு வந்து விட்டார்கள். அப்புறம் அந்த மாணவர்களுக்கு அவர்கள் விருப்பம் என்பது எங்கே இருக்கிறது? இது தெரியவந்தவுடன் மீண்டும் கல்லூரிகளுக்கு அறிவுரை அளித்து மாணவர்களுக்கு option கொடுக்க வைத்தோம்.

சு. ரா : மாணவர்களுடைய கண்ணோட்டத்தைச் சிறிதளவிலேனும் இது மாற்றியுள்ளதா?

வசந்தி : கொஞ்ச அளவுக்காவது மாற்றியிருக்கும் என்று நினைக்கிறேன். பெண்கள் சிலர் வருகிறபோது நான் அவர்களிடம் Status of Women பேப்பரைப் பற்றி நிறையக் கேட்டிருக்கிறேன். அப்போது அவர்கள், நாங்கள் படிக்கிறோம். எங்கள் வகுப்பில் விவாதத்திற்கு நேரம் அளிக்கிறார்கள். பிரச்சினைகளை நாங்கள் யோசிக்கிறோம். அவற்றிலிருந்து மீண்டு வருவது எப்படி என்று எங்களுக்குத் தெரியவில்லை என்று சொல்கிறார்கள். இதுவே ஒரு முன்னேற்றம் தான்.

சு. ரா : கவுன்சிலிங் (counselling) பற்றி நான் உங்களிடமிருந்து விரிவாகத் தெரிந்துகொள்ள வேண்டும் என்று நினைக்கிறேன்.

வசந்தி : மாணவர்களுக்கு counselling and guidance ரொம்பத் தேவை. மாணவர்கள் தங்கள் பிரச்சினைகளையோ, தங்கள் மனதிலிருக்கும் கேள்விகளையோ போய்க் கேட்பதற்கு, பேசுவதற்கு ஆள் வேண்டும். அந்த மாதிரி வழிகாட்டுதல்கள் தேவை. எல்லாக் கல்லூரிகளிலும் counselling கட்டாயம் கொண்டு வரவேண்டும் என்று முயற்சி எடுத்தோம். இதை restructuringன் ஒரு பகுதியாக அறிமுகம் செய்தோம். ஒவ்வொரு கல்லூரியிலும் மாணவர்களிடம் தடையில்லாமல் பழகக்கூடிய ஆசிரியர்களைத் தேர்ந்தெடுத்து கவுன்சிலிங் பற்றிய பயிற்சிப் பட்டறைகள் நடத்தினோம். நான் சேர்ந்த முதல் ஆண்டிலேயே நான்கு கட்டப் பயிற்சி நடத்தினோம். சென்னையிலிருந்தும் திருச்சியிலிருந்தும் கவுன்சிலிங்கில் தேர்ச்சியுள்ளவர்களை வரவழைத்து நடத்தினோம். இதன் பின்னர் இவர்கள் கவுன்சிலராகக் கல்லூரியில் செயல்பட வேண்டும் என்று கூறினோம். அது சில கல்லூரிகளில் நடக்கிறது. அப்படி நடந்தாலும் சில மாணவர்கள்தான் அவர்களிடம் பேசுகிறார்கள். பல கல்லூரிகளில் நடக்கவேயில்லை. இந்தக் கவுன்சிலராகத் தேர்ந்தெடுக்கப்பட்ட ஆசிரியர்களிடம் சின்ன விஷயமானாலும் நிர்வாகம் சம்பந்தப்பட்ட பிரச்சினைகளைக் கொண்டு செல்லும் போது அந்தந்த நிர்வாகங்கள் தாங்கிக்கொள்ளவில்லை என்று நான் கேள்விப்பட்டேன்.

ஒரு மாணவிக்கு ஏதோ பிரச்சினை. கவுன்சிலரிடம் போய்ச் சொல்லியிருக்கிறாள். அந்தக் கவுன்சிலர் மாணவியிடம் அதைப் பற்றிப் பேசியிருக்கிறார். அது அந்த மாணவியுடைய பெற்றோருக்கு ஆத்திரம். நீ யார் என் குழந்தையிடம் பேசுவதற்கு என்று கேட்டிருக்கிறார்கள். அதைப் பெரிய பிரச்சினையாக்கி அவளை அந்தக் கல்லூரியிலிருந்தே நிறுத்திவிட்டார்கள். கல்லூரிகளில் இளம் ஆசிரியருக்குத்தான் மாணவர்களிடம் பழகக்கூடிய மனப்பாங்கு இருக்கிறது. ஆனால் இளம் ஆசிரியருக்கு அந்த வாய்ப்பைக் கொடுப்பதற்கு மூத்த ஆசிரியர்களும் நிர்வாகங்களும் தயாராக இல்லை.

சு. ரா : கல்லூரியில் கவுன்சிலிங் ஆரம்பிக்க நீங்கள் எடுத்துக் கொண்ட முயற்சிகளைப் பற்றிச் சொன்னீர்கள். மாணவ, மாணவி களின் பிரச்சினைகளை நுட்பமாகக் கேட்டுத் தெரிந்துகொள்ளும் ஆர்வம் கொண்ட ஆசிரியர் குழுவை உருவாக்க முடிந்தால் இரு தரப்பினரும் மனம் திறந்து பேசும் சூழல் தோன்றும். மாணவர்களது பிரச்சினைக்கு உடனடியாக ஆசிரியரால் ஒரு தீர்வு காண முடி யாமல்கூட இருக்கலாம். பிரச்சினை சார்ந்த விவாதம் மன அழுத் தத்தைக் குறைப்பதே தீர்வை நோக்கிச் செல்ல மாணவனைத் தூண்டக்கூடும். பகிர்ந்துகொள்ள நெருக்கமாகவும் அந்தரங்கமாக வும் ஒருவர் இருக்கிறார் என்பதே மாணவர்களுக்கு ஆசுவாசத்தை அளிக்கும். மாணவர்களின் பிரச்சினைகளைக் கல்விப் பின்னணி போதியளவு இல்லாத பெற்றோர்களால் புரிந்துகொள்ள முடியாது. ஆகவே பல மாணவர்களாலும் தங்கள் பெற்றோர்களுடன் பகிர்ந்து கொள்ள முடியாமல் போய்விடுகிறது. முக்கியமாகப் பாலியல் சம்பந்தப்பட்ட பிரச்சினைகளுக்கு நிவாரணம் தேட யாரை அணுக வேண்டும் என்பதே அவர்களுக்குத் தெரியவில்லை. வளர்ந்து வரும் காலத்தில் வெளியே சொல்ல முடியாத எவ்வளவோ பிரச்சினைகள் தலைதூக்குகின்றன. மாணவர்களின் பிரச்சினைகளுக்கு ஒரு வடிகால் ஏற்படுத்த வேண்டும் என்ற எண்ணம் ஏற்பட்டுத்தான் நீங்கள் கவுன்சிலிங்கைத் தொடங்கினீர்களா?

வசந்தி : அவ்வாறு செய்ய வேண்டும் என்ற எண்ணத்தில் தான் ஆரம்பித்தோம். ஆனால் சில நிறுவனங்களில்தான் இது நடந்திருக்கிறது. குறிப்பாகக் கத்தோலிக்க நிறுவனங்களில் கவுன் சிலரை நியமித்திருக்கிறார்கள். அவர்களுக்கு நிதியுதவி கிடைக்கிறது. இது எவ்வளவு தூரம் உண்மையாகவே மாணவர்களுக்குப் பயன ளிக்கக்கூடிய விதத்தில் நடக்கிறது என்பது தெரியவில்லை. ஒரு கல்லூரி என்று சொன்னால் அதன் அடிப்படைக் கட்டுமானத் தேவைகளில் கவுன்சிலர் நியமனமும் ஒரு பகுதியாக இருக்க வேண்டும். யு. ஜி. சி. நடத்திய தேசிய அளவிலான ஒரு கூட்டத்தில் கவுன்சிலர் நியமனத்திற்கு ஒரு தீர்மானம் கொண்டு வந்தேன். இதனை விளக்கிப் பேசினேன். எல்லாத் துணை வேந்தர்களும் ஒத்துக்கொண்டார்கள். ஆனால் ஒரு துணைவேந்தர் மட்டும் அது ஒரு மேற்கத்திய சிந்தனை; அந்த மாதிரியான பிரச்சினைகள் இங்கு யாருக்கும் கிடையாது. நம் நாட்டில் குடும்பத்திற்கென்று ஒரு பாரம்பரியம் இருக்கிறது. குடும்பத்திற்குள்ளாகவே அனைத்துப் பிரச்சினைகளும் தீர்க்கப்படுகின்றன. அதனால் கவுன்சிலிங் தேவை யில்லை என்று கூறினார். அதற்கு நிறைய விவாதம் நடந்தது. பின்னர் தீர்மானம் ஏற்றுக்கொள்ளப்பட்டது. தீர்மானம் ஏற்றுக் கொள்வது மட்டுமின்றி நிதி ஒதுக்கீடும் அதற்குச் செய்ய வேண்டும் என்று நான் சொன்னேன். இன்றைக்குக் கவுன்சிலிங் வழங்குபவர் களுக்கு என்று தனியே யு. ஜி. சி. யில் நிதி கிடையாது. அதற்கான

திறமை மற்றும் ஆர்வம் இருக்கக்கூடிய ஆசிரியர்களைக் கவுன்சிலிங்குக்குப் பயன்படுத்துவதில் சிரமம் இருக்கிறது. கவுன்சிலிங்கில் தேர்ச்சி பெற்றவர் என்றால் பிரச்சினைகளை வெளிப்படையாகப் பேசலாம். நான் கும்பகோணம் கல்லூரியில் முதல்வர் ஆனபோது நிறையப் பிரச்சினைகள் இருந்தன. பிரச்சினையுள்ள கல்லூரி என்று கூறினார்கள்.

சு. ரா : கும்பகோணம் ஒரு பாரம்பரியம் மிக்க ஊர். அந்த ஊரிலும் நிறையப் பிரச்சினைகள் இருந்ததா?

வசந்தி : இன்றைக்கு எல்லோருமே ஓரளவுக்குப் பாரம்பரியத்தை விட்டு வரக்கூடிய நிலைக்கு வந்துவிட்டார்கள். அதனால் பாரம்பரியமான சமூகத்தில் இருக்கிறவர்களுக்கு இன்னும் அதிகமான பிரச்சினைகள் இருக்கின்றன என்று நான் நினைக்கிறேன். தொடர்பியல் சாதனங்கள் மூலமாக அவர்களுக்கு நிறையக் கருத்துகள் போய்ச் சேர்ந்தாலும் அந்தக் குழந்தைகளுக்குப் பலவகைப்பட்ட சந்தேகங்கள் இருக்கின்றன. அவர்களுக்கும் நிச்சயமாகப் பிரச்சினைகள் இருக்கின்றன. நான் அந்தக் கல்லூரிக்குச் செல்வதற்கு முன்பு அங்கு பல பிரச்சினைகள் உருவாகியிருந்தன. அந்தக் கல்லூரியை மூடப்போகிறார்கள் என்ற பேச்சுகூட அடிபட்டது. முதல்வராக எனக்குப் பதவி உயர்வு கிடைத்தவுடன் முதல் போஸ்டிங் அந்தக் கல்லூரியில். "மிகவும் பிரச்சினை உள்ள கல்லூரி. எனக்கு முதல்வராகப் பணி புரிந்த அனுபவமும் இல்லை. நான் அந்த ஊருக்குப் போகமாட்டேன் என்பதற்காகச் சொல்லவில்லை. வேறு எந்த ஊருக்கு என்றாலும் போடுங்கள்" என்று கல்லூரி இயக்குநரிடம் கூறினேன். அவரும் "இந்தப் பிரச்சினையைச் சமாளிப்பதற்கு நீங்கள்தான் சரியான ஆள் என்பதால் உங்களிடம் சொல்கிறோம். இதைப் பற்றி யோசித்துத் தான் ஒரு முடிவெடுத்தேன். வெறும் நிர்வாக அனுபவம் இருக்கிற ஒருவரால் இவ்வளவு தூரம் மோசமாக இருக்கிற கல்லூரியைச் சீர்திருத்த முடியுமா என்பது எனக்குத் தெரியவில்லை. வெளியில் சமுதாயத்துடன் நிறையத் தொடர்புடையவரால்தான் இது முடியும் என்று எண்ணித் தான் இந்த முடிவிற்கு வந்தேன்" என்று சொன்னார். யோசித்துப் பார்த்தேன். சரி, ஏதாவது செய்யலாம் என்று நினைத்து அங்கே போனேன். அந்தப் பிரச்சினைகளை என்னால் எளிதில் தீர்க்க முடிந்தது.

சு. ரா : அந்தப் பிரச்சினைகளை நீங்கள் எவ்வாறு எதிர்கொண்டீர்கள்?

வசந்தி : அரசுக் கல்லூரியில் படிக்கக்கூடிய மாணவிகள் மிகவும் வறுமையான பின்னணியிலிருந்து வருபவர்கள். ஹாஸ்டலில் இருக்கிற மாணவிகள் எல்லாம் பக்கத்தில் இருக்கிற கிராமத்திலிருந்து வருகிறவர்கள். நீங்கள் சொன்னமாதிரி கும்பகோணம்

ஒரு பாரம்பரியமான ஊர். பழமையான மனோபாவத்தில் ஊறிப் போன ஒரு கல்லூரி. அந்தக் கல்லூரி பற்றி நிறைய மோசமான வதந்திகள் பரவியிருந்தன. பத்திரிகைகளில் செய்திகள் வெளியாகி யிருந்தன. பல மாணவிகளைப் பெற்றோர்கள் கல்லூரியிலிருந்து நிறுத்தி விட்டார்கள். அங்கு பணிபுரிகிற ஆசிரியர்கள் இந்தக் கல்லூரி என்ன ஆகுமோ என்ற அச்சத்தில் இருந்தார்கள். ஒருவரை யொருவர் சந்தேகத்துடன் பார்த்துக்கொள்ளும் நிலை இருந்தது. அந்தக் கல்லூரியில் ஒவ்வொரு வருடமும் நாலைந்து மாணவிகள் தற்கொலை செய்து கொள்வார்கள் என்றும் சொன்னார்கள். ஒவ்வொருநாளும் அசெம்பிளியில் பிரச்சினைகளைப் பற்றிப் பேசினோம். நாம் எல்லோருமாகச் சேர்ந்து நம் பிரச்சினைகளை ஒன்றிணைந்து தீர்க்க முயற்சி செய்வோம். இதை ஒரு சவாலாக எடுத்துக்கொண்டு நாம் சமூகத்தைத் தைரியத்துடன் எதிர்நோக்கு வோம். நம்மைப் பற்றிய அவமான உணர்வு நமக்குத் தேவையில்லை என்று ஆசிரியர்களுடன் பேசினேன். பெற்றோர்களை வரவழைத்துக் கூட்டம் நடத்தினோம். மாணவிகளைக் கல்லூரியிலிருந்து நிறுத்தி விட வேண்டாம் என்று கூறினோம். உங்களுக்கு ஏதாவது நடப் பதாகத் தகவல் தெரிந்தால் அதை எங்களுக்குத் தெரிவியுங்கள் என்று கூறினோம்.

மாணவிகளின் தற்கொலை பற்றி விசாரித்ததில் பாதி மாணவி களுக்கு மேல் காதல் தோல்வியில்தான் தற்கொலை செய்து கொண் டார்கள் என்பது தெரிய வந்தது. 18,19 வயதிற்குள் காதலித்துத் தோல்வி அடைந்து தற்கொலையென்றால், அவர்களுக்குத் தங்கள் பிரச்சினைகளை மனம் திறந்து பேசக்கூடிய நபர்கள் கிடைத்தி ருந்தால் இத்தகைய முடிவை எடுத்திருக்க மாட்டார்கள். "நம் கல்லூ ரியில் கவுன்சிலிங் ஆரம்பிப்போம். நம் கல்லூரியின் கௌரவத்தை நாம் தான் காப்பாற்றியாக வேண்டும்" என்று சொன்னேன். ஐந்தாறு ஆசிரியர்களை இதற்கு முன்வருமாறு கேட்டுக்கொண் டேன். அந்த ஆறுபேரையும் அசெம்பிளியில் அறிமுகம் செய்தேன். மாலை நாலு மணிக்கு மேல் அவர்களிடம் போய்ப் பேசுங்கள். என்னிடம் நேரில் வந்து பேசுங்கள் என்று கூறினேன்.

சில மாதங்களில் வெள்ளி விழா வந்தது. எல்லாத் துறைகளிலும் பொருட்காட்சிகள் நடத்தினோம். "நிறைய நிகழ்ச்சிகள் தயாரியுங் கள். வெளியில் சென்று நிறையத் தகவல்களைத் திரட்டி வாருங்கள். தைரியமாகச் செல்லுங்கள்" என்று கூறினோம். நாங்கள் ஒரு கூட்டுக்குள்ளே அவர்களை முடங்கிக் கிடக்க விடவில்லை. நானே சில இடங்களுக்கு அவர்களை அழைத்துச் சென்றேன். "மற்றவர் களுக்குப் பிரச்சினைகள் எவ்வளவு இருக்கிறது என்று தெரிந்தால், உங்களுடைய பிரச்சினைகள் பூதாகரமாகத் தெரிந்து, உங்களையே அழித்துக்கொள்ளும் நிலைமைக்கு வரமாட்டீர்கள்" என்றேன். அந்தக் கல்லூரி ஹாஸ்டலில் மாணவிகளுக்கு வரும் கடிதங்களைப் பிரித்துப் படிப்பது ஒரு வழக்கமாக இருந்து வந்தது.

சு. ரா : வார்டனா பிரித்துப் படிப்பார்?

வசந்தி : வார்டன் அல்லது வேறு யாராவது பிரித்துப் படிப் பார்கள். அப்படிப் பிரித்துப் படித்துவிட்டுப் பிரச்சினைகள் இருந்தால் அதற்கு ஏதும் தீர்வு கண்டிருக்கிறார்களா என்று கேட் டால் ஒன்றுமே அப்படிச் செய்யவில்லை. மாணவிகளை நம்பி அவர்களிடம் கடிதங்களைக் கொடுக்க வேண்டும். அவர்களை நம்பிச் செயல்படுகிறோம் என்பதே அவர்களுக்குப் பெரிய சந்தோஷ மாக இருக்கும் என்று சொல்லிக் கடிதங்களைப் பிரித்துப் படிப்பதை நிறுத்தினேன். சில பெற்றோர்கள் இதை ஒப்புக்கொள்ளவில்லை. "பொம்பளைப் பிள்ளைகளுக்கு வர லெட்டரை என்னன்னு பாக் காமே அப்படியே கொடுக்கறதா? என்ன அநியாயம்! எங்காவது கேள்விப்பட்டிருக்கிறோமா? ஒவ்வொரு பிள்ளைக்கும் எவனோ லெட்டர் எழுதுகிறான். அதை நீங்கள் பிரித்துப் பார்க்காமல் இருக்கிறீர்கள் என்று சொன்னால் என்ன அர்த்தம்" என்று கேட் டார்கள். இந்த ஹாஸ்டலில் உங்கள் பெண் இருக்க வேண்டும் என்றால் இந்த விதிகளை நீங்கள் ஏற்றுக்கொள்ளத்தான் வேண்டும். அதனாலே ஒன்றும் தப்பாகிவிடாது. நான் இருக்கிற கல்லூரியில் கடிதங்கள் பிரித்துப் படிப்பதை அனுமதிக்க மாட்டேன் என்றேன். மாணவிகள் மிகவும் சந்தோஷப்பட்டார்கள். அதே ஹாஸ்டலில் தான் நானும் தங்கியிருந்தேன். பல அனுபவங்கள். இரவில் சில சமயம் ஒரு மாணவி கதவைத் தட்டுவாள் அழுதுகொண்டே. அறைக்குள் நுழைந்தவுடன் அவள் முதலில் வேண்டுவது 'மாடம், நான் சொல்வதை எங்கள் ஆசிரியரிடம் சொல்லிவிடாதீர்கள்' என்பது தான். ஏதேதோ பிரச்சினைகளைக் கொட்டுவார்கள். ஆனால் அந்த இரண்டு வருடங்கள் தற்கொலை எதுவும் நடக்க வில்லை. காப்பாற்றி விட்டோம் என்று நினைக்கிறேன்.

ஒரு முறை ஒரு முக்கியமானவர் வந்திருந்த கூட்டம் நடந்து கொண்டிருந்தபோது எனக்குப் பின்னால், திரைக்குப் பின்னால் ஒரு வாக்குவாதம். இரு மாணவிகள் ஒரு கடிதத்தை என்னிடம் ஒப்படைப்பதற்குத் தவித்துக் கொண்டிருந்ததைப் பார்த்தேன். அந்தக் கடிதத்தை வாங்கிப் பார்த்தபோது அது ஒரு மாணவி எழுதிய கடிதம். "இக்கடிதம் காணும்போது நான் தற்கொலை செய்துகொண்டிருப்பேன்" என அதில் எழுதியிருந்தது. உடன் நான் இரு ஆசிரியர்களையும், அந்த இரு மாணவியரையும் அந்தப் பெண்ணின் வீட்டிற்கு, தஞ்சாவூருக்கு அனுப்பி வைத்தேன். அந்த மாணவியைத் தற்கொலையின் விளிம்பிலிருந்து காப்பாற்ற முடிந்தது. அந்தப் பெண்ணின் அம்மாவுக்கும் அவளுக்கும் இடையே பிரச் சினை. அப்பா இல்லை. அம்மாவை அழைத்துப் பேசி அவளை ஹாஸ்டலில் சேர்த்துவிட்டுப் போகச் சொன்னேன். நாளடைவில் அவளுடைய திறமைகள் பலவிதங்களில் வெளிப்பட்டது. மூன்று மாதங்களுக்குப் பின் கிராமங்களில் நடத்திய என்.எஸ்.எஸ்.

முகாமில் முழுமையான அளவில் பங்கேற்றுச் சிறந்த மாணவியாகத் தேர்ந்தெடுக்கப்பட்டாள். மாணவிகளுடைய மனதில் உள்ளதைக் கொட்டுவதற்கு ஒரு ஆள் வேண்டும். எனவே கவுன்சிலிங் தொடர்ந்து பண்ணினால் மாணவர்கள் மனதை ஆசிரியர்கள் தொட்டுவிடுகிறார்கள். அவர்களை ஈர்க்கிறார்கள். அவர்களுடைய வாழ்க்கையை மாற்றியமைக்க முடிகிறது.

சு. ரா : இந்த மாதிரியான குழுக்கள் எல்லாக் கல்லூரிகளிலும் இருக்க வேண்டும் என்று நினைக்கிறீர்களா?

வசந்தி : நிச்சயமாக நினைக்கிறேன். அதனால் மாணவர்களுக்குப் பெரியளவில் பயன் இருக்கிறது. அவர்களின் நம்பிக்கையைப் பெற முடிகிறது. அவர்கள் மனதை நிச்சயமாகத் தொடுகிறோம். மாணவர்களிடம் *empathy* இருக்கிற ஆசிரியர்களைத் தேர்ந்தெடுத்து, அவர்களுக்குக் கவுன்சிலிங்கில் தேர்ந்தவர்களைக் கொண்டு பயிற்சி அளிக்க வேண்டும். அதைவிடச் சிறந்தது புரொபஷனல் கவுன்சிலர்களை நியமிப்பது. பக்கத்தில் இருக்கின்ற மூன்று, நான்கு கல்லூரிகள் சேர்ந்துகூட ஒரு கவுன்சிலரை நியமித்து, அந்தக் கல்லூரி மாணவர்கள் அனைவரும் பயன் பெறச் செய்யலாம்.

சு. ரா : நம் சமூகத்தில் வயதானவர்களுக்குக்கூடச் சின்னச் சின்னச் சந்தேகங்கள் இருக்கின்றன. அந்தச் சந்தேகங்களை யாரிடம் கேட்பது என்று தெரியாமல் விழித்துக் கொண்டிருக்கிறார்கள்.

வசந்தி : சரிதான். எத்தனையோ பிரச்சினைகள். அதைப் பற்றிப் பேச முடியவில்லை. அந்தக் கல்லூரியில் அந்த வருடம் ஜனவரி மாதம் வெள்ளி விழா நடத்தினோம். "ஆறு மாதத்திற்கு முன் கல்லூரியைவிட்டு எல்லோரும் ஓடிக்கொண்டிருந்தார்கள். இன்றைக்குக் கல்லூரியைத் தேடி எல்லோரும் வந்துகொண்டிருக்கிறார்கள்" என்று சொல்லி ஆசிரியர்களும், மாணவியரும், முக்கியமாகப் பெற்றோரும் மிகவும் மகிழ்ச்சியும் பெருமையும் அடைந்தார்கள். ஒவ்வொரு துறையிலும் கலை நிகழ்ச்சியும் பொருட்காட்சியும் வைக்கச் சொல்லியிருந்தோம். மாணவிகள் முழு ஈடுபாட்டுடன் அதில் பங்கேற்று விழா மிகவும் சிறப்பாக நடந்தது. அவர்களை ஒடுக்கும் போதுதான் நிறையத் தவறுகள் நடக்கின்றன.

ஹமீது : பாலியல் கல்வித் திட்டத்தை உங்கள் கல்லூரி மாணவிகளுக்கு நடத்தினீர்களா? அதற்குப் பெற்றோர்களின் எதிர்ப்பு இருந்ததா?

வசந்தி : நம் சமூகம் பல வகைகளில் தடைகள் நிறைந்தது. ஆண்களைக் கண்டவுடன் அவர்கள் எளிதாகக் கவரப்படுகிறார்கள். அம்மா குழந்தையை மடியில் வைத்துக் கொண்டுதானே சினிமா பார்க்கிறாள். அப்போது நீங்களே அந்தக் குழந்தைகளுக்குப்

பாலியல் காட்சிகளைக் காட்டிவிட்டு அதிகமாகச் சொல்லிக் கொடுக்கக் கூடாது என்று சொன்னால் என்ன அர்த்தம்?

இன்றைக்கு எயிட்ஸ் முகாம் எவ்வளவோ நடத்துகிறார்கள். உயர் நிலைப் பள்ளிகளில்கூட எயிட்ஸ் முகாம் நடத்துகிறார்கள். எப்படி நடத்துகிறார்கள் என்றால் அதைப் பற்றிய அடிப்படையான பாலியல் கல்வியை அளித்துவிட்டுத்தான் எயிட்ஸ் பற்றி நடத்து கிறார்கள். இதனைக் கல்லூரி ஆசிரியர் நடத்துவதைவிட வெளியி லிருந்து ஆசிரியர் நடத்தினால்தான் கேட்பார்கள். நம் ஆசிரியர்கள் நடத்தினால் வெட்கப்படுவார்கள். நம் ஆசிரியர்களுக்கே இதைப் பற்றிச் சொல்லத் தெரியாது. எல்லோருக்கும் தெரியாது என்று சொல்ல முடியாது.

சு. ரா : பாலியல் கல்வி கற்றுத் தருவது வரவேற்கத்தக்கதுதான். பெண் குழந்தைகளுக்குப் பாலியல் கல்வி கற்றுத் தருவதைப் பெற்றோர்கள் எதிர்க்கலாம். ஆனால் அதே பெற்றோர்களுக்குத் தங்கள் பெண்கள் மருத்துவக் கல்லூரியில் படிக்க வேண்டும் என்ற ஆசை மட்டும் இருக்கிறது.

வசந்தி : நீங்கள் சொல்வது முற்றிலும் சரிதான்.

மதிப்பீடு

சு. ரா : ஒரு துறை சார்ந்த அறிவை மாணவர்களுக்குப் புகட்டத் தான் பாடத்திட்டங்களையே உருவாக்குகிறோம். ஆனால் தேர்வு மூலம் இது குலைந்துவிடுகிறது. இந்த வகையான தேர்வு முறை இந்தியாவில்தான் இந்த அளவுக்குப் பரவலாகவும் தீர்மான மாகவும் இருக்கிறது என்று சொல்கிறார்கள். இந்த முறைக்கு மாற் றாக மற்றொரு முறையை உருவாக்க முடியுமா? நீங்கள் இதைப்பற்றி யோசித்திருக்கிறீர்களா? மற்ற தேசங்களில் மாணவர்களின் அறிவை எப்படி மதிப்பீடு செய்கிறார்கள்?

வசந்தி : எந்தக் கல்வியாளரும் முக்கியக் கவனம் செலுத்த வேண்டிய பிரச்சினை இது. தேர்வுமுறையைச் சீரமைப்பது பற்றி நிறையப் பேசியிருக்கிறோம். தேசிய அளவில் நிறைய விவாதங்கள் நடத்தியிருக்கிறோம். ஆலோசனைகள் கூறியிருக்கிறோம். தெற்கு ஆசியாவில் மட்டும்தான் பல்கலைக் கழகங்கள் பல்லாயிரக்கணக் கான மாணவர்களுக்குத் தேர்வு நடத்தும் முறை இருக்கிறது. உலகில் வேறு எங்கேயும் இத்தகையத் தேர்வுமுறை கிடையாது. கற்றுக் கொடுக்கும் அந்தந்த ஆசிரியர்கள்தான் மாணவர்களை மதிப்பீடு செய்கிறார்கள். ஒவ்வொரு நிறுவனத்தையும் பொறுத்து மதிப்பீடுகள் செய்யும் முறை மாறுகிறது. சில மாதிரிகளைப் பின்பற்றுகிறார்கள். ஆனால் ஆசிரியர்கள்தான் தங்கள் வகுப்பு மாணவனை மதிப்பீடு செய்வார்கள். அவரைத் தவிர வேறு யாரும் மாணவனை மதிப்பிடு தல் கிடையாது. இதில் குறைபாடுகள் இருக்கிற மாதிரி எனக்குத் தெரியவில்லை. கேள்விகளைத் தேர்ந்தெடுத்து அதற்கான பதில் களை உருப்போட்டுப் படித்துவிட்டுப் போனால் போதுமானது என்ற மனப்பான்மை தேர்வுமுறையில் உருவாகிறது. ஒரு ஆசிரியர் கற்றுத் தருகிறார். வேறு யாரோ ஒருவர் கேள்விகளைத் தயார் செய்கிறார். அதனை வேறு யாரோ ஒருவர் மதிப்பீடு செய்கிறார். இப்படி ஒரு முறை இங்கு இருக்கிறது என்று வெளிநாட்டில் சொன் னால் நம்பக்கூட மாட்டேன் என்கிறார்கள்.

சு. ரா : ஆசிரியர்கள் கற்றுத் தருவதால், கற்றுத் தரப்படுவதை நாங்களே மதிப்பிடுகிறோம் என்றுதானே அவர்கள் சொல்ல வேண்டும். உண்மையில் இது அவர்கள் பெருமைப்பட வேண்டிய விஷயமல்லவா?

வசந்தி : நீங்கள் சொல்வதைப் போல் இது ஆசிரியர் பெருமைப் பட வேண்டிய விஷயம்தான். ஆனால் அவர்கள்தான் இதைக் கடுமையாக எதிர்க்கிறார்கள். எதுவுமே ரொம்ப நாள் பழகி ஊறிப் போய்விட்டால் வேறு விஷயத்தைப் பற்றிச் சிந்திக்க முடியாது. எல்லா வகையான நியாயப்படுத்தல்களும் வந்துவிடுகிறது.

சு. ரா : ஆரம்பக் கல்வியிலிருந்து இப்படித்தான் நடக்கிறதா?

வசந்தி : பள்ளிக்கூட அளவில் அவ்வாறு இல்லை. ஆசிரியர் தான் கற்றுக் கொடுக்கிறார். தேர்வு நடத்துகிறார். மதிப்பீடு செய் கிறார். பள்ளி இறுதித் தேர்வுகளுக்கு மட்டும் பொதுத்தேர்வு நடத் தப்படுகிறது.

கல்லூரிக்கு வந்தபின்பு திடீரென்று ஏன் இது மாற வேண்டும்? நாங்கள் மதிப்பீடு செய்தால் அது சரிவராது; ஒழுங்காக மதிப்பீடு செய்ய முடிவதில்லை; மாணவர்கள் பற்றிய முன் அனுமானங்கள் காரணமாக அவர்களை மதிப்பிடும்போது உண்மையான நிலை வெளிப்படாமல் போகலாம் என்றெல்லாம் ஆசிரியர்கள் கூறுவது வெட்கக்கேடான விஷயம். பழகிப்போன ஒன்றை நாம் நியாயப் படுத்திக்கொண்டே போகிறோம்.

சில நாடுகளில் student evaluation, மாணவர் தரம் காண்பது எத் தனைச் சிறப்பாக நடக்கிறது என்பதைப் பார்த்தால் ஆச்சரியமாக இருக்கிறது. அந்தந்தப் பாட ஆசிரியர் ஒரு செமஸ்டர் முழுவதும் மாணவரின் திறமையைப் பலவழிகளில் கணிக்கிறார். இறுதித் தேர்வும் நடக்கிறது. ஆனால், அதற்கு மொத்த மதிப்பெண்ணில் ஒரு சிறு பகுதிதான். ஒரு 25% இருக்கலாம். அந்தத் தேர்வும் எப்படி நடக்கிறதென்று பார்த்தால் வியப்பாக இருக்கிறது. என்னுடைய மகள் படித்த ஒரு பல்கலைக்கழகத்தில் இறுதித் தேர்வுக்கான வினாத் தாள் தயாரிக்கப்பட்டு அலுவலகத்தில் பாதுகாப்பாக வைக்கப்படு கிறது. ஒரு மாணவர் தேர்வு நாளுக்கு முன்பே ஏதோ ஒரு காரணத் திற்காகத் தேர்வு எழுத வேண்டுமென்று விரும்பலாம். என் மகள் அவ்வாறு ஒருமுறை எழுத நேரிட்டது. ஆசிரியரின் அனுமதியுடன் அலுவலகத்திலிருந்து வினாத்தாளை வாங்கிக் கொள்ளலாம். அதை வீட்டுக்கு எடுத்துச் சென்று, அது 3 மணி நேர வினாத்தாள் என்றால் சரியாக நேரம் குறித்துக்கொண்டு 3 மணி நேரம் விடை எழுத வேண்டும். மேற்பார்வை பார்க்க யாருமில்லை. சரியாக 3 மணி நேரத்தில் முடித்துவிட வேண்டும். பிறகு கையால் எழுதிய வினாத் தாளை டைப் செய்து கொடுக்க வேண்டும். அப்படி டைப் செய்யும் போது ஏற்கனவே கையால் எழுதியது தவறு என்று தெரிந்தாலும் அதை மாற்றக்கூடாது. அதே வினாத்தாள் பல நாட்களுக்குப் பிறகு மற்ற மாணவர்களுக்குக் கொடுக்கப்படும். ஆனால் முன்பு எழுதிய மாணவர் மூலம் வினாக்களைத் தெரிந்து கொள்ள முடியு மென்ற பேச்சுக்கே இடமில்லை. இது எப்படி நடக்கிறது என்று

என் மகளைக் கேட்டேன். நாங்களெல்லாம் ஒரு code of honourக்குக் கட்டுப்படுவதாகப் பல்கலைக்கழகத்தில் சேரும்போதே வாக்குறுதி அளிக்கிறோம். அதை மீற வேண்டுமென்ற எண்ணமே யாருக்கும் வருவதில்லை என்று சொன்னாள். எத்தகைய நேர்மையான, நம்பிக்கை மிகுந்த முறை. நம் நாட்டில் இது வரக் கூடாதா என்று தோன்றுகிறது. இங்கே வினாத்தாள் 'லீக்'ஆவது என்பது எத்தகையப் பூதாகரப் பிரச்சினையாகிவிடுகிறது.

வெளியிலிருந்துதான் ஒவ்வொரு துறைக்கும் கேள்விகள் தயாரிக்க வேண்டும். தயாரிக்கப்பட்ட கேள்விகளைத் தெரிந்துகொண்டு அதை மாணவர்களுக்கு வெளிப்படுத்தும் ஆசிரியர் அவர்களிடையே பிரபலம் ஆகிறார். இந்தக் கேள்விகளுக்கான பதில்களைப் படித்து விட்டு வந்தால் நல்ல மார்க் கிடைத்துவிடும். குறைவாகப் படித்தால் போதும். இது எல்லோருக்கும் சுலபமாகப் போய்விடுகிறது. ஆசிரியர் களும் குறைந்த அளவில் கற்றுத்தந்தால் போதும் என்று நினைக் கிறார்கள்.

ஆசிரியர் சமூகத்தைப் பார்த்து இது உங்களையே கேவலப்படுத்து வதில்லையா? நீங்களே உங்களைப் பற்றி இவ்வளவு மோசமாக மதிப்பீடு செய்யலாமா? உங்கள் தொழிலுக்கு வேண்டிய நாணயம் உங்களிடமில்லை என்று நீங்களே சொல்கிறீர்களே என்று கேட்டால் பல கதைகள் சொல்வார்கள் : நிர்வாகத்தில் எங்களை மிரட்டுகிறார் கள்; வேண்டிய மாணவர்களுக்கு அதிக மார்க் போடுங்கள் என்று கட்டாயப் படுத்துகிறார்கள்; அப்புறம் ஒரு பையன் சைக்கிள் செயினை எடுத்து அடிக்க வருகிறான். ஒரு கல்லூரியில் இந்த மாதிரி நிகழ்ச்சி நடந்திருக்கிறது. ஒரு கல்லூரில் ஒரு ஆசிரியர் 50க்கு குறைத்து மார்க் போட்டார். 10, 15 பேர் கையில் கத்தி எடுத்துக்கொண்டு வந்தார்கள். என்ன சார் உங்களுக்கு 25க்கு மேல் எண்ணத் தெரியாதா என்று கேட்டார்கள். இப்படி எல்லாம் பிரச்சினை இல்லையென்றால் நாங்கள் சரியாக மதிப்பெண் போடு வோம். நாங்கள் என்ன பண்ண முடியும்? அதனால் விட்டுக்கொடுத் துத்தான் ஆகவேண்டும். இந்த மாதிரியாகப் பல கதைகள் சொன் னார்கள். இதைக் கூடுதல் வேலையாகக் கருதுகிறார்கள். விடைத் தாள் திருத்துவதற்குக்கூடப் பணம் வாங்குகிறார்கள். ஒவ்வொரு தேர்வின்போதும் திருத்துவதற்குக் கூடப் பணம் கேட்பார்கள். எவ்வளவு T.A., எவ்வளவு D.A. இவையெல்லாம் அன்றைக்கே கொடுத்தாக வேண்டும். கொடுக்கவில்லை என்றால் விடைத்தாள் திருத்தமாட்டோம் என்று சண்டை போடுவார்கள். இவர்களுக்கு நாள் படி 100 ரூபாயோ என்னவோ கொடுக்கிறோம். மாணவர்களை மதிப்பீடு செய்வது ஆசிரியர் தொழிலின் ஒரு பகுதி. உலகம் முழு வதும் அப்படித்தான் கருதப்படுகிறது. ஆசிரியருக்குக் கொடுக்கும் சம்பளம் மாணவர்களை மதிப்பீடு செய்வதற்கும் சேர்த்துத்தான். ஆனால் இங்கே தனியாக ஊதியம் கொடுக்க வேண்டும். அக

மதிப்பீட்டு முறை *(inernal assessment)* என்று அவர்களுடைய மாணவர்களையே மதிப்பீடு செய்தால் அதற்குத் தனியாக ஊதியம் இல்லை. ஆனால், இதே மதிப்பீட்டை வெளியே செய்தால் ஊதியம் கொடுக்க வேண்டும். இது என்ன நியாயம் என்று புரியவில்லை! சரி, இந்தக் கூடுதல் செலவைப் பல்கலைக்கழகம் எப்படிச் சமாளிப்பது? என்ன பண்ணலாம்? மாணவர் தேர்வுக் கட்டணத்தைக் கூட்டலாம் என்று சொன்னால் கூட்டவே கூடாது; அது ரொம்பவும் அநியாயம் என்று இதே ஆசிரியர்கள் கூக்குர லிடுவார்கள்.

சமீபத்தில் தமிழ்நாடு முழுவதும் பல்கலைக்கழக ஆசிரியர்களி டையே விடைத்தாள் திருத்துவதற்குக் கூடுதல் ஊதியம் நிர்ணயிக்க வேண்டும் என்ற கோரிக்கை வைத்துத் தேர்வுகள் புறக்கணிப்புப் போராட்டம் நடந்தது. எல்லாப் பல்கலைக் கழகங்களும் உடன்பட்டு அந்தத் தொகையை அதிகரித்தோம்.

ஹமீது : விடைத்தாள்கள் திருத்துவது பற்றி என்ன சொல்கிறார் கள் என்றால் எடை பார்த்து மதிப்பெண்கள் போடுகிறார்கள் என்று.

வசந்தி : அதற்காகத்தான் *Transparency in Examination valuation System* கொண்டு வந்தோம். சரியாக விடைத்தாள்களைத் திருத்த வில்லை என்றால் அதில் தெரிந்து விடும். அப்புறம் கொஞ்சம் பயம் வந்தது. ஒரு குறிப்பிடத் தகுந்த முன்னேற்றம் வந்துள்ளது.

ஹமீது : நீங்கள் கொண்டு வந்த இந்த முறை பெரும் வரவேற் பையும் பாராட்டுதலையும் பெற்றது எனக்குத் தெரியும். இதைக் கொஞ்சம் விளக்கமாகச் சொல்ல முடியுமா?

வசந்தி : நமது பல்லைக்கழகங்களில் தேர்வுக்கான விடைத் தாள்களைத் திருத்துவதும், மார்க் போடுவதும் பரம ரகசியமாக நடக்கிறது. இதனால் பல தவறுகள், முறைகேடுகள் நடக்கின்றன. ஊழலுக்கும் இதில் இடமுண்டு. எதற்கு இந்த ரகசியம்? திரை மறைவில் நடக்கும் எதுவும் சந்தேகத்திற்குரியதாகிவிடுகிறது. இதில் பல மாணவர்களுக்கு அநீதி நடந்துவிடுகிறது. நன்றாக எழுதியிருக் கும், சிறந்த மாணவர்களுக்குச் சில சமயங்களில் மிகக் குறைந்த மார்க் கிடைக்கிறது.

எத்திராஜ் கல்லூரியில் எனக்குத் தெரிந்த மாணவி. மிகச் சிறந்த மாணவி. வகுப்பில் எப்போதும் முதல் மார்க் வாங்குபவள். ஜே. என். யு. வில் நுழைவுத் தேர்வில் இடம் கிடைத்துவிட்டது. ஆனால் பல்கலைக்கழகத் தேர்வு முடிவுகளில் அவள் தேர்ச்சி பெறவில்லை. 80 மதிப்பெண்கள் வாங்க வேண்டிய பெண்ணைப் பெயில் ஆக்கி விட்டார்கள். மறுமதிப்பீடு கேட்டால் முடிவுகள் வருவதற்கே மிகவும் தாமதமாகும். அந்த மாணவிக்கு வாழ்க்கையில்

பிடிப்பே இல்லாமல் போய்விட்டது. இவ்வாறு மனமுடைந்து போகிற மாணவர்கள் நிறைய உண்டு.

நமது தேர்வுகளில் மாணவர்களுக்குத் தாங்கள் என்ன தவறு செய்தோம், எங்கே தவறு செய்தோம், ஏன் குறைந்த மார்க் கிடைத்திருக்கிறது என்பதைத் தெரிந்துகொள்ளும் வாய்ப்பில்லை. இதைத் தெரிந்து கொள்ளும் உரிமை அவர்களுக்கு இல்லையா? எந்த அடிப்படையில் இந்த உரிமையை மறுக்க முடியும்?

அதுவும், நம் சமுதாயத்தில் தேர்வுகள் ஒரு மாணவரின் தலைவிதியையே, வாழ்க்கையின் போக்கையே நிர்ணயிக்கின்றன. ஆகவே, மாணவர்களுக்குத் திருத்தப்பட்ட தங்கள் விடைத்தாள்களைப் பார்க்கும் உரிமை கொடுக்கப்பட வேண்டும் என்று வெகுகாலமாக அனைத்துக் கல்வியாளர்களும் வற்புறுத்தி வந்திருக்கிறார்கள். இதைத்தான் transparency in examination என்று சொல்கிறோம்.

இதைத்தான் நாங்கள் கொண்டு வந்தோம். தேர்வு முடிவுகளும், மதிப்பெண் பட்டியலும் மாணவர்களுக்குக் கிடைத்த பிறகு, தனது விடைத்தாளைப் பார்க்க வேண்டுமென்று ஒரு மாணவர் விரும்பினால், பல்கலைக் கழகத்திற்கு விண்ணப்பம் செய்யலாம். அவரது திருத்தப்பட்ட விடைத்தாளின் ஜெராக்ஸ் நகல் அவருக்குக் கொடுக்கப்படும். அதைப் பார்த்த பிறகு, தனக்கு அநீதி இழைக்கப் பட்டிருக்கிறது; கிடைக்க வேண்டியதற்குக் குறைவாக மார்க் போடப்பட்டிருக்கிறது என்று மாணவர் நினைத்தால் மறு மதிப் பீட்டிற்கு விண்ணப்பிக்கலாம்.

விடைத்தாளின் ஜெராக்ஸ் பிரதியை மாணவனுக்குக் கொடுக்க வேண்டும் என்ற விதி வந்தபின்பு எல்லோருக்கும் ரொம்பப் பயம். நாளைக்கு நாம் எங்கேயாவது மாட்டிக்கொள்வோம். ஏனெனில் பேப்பரைக் கையில் வைத்திருக்கிறார்கள் அல்லவா. இத்தகைய transparency கொண்டு வந்ததனால் ஆசிரியர்கள் விடைத்தாள்களை மதிப்பீடு செய்வதில் ஒரு கவனம் ஏற்பட்டிருக் கிறது. அவர்கள் அதனால் நாளொன்றுக்குப் பதினைந்து விடைத் தாள்களுக்கு மேல் திருத்த முடியாது என்று கூறினார்கள். அதைப் பல்கலைக்கழகம் ஏற்றுக்கொண்டது. இந்த முறை இந்தியாவிலேயே ஐ. ஐ. டி., அண்ணா பல்கலைக்கழகம் போன்ற சிலவற்றில் நடை முறையில் இருக்கிறது. ஆனால் எங்களைப் போன்ற பொதுப் பல்கலைக்கழகங்களில், இணைப்புப் பல்கலைக்கழகங்களில் இந் தியாவிலேயே எங்கள் பல்கலைக்கழகத்தில்தான் இதை முதன் முதலாகத் தைரியமாகச் செய்தோம். இதுபற்றி வெகுகாலமாக யு. ஜி. சி.யிலும் எல்லா இடங்களிலும் வலியுறுத்தப்பட்டு வந்திருக் கிறது. ஆனால் நடைமுறைப்படுத்த யாருக்கும் துணிவு வரவில்லை. தினமணியில் எங்களைப் பாராட்டித் தலையங்கமே எழுதினார்கள், 'வழிகாட்டும் சுந்தரனார் பல்கலை' என்று.

சு. ரா : இதன் மூலம் மாணவர்களும் நுகர்வோர்தான் என்ற ஒரு கண்ணோட்டம் வந்திருக்கிறது. இது வரவேற்கப்பட வேண்டிய விஷயம்.

வசந்தி : தினமணியில் வெளிவந்தபோதே சென்னைப் பல்கலைக்கழகத்தில் எனக்குத் தெரிந்த ஒருவர் என்னிடம் சொன்னார் : என்ன மேடம் நீங்கள் பாட்டுக்குச் செய்துவிடுகிறீர்கள். எங்கள் பல்கலைக்கழக மாணவர்கள் எங்கள் உயிரை வாங்குகிறார்கள். இந்த விடைத்தாள்களின் ஜெராக்ஸ் பிரதியை மாணவனுக்கு வழங்கும் முறையை சென்னையிலும் கொண்டு வரவேண்டும் என்கிறார்கள் என்று சொன்னார்.

விடைத்தாள்களின் ஜெராக்ஸ் பிரதியை அவர்கள் கேட்டுக்கொள்வதன் பேரில் வழங்கலாம் என்ற முறையை ஆசிரியர்கள் கடுமையாக எதிர்ப்பார்கள் என்ற பரவலான ஒரு எண்ணம் இருக்கிறது. ஆனால் என்னுடைய விஷயத்தில் ஆசிரியர்களுடைய முழு ஆதரவையும் எல்லாக் காரியங்களுக்காகவும் தொடர்ந்து பெற்றிருக்கிறேன். ஆசிரியர்களுக்கு யார், என்ன நோக்கத்தில் இயங்குகிறார்கள் என்பது தெரியும். அவர்களோடு நான் ஜெயிலுக்குப் போயிருக்கிறேன். ஆசிரியர் இயக்கத்தில் நான் ஒரு பகுதியாக இருந்தேன். பல பிரச்சினைகளில் எனக்கென்று ஒரு உறுதியான நிலைப்பாடு இருப்பது பற்றி அவர்களுக்குத் தெரியும். நான் நிர்வாகங்களைக் கட்டுப்படுத்துவதற்கு, மாணவர்களுக்கும் ஆசிரியர்களுக்கும் கல்லூரிகளில், குறிப்பாக சுயநிதிக் கல்லூரிகளில், நியாயம் கிட்டுவதற்கும் தொடர்ந்து போராடிக்கொண்டிருக்கிறேன். என்னென்ன காரியங்கள் செய்திருக்கிறேன் என்பதும் அவர்களுக்குத் தெரியும். ஆகவே எனக்கு ஆதரவு அளித்தார்கள். இந்த விஷயத்தைக்கூட ஆசிரியர்களை வைத்துத்தான் சிண்டிகேட்டில் பேசினேன். மறுநாள் பத்திரிகையாளர் கூட்டத்தில் இச்செய்தியை வெளியிடும்போது ஆசிரியர் அமைப்பின் நிர்வாகக்குழு உறுப்பினர்களைப் பக்கத்தில் வைத்துக் கொண்டு இந்த விஷயத்தில் அவர்களுக்குள்ள உடன்பாட்டைத் தெரிவிக்கச் சொன்னேன். ஆசிரியர்கள் எல்லோரும் எனக்கு ஆதரவாக இருந்தார்கள்.

சு. ரா : ஜெராக்ஸ் பிரதிகளை வாங்க முதுகலைப் பட்டப்படிப்பில் உரிமை இருக்கிறதா?

வசந்தி : முதுகலையைப் பொறுத்தமட்டில் இரட்டை மதிப்பீட்டு முறை உள்ளது. ஒவ்வொரு விடைத்தாளையும் இரண்டு ஆசிரியர்கள் மதிப்பீடு செய்வார்கள். அதனால் பெருமளவில் தவறுகள் நடக்க வழியில்லை. இது தேவையில்லை.

சு. ரா : மாணவனின் எதிர்காலத்தையே தீர்மானிக்கக்கூடியது ப்ளஸ்டூவில் அவன் பெறும் மதிப்பெண்கள். இங்கு போதிய மதிப்பெண்கள் வாங்காமல் சுயநிதிக் கல்லூரிக்கு அவன் போக

சுந்தர ராமசாமி ➤ 121

நேர்ந்தால் பல லட்சங்கள் நன்கொடையாகத் தர வேண்டியிருக்கும். ஆகவே ஒருசில லட்சங்கள் செலவழித்து ப்ளஸ்டூவில் குறுக்கு வழியில் மதிப்பெண்களை அதிகப்படுத்திவிட்டால் சுயநிதிக் கல்லூரிக்குத் தரவேண்டியிருக்கும் பல லட்சங்களில் பெரும் பகுதியை லாபப்படுத்திவிடலாம் என்று பெற்றோர்கள் கணக்குப் போடுகிறார்கள். ப்ளஸ்டூவில் மாணவர்கள் குறுக்கு வழியில் அதிக மதிப்பெண் பெற பெற்றோர்களும் ஆசிரியர்களுடன் சேர்ந்து பல தகாத காரியங்களைச் செய்கிறார்கள் என்று அறிந்தேன். நம்பவே முடியாதபடி இருக்கின்றன பல விஷயங்கள். நம்பத் தகுந்த ஆசிரிய நண்பர்கள் கூறும்போது நம்பாமலும் இருக்க முடிவதில்லை. புத்தகங்களைப் பார்த்து எழுதவேனும் பையனுக்குத் தெரியும் என்றால் – இது ஒரு முக்கியமான திறமையாகக் கருதப்படுகிறது – ஒரு குறிப்பிட்ட தொகையைப் பேசுகிறார்கள். இது கூடத் தெரியாத மாணவர்களுக்காகப் பள்ளிக்கு வெளியே அருகில் உள்ள லாட்ஜில் அமர்ந்து ஓய்வு பெற்ற ஆசிரியர்கள் விடைகளை எழுதித் தந்ததாக அறிந்தேன். ஆசிரியர்கள் மட்டுமல்ல பொதுமக்களே இது பற்றியெல் லாம் பேசுவது சகஜமாகக் காதில் விழுகிறது. தலைமையாசிரியராகச் செயல்பட்ட ஒரு அம்மையார் இந்த விவகாரத்தில் பல லட்சங்கள் அடித்ததாக ஒரு ஆசிரியரே கூறினார்.

இன்னொரு நிகழ்ச்சி. இதைச் சொன்ன ஆசிரியர் என் உறவினர். ‘நாங்கள் வகுப்பில் தேர்வு நடக்கும்போது மேற்பார்வை செய்து கொண்டிருப்போம். பையன்கள் பாடப்புத்தகங்களைப் பார்த்து எழுதுவார்கள். அதை நாங்கள் கண்டுகொள்ள மாட்டோம். காப்பி அடிக்கும் மாணவர்களைக் கண்டுபிடிக்கக் கல்வி ஆய்வாளர் கள் வரும்போது நாங்களே மாணவர்களிடம் ஆய்வாளர்கள் வருவதை அறிவிப்போம். ஆய்வுக்கு வந்தவர்கள் போனபின் மீண்டும் பழையபடி மாணவர்கள் காப்பியடிக்கத் தொடங்குவார்கள்’.

நான் ஐந்தாம் வகுப்போ ஆறாம் வகுப்போ படிக்கும்போது வகுப்புப் பரீட்சையில் பக்கத்தில் இருக்கும் மாணவனைப் பார்த்து எழுதினேன். ஆசிரியர் என்னை ஸ்கேலால் அடிக்கத் தொடங்கி னார். அடிக்கத் தொடங்கியவருக்கு நிறுத்தத் தெரியாமல் ஆகிவிட் டது. இந்தச் சம்பவம் என் நினைவுக்கு வருகிறது.

மற்றொரு ஆசிரியர் சொன்னார்: பரீட்சையின்போது ஒலிப் பெருக்கியை வைத்து விடைகளை அறிவிப்போம். மாணவர்கள் கேட்டு எழுதுவார்கள் என்றார். எல்லோரும் வெற்றி பெற்று எங்கள் பள்ளிக்கு நல்ல பெயர் வருவதற்காக இந்தக் காரியம் என்றார். கல்வித் துறையில் எந்தக் காரியத்தையும் பணத்தைக் கொடுத்து முடித்துவிடலாம் என்ற எண்ணம் மாணவர்களுக்கு வந்துவிட்டது. என் பேரன் என்னை உலகம் மாறிய விதம் தெரியா மல் ஏதோ பேசிக்கொண்டிருக்கிறார் என்றுதான் நினைக்கிறான். நடைமுறைச் சாமர்த்தியம் இல்லாதவர் என்றுதான் நினைக்கிறான்.

அநேகமாக எல்லாக் குடும்பங்களிலும் என்னைப் போன்றவர்களும் என் பேரனைப் போன்றவர்களும் இருக்கிறார்கள். முதன்முதலில் ஒருவன் லஞ்சம் தரும் வயது இருபது வருடங்களுக்கு முன்பு நாற்பதை ஒட்டி இருந்ததாகவும் இப்போது அது இருபதுக்குக் கீழ் வந்துவிட்டதாகவும் ஒரு ஆசிரியர் சொன்னார். இந்தத் தோராயமான மதிப்பீட்டிலும் உண்மை இருக்கிறது என்றுதான் நினைக்கிறேன்.

வசந்தி: பல்கலைக்கழகத்தைப் பொறுத்த மட்டும் இப்போது வெளியிலிருந்து வரும் தேர்வாளர்கள்தான் தேர்வுகளைக் கண்காணிக்கிறார்கள். அவர்கள் இந்த முறைகேட்டில் ஈடுபட்டால் ஒன்றும் செய்ய முடியாது. ஒரு ஹாலில் எழுதுகிறார்கள் என்று சொன்னால் ஒவ்வொரு ஹாலுக்கும் அந்தக் கல்லூரி ஆசிரியர் போக வேறு கல்லூரி ஆசிரியரைப் போட வேண்டும். அப்போது தான் அவர்கள் தேர்வு நடத்த முடியும். அந்தக் கல்லூரிகளுக்கு வெளியிலிருந்து external examiners ஆக யார் வரப்போகிறார்கள் என்பது தெரியாது. External examiners தேர்வுகள் முடிந்தவுடன் விடைத்தாளில் கையொப்பம் இட வேண்டும். நீங்கள் சொன்னது மாதிரி அந்த விடைத்தாளை வெளியிலே கொண்டு போய் அங்கே எழுதிக்கொண்டு வந்து உள்ளே நுழைத்தார்கள் என்றால் அது உடனடியாக நடக்க முடியாத காரியம். ஏனெனில் அரை மணி நேரத்திற்குள் எல்லா விடைத்தாள்களையும் அவர்கள் சீல் பண்ண வேண்டும். அமைப்பிற்குள் இப்படித்தான் சில checks, safeguards வைக்க முடியும். இதையும் மீறி அந்த ஆளுக்கும் பணத்தைக் கொடுத்தால் என்னதான் செய்ய முடியும்!

சு. ரா: இந்நிலை உயர்நிலைப் பள்ளிகளில் மட்டும்தான் இருக்கிறதா? இல்லை கல்லூரிகளிலும் இருக்கிறதா?

வசந்தி: இது எங்கள் பல்கலைக்கழகப் பகுதியில் ஒரே ஒரு கல்லூரியில் நடந்ததாகவும், விடைத்தாள்களை உள்ளே நுழைத்ததாகவும் ஒரு செய்தி வந்தது. நாங்கள் சோதனை மேற்கொண்டு போலீஸிலும் புகார் கொடுத்தோம்.

சு. ரா: சில ஆசிரியர்கள் எனக்கு மிக நெருக்கமானவர்கள். நீங்கள் மாணவர்கள் காப்பி அடிப்பதை எதற்குப் பார்த்துக்கொண் டிருக்கிறீர்கள் என்று கேட்டேன். அதற்கு அவர்கள் காப்பி அடிப் பதை அனுமதித்தால்தான் நாங்கள் இந்த ஊரில் வாழ முடியும் என்றார்கள். பார்க்காததுபோல் இருந்துவிடுங்கள் என்று தலைமை யாசிரியரே சொல்லிவிடுவாராம். பஸ் ஸ்டாண்டில் பெற்றோர்கள் ஆசிரியர்களைச் சந்தித்துத் தேர்வில் கவனமாக நடந்துகொள்ளுங் கள். இல்லையென்றால் நடப்பது வேறு என்று எச்சரிக்கை செய்வார்களாம். எங்களுக்கு இஷ்டம் இல்லாமல்தான் நாங்கள் இந்தக் காரியத்தைச் செய்கிறோம் என்கிறார்கள் ஆசிரியர்கள்.

வசந்தி : ஒட்டுமொத்தச் சமூகமும் சீரழிவுக்கு உள்ளான பின்பு என்னதான் செய்ய முடியும்? எவ்வளவுதான் தடுக்கமுடியும்?

சு. ரா : இன்னொரு ஆசிரியர் மற்றொரு யோசனை சொன்னார்: இப்படித் தேர்வு நடப்பதைவிட மாணவர்களுக்குப் புத்தகங்களைக் கொடுத்து எழுதச் சொல்லலாம். மனப்பாடம் செய்வதைத் தடுக்கலாம். புத்தகங்களை அவர்கள் வாசித்திருந்தால்தான் குறிப்பிட்ட பகுதிகளை அவர்களால் கண்டுபிடிக்க முடியும். ஓரளவேனும் படிக்காத பையனால் புத்தகத்தைப் பார்த்து எழுதவும் முடியாது என்றார்.

வசந்தி : இது எல்லாப் பாடங்களுக்கும் பொருந்தாது. ஒரு சில பாடங்களுக்கு நிறையப் புத்தகங்கள் அவர்கள் படிக்க வேண்டியிருக்கும். அதில் கேள்விகளும் மிகவும் சிக்கலானதாக இருக்கும். அத்தகையப் பாடங்களுக்கு மட்டும்தான் இந்த முறை பொருந்தும்.

சு. ரா : இந்த முறையில் முக்கியமான விஷயம் அவன் புத்தகத்தைப் புரட்டிக்கொண்டிருந்தால் காலம் வீணாகிவிடும் என்பதுதான். அடிக்கடி அகராதியைப் புரட்டுபவர்களுக்குத்தானே சட்டென்று ஒரு சொல்லின் அர்த்தத்தைப் பார்க்க முடிகிறது. பயன் சற்றுக் குறைவு என்றாலும்கூட நாம் ஒரு நாகரிகமான முறையை உருவாக்கலாம்.

வசந்தி : அதுதான் நான் சொன்னமாதிரி அந்தந்தப் பாடங்களைப் பொறுத்தது. அந்த மாணவன் என்ன படிக்கிறான் என்று சொல்ல முடியாது. சி. ஏ. போன்ற படிப்புகளில் அவன் ஏற்கனவே ரொம்பப் படித்திருந்தால் ஒழிய என்னென்ன எங்கே இருக்கிறது என்று அவனால் கண்டுபிடித்து எழுத முடியாது. சாதாரணத் தேர்வுகளில் ப்ளஸ்டூ அளவிலும் இளங்கலை அளவிலும் அதற்கான அவசியம் இல்லை. எப்படித் தேர்வுகள் நடந்தாலும் பிரச்சினைகள் இருக்கத்தான் செய்யும்.

நீங்கள் சொன்னீர்கள் ப்ளஸ்டூ மார்க்குகள் மிகவும் முக்கியமானவை; வாழ்க்கையையே நிர்ணயிப்பவை; ஆகவே எவ்வாறு பணம் கொடுத்தாவது நல்ல மார்க் வாங்கிவிட வேண்டுமென்று மாணவர்களும், பெற்றோர்களும் எல்லா முயற்சிகளையும் செய்கிறார்கள் என்று. இப்போது ஏன் இவ்வளவு பணத்தைச் சுயநிதிக் கல்லூரிகளுக்குக் கொண்டு போய்க் கொடுக்க வேண்டும். பொறியியல் கல்லூரிகளில் மாணவர் சேர்க்கை மிகவும் முக்கியம் வாய்ந்ததாகிவிட்டது, அதிலேயும் நல்ல கல்லூரிகளில் சேர்ப்பதற்குப் போட்டி இருக்கிறது. நல்ல மதிப்பெண்கள் பெற்றால் அவன் அங்கே போய்ப் பணத்தைக் கொடுக்கவேண்டிய அவசியம் இல்லை. வாய்ப்புகள் சுருங்கச் சுருங்க லஞ்சமும் அதிகமாகியிருக்கிறது. ஆயிரக்கணக்கானவர்கள் போட்டியில் இருக்கிறார்கள். 5 மதிப்பெண்கள் வித்தியாசத்தில் ஒரு மாணவனுடைய தலைவிதியே நிர்ணயிக்கப்படுகிறது.

பிரமாதமாகப் படித்து, அமெரிக்காவுக்குப் போகப் போகிறாயா அல்லது இந்தக் கிராமத்திலேயே கிடக்கப் போகிறாயா என்பதை இந்த 5 மதிப்பெண்கள் நிர்ணயிக்கிறது என்று சொன்னால் எப்படி யாவது இந்த 5 மதிப்பெண்கள் வாங்க வேண்டும் என்றுதான் பார்ப்பார்கள். இந்தியாவில் நிறைய வேலை வாய்ப்புகள் இருக்கின்றன; ஒரு நிறுவனத்தில் இல்லையென்றால் வேறொரு நிறுவனத்தில் வேலை கிடைக்கும்; அரசாங்கத்தில் வேலை கிடைக்கும் என்றெல்லாம் வாய்ப்புகள் இருந்ததென்றால் இந்தச் சீரழிவு கிடையாது. வாய்ப்புகள் சுருங்கிய காரணத்தினாலேயே லஞ்சம் இருக்கிறது என்று நான் நினைக்கிறேன். ஒரு மதிப்பெண்ணுக்கும் அரை மதிப்பெண்ணுக்கும் அவ்வளவு பாடுபட வேண்டியிருக்கிறது. அரை மதிப்பெண்கூட வாழ்க்கையின் தன்மையையே, திசையையே நிர்ணயிக்கிறது.

இட ஒதுக்கீடு

சு. ரா : இட ஒதுக்கீடு இருக்கும் நிலையிலும் உயர்கல்வி பெற வாய்ப்பில்லாதவர்களின் எண்ணிக்கை எல்லா ஜாதிகளிலும் கூடிக் கொண்டே போகிறது. வாய்ப்பற்றவர்களிடம் திரளும் அதிருப்தி சமூகத்துக்கு நல்லதா?

வசந்தி : இதற்கு என்ன தீர்வை நீங்கள் சொல்ல முடியும். ஒன்று, கேட்கிறவர்களுக்குக் கிடைக்கும்படியான பாடங்களைக் கல்லூரிகளில் ஏற்பாடு செய்ய வேண்டும். இப்போது 10,000 பேர் பொறியியல் கல்லூரிக்கு விண்ணப்பிக்கிறார்கள் என்றால் 10,000 பேருக்கும் அந்தப் பாடங்கள் கிடைக்கும்படியான கல்லூரிகள் இருக்க வேண்டும். முன்பிருந்த காலத்தில் எந்த ஜாதியாக இருந்தா லும், எந்த மதமாக இருந்தாலும் படிக்க விரும்பியவர்களுக்கு கல்லூரியில் இடம் கிடைப்பது இவ்வளவு பெரிய பிரச்சினையாக இருக்க வில்லை. நீங்கள் தகுதியின் அடிப்படையில் மாணவர்களைச் சேர்த்தால் சிலருக்குத்தான் வாய்ப்புகள் போய்ச் சேரும். வரலாற்று ரீதியாக, சமூக ரீதியாகப் பாதிக்கப்பட்ட சமூகங்கள் இன்றைக்கும் போட்டி போடும் நிலையில் இல்லை.

நீங்கள் வேலை என்று எடுத்துக்கொண்டாலும் சில பிரிவுகளில் SC, MBCஇல் ஆளே கிடைப்பதில்லை. அதுமாதிரி ஆசிரியர் பணிக்கு FC candidate கிடைக்கிறார்களே ஒழிய SC, MBC candidate கிடைப்ப தில்லை. இன்னும் அந்த நிலைக்கு அவர்கள் வந்து சேரவில்லை.

சு. ரா : தமிழ்நாட்டில் பொதுவாக ஒரு விமர்சனம் இருக்கிறது. மிகவும் பிற்படுத்தப்பட்டவர்களில் பல ஜாதிகளையும் சேர்த்திருக் கிறார்கள். அவர்களில் ஒருசில ஜாதியினர் கல்வியிலும் பொருளா தாரத் தளத்திலும் கலாச்சார ரீதியாகவும் நன்றாக முன்னேறியிருக் கிறார்கள். அவர்கள் குடும்பங்களில் நிறைய டாக்டர்களும் இன்ஜினி யர்களும் தோன்றிவிட்டார்கள். இவர்களுடன் ஒப்பிடும்போது அந்தப் பிரிவைச் சேர்ந்த வேறு சில ஜாதியினர் மிகவும் பிற்பட்ட நிலையில் இருக்கிறார்கள். அவர்களுடைய குழந்தைகளுக்கு உயர் கல்விக்கான சந்தர்ப்பமே இன்று கிடைக்கவில்லை. ஆனால் மொத்த ஒதுக்கீட்டையும் இந்தப் பிரிவில் முன்னேறிய ஜாதியினரே அனு பவித்துக்கொண்டிருக்கிறார்கள். தாங்கள் பெற்றதைத் தாங்கள் மட்டும் வைத்துக்கொள்ள வேண்டும்; பிறருக்கு அளிக்கக்கூடாது

என்ற மனோபாவம் இருக்கிறது. இதுபோன்ற பிரச்சினைகள் பற்றித் திறந்த மனதுடன் விவாதிப்பதற்கான சூழல் இன்று இல்லை.

வசந்தி : உண்மைதான். ஒவ்வொரு பிரிவிற்கும் பெரிய அரசியல் பின்பலம் இருக்கிறது. முதலில் BC இருந்ததே இதில் MBC பிரிவு எப்படி வந்தது? முதலில் எல்லாமே BC என்று வைத்திருந்தார்கள். அதில் சில பகுதிகளில் உள்ள பிற்படுத்தப்பட்டவர்களுக்கு இந்தப் பலன் கிடைக்கவில்லை என்பதற்காக இந்த MBC பிரிவை உருவாக்கினார்கள். இதற்கும் மேலே நாம் அதையும் பிரிக்க வேண்டும் என்று சொன்னால் ஒவ்வொரு ஜாதிக்கும் தனித்தனியாக இத்தனை சதவீதம் என்று வைத்தால்தான் முடியும். ஆனால் அது சாத்தியம் அல்ல. MBC பிரிவைக் கொண்டு வந்த பிறகு BCக்கும் MBCக்கும் நிறைய இடைவெளி இருக்கிறது. அதனால் சில சமூகங்களில் முன்னேற்றம் வரவேயில்லை. BCஇல் இருக்க வேண்டிய சமூகம் இன்னமும் MBCக்குள்ளே இருந்துகொண்டு மற்ற ஜாதிகளுக்குள்ள இடத்தைப் பிடித்துக்கொண்டு இருக்கிறது. அதனால்தான் உச்சநீதி மன்றத்தில் இட ஒதுக்கீட்டைப் பொறுத்த வரையில் ஒரு நல்ல தீர்ப்பு வழங்கினார்கள். ஒவ்வொரு பிரிவிலும் creamy layer என்ற ஒன்றை அடையாளம் கண்டு அவர்கள் இந்த வாய்ப்புகளைப் பயன்படுத்தாமல் இருப்பதற்குச் சில நிபந்தனைகளை விதித்தார்கள்.

சு. ரா : ஆனால் அதற்கு அரசியல்வாதிகளின் ஆதரவு கிடைக்கவில்லையே.

வசந்தி : கேரளாவில் நடந்த வழக்கொன்றில் உச்சநீதிமன்றம் creamy layerஐ அடையாளம் காண்பதற்குச் சில விதிமுறைகளை நிர்ணயித்திருக்கிறார்கள். ஆனால் அவ்வாறு இனங்காண்பதில் குழப்பங்கள் ஏற்பட்டுள்ளன. எனவே மீண்டும் உச்சநீதிமன்றம் இதில் தலையிட்டு creamy layer பிரிவினரை அடையாளம் கண்டு இடஒதுக்கீட்டின் பயன் அவர்களுக்குச் சேராத வகையில் செய்ய வேண்டும் என உத்தரவிட்டிருக்கிறது. ஆகவே இதுதான் ஒரு நல்ல தீர்வாக இருக்க முடியும். யார் யாரைத் தாண்டிப் போகிறார்கள் என்பதைக் கண்டுபிடிக்க ரொம்பக் கஷ்டம். திருப்பித் திருப்பி நாம் அதற்குள்ளேயேதான் போய்க்கொண்டிருப்போம். ஆனால் எல்லா மாநிலங்களிலும் creamy layerஐ அடையாளம் காணாமல் விட்டுவைத்திருக்கிறார்கள்.

சு. ரா : கற்றுத்தர நம் கல்வி நிறுவனங்களில் போதுமான அளவுக்கு ஆசிரியர்கள் இருக்கிறார்களா?

வசந்தி : இன்றைக்கு நாட்டில் எழுத்தறிவு குறைவாக இருக்கிறது. பள்ளிக்கூடங்கள் நிறையத் தேவைப்படுகின்றன. ஆசிரியர்கள் தேவைப்படுகிறார்கள். கிராமங்களில் இருக்கிற பள்ளியில் நான் சொன்னதுமாதிரி 5 வகுப்புக்கு ஒரு ஆசிரியர் அல்லது 2 ஆசிரியர்கள்தான் இருக்கின்றனர். இந்நிலைமைதான் தமிழ்நாட்டிலேயே

இருக்கிறது. மற்ற மாநிலங்களில் கல்வி நிலைமை இன்னும் மோச மாகத்தான் இருக்கிறது. இன்றையத் தேவையின் அடிப்படையில் ஆசிரியர்களை நியமிக்க வேண்டுமென்றால் கல்விக்கான நிதி ஒதுக்கீட்டில் அதிக பங்கு ஆசிரியரின் சம்பளத்துக்கே போகும் என்று பயப்படுகிறார்கள். ஆரம்பப் பள்ளிகளில் கற்றுத் தருவதற்குப் பகுதி நேர ஆசிரியர்களை நியமிக்கலாம் என்ற ஆலோசனை இருக்கிறது.

ஆரம்பப் பள்ளியில் கற்றுத் தருவதற்கு ஆசிரியர் பயிற்சித் தகுதி வேண்டும் என்று வலியுறுத்த வேண்டியதில்லை. 12ஆம் வகுப்பு முடித்த மாணவன் ஏன் முதல் வகுப்புக்குப் பாடம் எடுக்க முடி யாது? தாராளமாகச் சொல்லிக்கொடுக்கலாம். பி. எட். ஐ எதிர் பார்க்க வேண்டும் என்றில்லை. ஆசிரியப் பயிற்சியை எதிர்பார்க்க வேண்டியதில்லை. ஆங்கிலம், கணக்கு கற்றுத் தர வேண்டாம். சிலவற்றை மட்டும் கற்றுக் கொடுக்கச் சொல்லலாம். அவர்களுக்கு ஒரு குறுகியகாலப் பயிற்சி அளிக்கலாம். இத்தகையப் புதிய வழி முறைகளைக் கொண்டு வந்தால்தான் இதற்காகும் அதிகமான செலவினங்களைத் தவிர்த்து எல்லோருக்குமான அடிப்படைக் கல்வியைக் கொண்டுவர முடியும். இது தேசிய அளவில் முன்னு ரிமை அளிக்கப்பட வேண்டிய விஷயம். அதைத் தவிர மற்ற எல்லாவற்றையும் பற்றிப் பேசிக்கொண்டிருக்கிறோம். அதற்கான நிதி ஒதுக்கீடு இல்லை. இன்றைக்குப் போக்ரன் அணுகுண்டுச் சோதனைக்குப் பிறகு, ஆயுதமாக்கலுக்கு 40 முதல் 50 ஆயிரம் கோடி தேவை என்கிறார்கள். அதற்கு மட்டும் பணம் எங்கிருந்து வருகிறது? கல்விக்கான நிதி ஒதுக்கீடு இன்றும் தேசிய வருமானத்தில் சுமார் 3% தான் செய்யப்படுகிறது. இதற்கான அரசியல் உறுதி, சமுதாய உறுதி உருவாக வேண்டும்.

சு. ரா : கல்விக்குத் தேசிய அளவில் இன்னும் முன்னுரிமை கிடைக்கவில்லை போலிருக்கிறது. அப்படிக் கிடைத்திருந்தால் மக்கள் பல கேள்விகள் கேட்க முடியும். சில மாற்றங்கள்கூட ஏற்படலாம். நேரு காலத்திலிருந்து இன்றுவரையிலும் பெரிய அளவில் மாற்றங்கள் உருவாகவே இல்லை.

வசந்தி : நம்மைவிடப் பின்தங்கியிருந்த எத்தனையோ நாடு கள் வளர்ச்சி அடைந்துவிட்டன. எழுத்தறிவுப் பிரச்சினைக்குத் தீர்வு கண்டிருக்கிறார்கள். உதாரணமாக க்யூபா நாடு விடுதலை அடைந்த 10 ஆண்டுகளுக்குள் – 1959லிருந்து 1969க்குள் – பெருமளவு எழுத்தறிவின்மையை ஒழித்துவிட்டார்கள். இதை எப்படிச் செய்தார் கள்? நாட்டிலிருந்த கல்வி கற்றவர் அனைவரையும், கற்றுக்கொண் டிருக்கும் கல்லூரி, உயர்நிலைப் பள்ளி மாணவரையும் குறுகிய காலங்களுக்கு ஆசிரியர்களாக்கி, அவர்களைக் கொண்டு கல்வியற் றவர்களுக்குக் கற்றுத் தந்தார்கள். நம் நாட்டில் இதை ஏன் செய்யக் கூடாது? இப்படிக் கேட்டால் உடனே 'ஓ, அது கம்யூனிஸ நாடு.

அங்கு ஜனநாயகம் இல்லை. அதனால் அவர்களால் அதைச் செய்ய முடியும். நம் நாடு ஜனநாயக நாடு. நாம் எப்படிச் செய்ய முடியும்?' என்று கேட்பார்கள். மக்களின் அடிப்படைத் தேவைகளை, மற்ற வகைப்பட்ட அரசியல் அமைப்புடைய நாடுகளை விட ஜனநாயக நாட்டில்தானே சிறப்பாகப் பூர்த்தி செய்ய முடியும்? அதனால் தானே ஜனநாயகத்தைக் கொண்டாடுகிறோம். நம் நாட்டில் 10,000 கல்லூரிகள் இருக்கின்றன. அதாவது ஒரு லட்சம் ஜனத் தொகைக்கு ஒரு கல்லூரி. 3 லட்சம் கல்லூரி ஆசிரியர்கள் உள்ளனர். அதாவது 3000 பேருக்கு ஒரு கல்லூரி ஆசிரியர். 67 லட்சம் கல்லூரி மாணவர். அதாவது 150 பேருக்கு ஒரு கல்லூரி மாணவர். இத்தனைப் பிரம்மாண்டமான கல்வி வளம் பெற்ற நாட்டில் எழுத்தறிவின்மை மன்னிக்கக்கூடிய குற்றமா?

சு. ரா : எல்லாத் திட்டங்களையும் நிறைவேற்றுவதற்கு மக்கள் மத்தியில் விழிப்புநிலையும் அறிவு வளர்ச்சியும் ஏற்பட வேண்டும்.

வசந்தி : பொருளாதாரம் வளர்ச்சியடைவதற்கு அவர்கள் தானே உற்பத்திச் சக்தியாக இருக்கப் போகிறார்கள். அவர்களுக்குக் குறைந்தபட்சக் கல்வியறிவு இல்லாமல் என்ன திறமையை வளர்க்க முடியும்?

சு. ரா : அரசியல்வாதிகளின் நோக்கம் என்ன? மக்களுக்கு, அறிவைப் புகட்டி அதைத் தேச நலனுக்காகப் பயன்படுத்துவதா? அல்லது அவர்களுடைய அறியாமையைத் தங்கள் சுயநலத்திற்காகப் பயன்படுத்திக்கொள்வதா? அறியாமையைத் தங்கள் சுயநலத்திற் காகப் பயன்படுத்திக்கொள்ள வேண்டும் என்ற எண்ணம் உள்ளூர இருந்தால் விழிப்புநிலையை உருவாக்கக்கூடிய கல்வியைப் பரப்ப வேண்டும் என்ற எண்ணம் எப்படி ஏற்படும்? மக்களின் அறியா மையைக் கணக்கிட்டுத்தான் அவர்கள் பல காரியங்களும் செய்வ தாகத் தோன்றுகிறது.

வசந்தி : அப்படி ஒரு நோக்கம் உள்ளூர இருக்கலாம். அரசியல் வாதிகள், ஆதிக்கச் சக்திகள் ஒரு social engineering செய்கிறார்கள். மேலெழுந்தவாரியாகப் பார்த்தால் அது புரியாது. ஆனால் அது எப்போதும் மறைமுகமாக இயங்கிக்கொண்டிருக்கிறது. அதன் ஒரு பகுதியாக மக்களுக்குக் கல்வியை மறுக்கும் நோக்கம் இருக்கலாம்.

※※

கோ–எஜுகேஷன் – ஜாதிப் பிரச்சனை

சு. ரா : கோ–எஜுகேஷன் பற்றி நீங்கள் என்ன நினைக்கிறீர்கள்? இப்போது தொழில் கல்லூரிகள் அனைத்திலும் கோ–எஜுகேஷன் தான் இருக்கிறது. ஆனால், கலைக் கல்லூரிகளில் தனியாகப் பெண்கள் கல்லூரிகள் இருக்கின்றன. இந்த நிலை தொடர வேண்டுமா?

வசந்தி : நான் கோ–எஜுகேஷனை முழுமையாக ஆதரிக்கிறேன். அனைத்துக் கல்லூரிகளுமே *co-educational institutions* ஆக மாற்றப்பட வேண்டுமென்றுதான் நினைக்கிறேன். ஆனால், பல இடங்களில் இதற்கு எதிர்ப்பு இருக்கிறது. பெண்கள் தங்களுக்கென்ற தனிக் கல்லூரிகளில் படிப்பதுதான் அவர்களுக்குப் பாதுகாப்பு என்று பலர் நினைக்கிறார்கள். கோ–எஜுகேஷன் நமது மரபுக்கு, பாரம்பரியத்திற்கு ஒத்தது அல்ல என்று சிலர் சொல்கிறார்கள்.

சு. ரா : நம் முன்னோர்களின் மரபும் பாரம்பரியமும் எந்தெந்த காரியங்களை விதித்துள்ளதோ அவற்றைச் செய்துகொண்டு வாழ்க்கையைத் தொடர இனி நம்மால் முடியாது. மரபையும் பாரம்பரியத்தையும் தாண்டி வந்துதான் ஆக வேண்டும். முன்னோர்கள் ஏற்காத காரியங்களைத்தான் தொடர்ந்து பெண்கள் இனி செய்யப் போகிறார்கள். பெண்களை மருத்துவக் கல்லூரியில் சேர்க்க ஏற்றுக்கொண்ட பின்பு பழைய விஷயங்களை ஏன் நினைத்துக்கொண்டிருக்க வேண்டும்?

வசந்தி : இதைப் பற்றிப் பேசுவதற்கு முன்னால் ஒரு சின்ன அனுபவத்தைப் பற்றிச் சொல்கிறேன். உங்கள் கேள்விக்கு இது ஒரு வகையில் பதில்தான். முதுகலை அளவில் ஒரு புதுத் திட்டம் ஆரம்பிக்க முயற்சி செய்தோம். நமது உயர்கல்வியில் உள்ள ஒரு பெரிய குறை அனைத்துப் பாடங்களுமே கட்டாயப் பாடங்களாக மாணவர்கள் மேல் திணிக்கப்படுவது. மாணவர்கள் தங்கள் விருப்பத்திற்கேற்ற வண்ணம், அல்லது தங்களது எதிர்காலத் திட்டத்திற்கு ஏற்ற வண்ணம் பாடங்களைத் தேர்ந்தெடுத்துப் படிக்க வாய்ப்பில்லை. மற்ற நாடுகளில் பள்ளிகளிலேயே நிறைய *choice* மாணவர்களுக்கு அளிக்கப்படுகிறது. இங்கே முதுகலையில்கூட *choice* கிடையாது. தனது *major subject*ஐ மாணவன் தேர்ந்தெடுத்துவிட்டால் அது தொடர்பாக அந்தக் கல்லூரியில் நடத்தப்படும் அனைத்துப்

பாடங்களையும் கட்டாயமாகப் படித்தாக வேண்டும். பல்கலைக் கழக அளவில் optionals என்று ஒரு பெரிய பட்டியல் கொடுக்கப்படுகிறது. இதிலிருந்து எந்தப் பாடங்களை வேண்டுமானாலும் மாணவர் தேர்ந்தெடுக்கலாம். ஆனால் கல்லூரி அளவில் இந்த options இல்லாமல் போய்விடுகிறது. ஒரு செமஸ்டரில் எடுக்க வேண்டிய பட்டியலில் 10 papers பல்கலைக் கழக அளவில் கொடுக்கப்பட்டிருக்கும். இதில் ஏதேனும் 2 papers ஒவ்வொரு மாணவனும் எடுக்க வேண்டும். ஆனால் கல்லூரியில் இரண்டே பேப்பர்தான் நடத்துகிறார்கள். அந்தக் கல்லூரி மாணவர் அனைவரும் அந்த இரண்டு பேப்பரைத்தான் எடுத்தாக வேண்டும். இத்தகைய பேப்பர்களுக்கு optional என்று பெயர் வேறு. Option இல்லாதபோது அவற்றை optionals என்று சொல்வதே முரணானது. இதற்கு ஒரு காரணம் ஆசிரியர் பற்றாக்குறை. குறைந்தபட்ச எண்ணிக்கையிலான பேப்பர்கள் எடுக்கும் அளவுதான் அரசு ஆசிரியரை நியமிக்க அனுமதிக்கிறது.

முதுகலையிலாவது இந்த நிலை மாறவேண்டுமென்று கருதினோம். ஆகவே Pooling System என்ற ஒன்றை முன்வைத்தோம். இதன்படி, அருகாமையிலுள்ள இரண்டு மூன்று கல்லூரிகளைச் சேர்த்து ஒரு pool உருவாக்குவோம். இதிலுள்ள ஒரு கல்லூரி மாணவர் மற்ற இரண்டு கல்லூரிகளிலுள்ள ஒரு optional பேப்பரைத் தேர்ந்தெடுத்துப் படிக்கலாம். ஒவ்வொரு கல்லூரியும் வெவ்வேறு இரு optionals நடத்த வேண்டும். அப்படியென்றால் ஒவ்வொரு மாணவனும் தான் தேர்ந்தெடுக்க வேண்டிய இரண்டு பேப்பரை மூன்று கல்லூரிகளில் நடத்தும் 6 பேப்பர்களில் எதை வேண்டுமானாலும் எடுத்துக்கொள்ளலாம். தன் கல்லூரியை விட்டு, மற்றக் கல்லூரிகளில் இந்தப் பேப்பர்களைக் கற்றுக்கொள்ளலாம்.

ஒரு கல்லூரியிலிருந்து இன்னொரு கல்லூரிக்குப் போகிறபோது இன்னொரு ஆசிரியரிடம் படிக்க வேண்டும். ஆசிரியர்களுக்குள்ளே ஆரோக்கியமான போட்டி ஏற்படும். நாங்களெல்லாம் மாநிலக் கல்லூரியில் இருந்தபோது வாரத்திற்கு ஒரு தடவை சென்னை கிறிஸ்தவக் கல்லூரிக்குப் போவோம். கிறிஸ்தவக் கல்லூரியில் இருக்கிறவர்கள் எங்கள் கல்லூரிக்கு வருவார்கள். இந்த inter - collegiate வகுப்புக்காக நாங்கள் காத்துக்கொண்டிருப்போம். இருக்கின்ற எண்ணிக்கையிலான ஆசிரியரை வைத்துக்கொண்டு மாணவர்களுக்கு நிறைய choice கொடுக்கலாம்.

ஆனால், இத்திட்டத்தை நடைமுறைப்படுத்த முடியவில்லை. ஆசிரியர்களிடமிருந்தும் நிர்வாகங்களிடமிருந்தும் பெரும் எதிர்ப்பு வந்தது. நான் பல கல்லூரிகளுக்குச் சென்று, பல மணி நேரம் இத்திட்டத்தின் பயன்களை விளக்கி, ஆதரவு திரட்ட முயற்சி செய்தேன். ஆனால் நடக்கவில்லை.

பல காரணங்கள் சொல்லப்பட்டன. ஒரு கல்லூரியினர் தங்கள் மாணவர்கள் மற்றக் கல்லூரிக்குப் போவதை விரும்பவில்லை. மாணவர்கள் தங்கள் கட்டுப்பாட்டில் இருக்க மாட்டார்கள் என்று நினைத்தார்கள். அதே மாதிரி, மற்றக் கல்லூரி மாணவர்கள் தங்கள் கல்லூரிக்கு வருவதையும் விரும்பவில்லை. கட்டுப்பாடு கெட்டு விடும் என்றார்கள். மற்றபடி டைம் டேபிள் போடுவதில் கஷ்டம் போன்ற சில காரணங்களும் சொல்லப்பட்டன. முக்கியமாகப் பெண்கள் கல்லூரிகளிலிருந்து பெரும் எதிர்ப்பு வந்தது. பெண்கள் கல்லூரிகளில், தங்கள் கல்லூரி வளாகத்தில் மாணவர்கள் வரக் கூடாது என்கிறார்கள். தங்கள் குழந்தைகள், மாணவர்கள் படிக்கும் கல்லூரிக்குச் சென்று படிப்பதைப் பெற்றோர்கள் ஏற்றுக்கொள்ள மாட்டார்கள் என்று சொன்னார்கள். "மாணவிகளைக் கல்லூரி களில் சேர்க்கும்போதே பெற்றோர்கள் அவர்களுக்கு கோ–எஜு கேஷன் உள்ள மருத்துவக் கல்லூரி மற்றும் பொறியியல் கல்லூரியில் இடம் கிடைக்காததால்தான் இங்கு சேர்த்திருக்கிறார்கள். எல்லோ ரும் சேர்ந்து படிக்கும் கோ–எஜு கேஷன் கல்லூரிக்கு அனுப்பத் தயாராகத்தானே இருந்தார்கள்" என்றால் அதற்குப் பதிலே கிடை யாது. ஒருமுறை எனக்கு ரொம்பக் கோபம் வந்துவிட்டது. திருநெல் வேலியில் ஒரு பெரிய பெண்கள் கல்லூரியில் இந்தத் திட்டத்திற் கான விளக்கக் கூட்டம் நடத்திக்கொண்டிருந்தேன். அந்தக் கல்லூரி யிலிருந்து இதற்குப் பெரிய எதிர்ப்பு. "எங்கள் மாணவிகளைப் பாதுகாக்கும் பொறுப்பு எங்களுக்கு இருக்கிறது. மாணவர்களைக் கல்லூரி வளாகத்திற்குள் அனுமதிக்க முடியாது" என்றார்கள். "2000 பெண்கள் படிக்கும் கல்லூரிக்குள் நான்கைந்து மாணவர்கள் ஒரு வகுப்பிற்கு வந்துவிட்டுப் போனால் என்ன ஆகிவிடும்? உங்கள் கல்லூரியின் கற்பு பறிபோய்விடாது" என்று சொன்னேன். "மாண வர்களிடம் பெண்கள் பழகினால் தவறு ஏற்பட்டுவிடும்" என்றார் கள். இந்தக் கல்லூரியில் நாங்கள் புதிதாகக் கொண்டு வந்திருக்கும் Status of Women என்ற பாடம் வேறு சொல்லித் தருகிறார்கள். நிறைய மாணவியர் அதைத் தேர்ந்தெடுத்துப் படிக்கின்றனர். "எதற்கு இந்தப் பாடம் சொல்லித் தருகிறீர்கள்? இப்படிப் பேசுபவர்கள் என்ன சொல்லித் தந்துவிடப் போகிறீர்கள்? அந்தப் பாடத்தை இனிமேல் சொல்லித் தரவேண்டாம்" என்று சொல்லி விட்டேன். இரண்டு ஆசிரியர்கள் அழ ஆரம்பித்துவிட்டார்கள்.

சு. ரா : நீங்கள் கோ–எஜு கேஷன் நல்லது என்று சொன்னீர் கள். மாணவர்களும் மாணவிகளும் ஒருவரையொருவர் புரிந்து கொள்ள அது உதவும் என்று நினைக்கிறேன். கல்லூரியை விட்டு வெளியே வந்தபின் பெண்கள் கல்லூரியில் படித்த பெண்களுக்கும் கோ–எஜு கேஷனில் படித்த பெண்களுக்கும் இடையே ஒரு வித்தி யாசத்தை உணர முடிகிறதா? கோ–எஜு கேஷனில் சில பிரச்சினை களை எதிர்கொண்டிருப்பார்கள். இந்த அனுபவங்கள் ஆண்கள் பற்றிய புரிதலை விரிவுபடுத்தியிருக்கின்றனவா?

வசந்தி : என்னால் நிச்சயமாகச் சொல்ல முடியவில்லை. கல்லூரியை விட்டுப் போனபிறகு அவர்கள் வாழ்க்கையில் ஏதாவது ஆரோக்கியமான மாற்றங்கள் ஏற்பட்டிருக்கின்றனவா, கண்ணோட்டத்தில் ஏதாவது மாற்றங்கள் ஏற்பட்டிருக்கின்றனவா என்பதைப் பற்றி ஒரு *study* பண்ணலாம். ஆனால் கோ–எஜுகேஷன் கல்லூரியிலும் உண்மையான கோ–எஜுகேஷன் இல்லை. பல இடங்களில் பேருக்குத்தான் கோ–எஜுகேஷன் இருக்கிறதே ஒழிய ஆண்களும் பெண்களும் சகஜமாகப் பழக அந்த கோ–எஜுகேஷன் கல்லூரிகளில் விடுவதில்லை. ஒருவரிடம் ஒருவர் பேசக்கூடாது. கண்டிப்பாக இருந்து ஆசிரியர்களும் நிர்வாகமும் அவர்களை ரொம்ப கண்காணிக்கிறார்கள். எதற்காக இந்த கோ–எஜுகேஷன், அவர்களைப் பழகவே விடாமல்?

சு. ரா : வகுப்பறையில் அவர்கள் தனித்தனியாக உட்கார்ந்திருப்பார்களா?

வசந்தி : தனித்தனியாகத்தான் உட்கார்ந்திருப்பார்கள்.

ஹமீது : அது ஒரு விதியாக இல்லாவிட்டாலும் நடைமுறையில் ஆண்களும் பெண்களும் தனித்தனியாகத்தான் உட்கார்ந்திருப்பார்கள்.

வசந்தி : சில இடங்களில் விதியாக இல்லாவிட்டாலும் நடைமுறையில் இருக்கிறது. மாணவர்கள் அங்கேதான் உட்கார வேண்டும். மாணவிகள் இங்கேதான் உட்கார வேண்டும். அவர்களைப் பழகவே விடமாட்டார்கள். இரண்டு பேரும் பேசினாலே அதை ஒருமாதிரியாகப் பார்த்துக் கண்டிப்பாகப் பேசக்கூடாது என்று சொல்வது. உண்மையிலேயே இப்போது நடப்பது கோ–எஜுகேஷனே இல்லை. *Professional college*இல் இந்த அளவுக்கு இல்லை. ஓரளவுக்கு *free* ஆகப் பழகுகிறார்கள். அங்கே நடைமுறையில் இந்தப் பழக்கம் வந்துவிட்டது. ஆனால் அவர்களுடைய வாழ்க்கையில் எடுக்கக்கூடிய முடிவுகளில் ஓரளவுக்கு மாற்றங்கள் ஏற்படுகின்றனவா என்பதை நிச்சயமாகச் சொல்ல முடியவில்லை.

எடுத்துக்காட்டாக, இப்போது கோ–எஜுகேஷனில் படித்தவர்கள் தாங்களே தங்களுடைய வாழ்க்கைத் துணையைத் தேர்ந்தெடுத்துக் கல்யாணம் பண்ணியிருக்கிறார்களா என்றால் இல்லை. திருமணத்தை மட்டும் நான் சொல்லவில்லை. ஆரோக்கியமான முறையில் நண்பர்களாகப் பழகுவது, இயல்பாகப் பழகுவது. இதனால் பலவகைப்பட்ட பிரச்சினைகள் வராமல் தடுக்க முடியும். பெண்கள் கல்லூரியில் கொஞ்சம்கூடச் சுதந்திரம் இல்லை. ரொம்ப அடிமைத்தனம் இருக்கிறது. ஆசிரியர்கள் அவர்களை ரொம்ப ஆட்டிப் படைப்பவர்களாக இருக்கிறார்கள். ஆனால் கோ–எஜுகேஷன் கல்லூரிக்கு வருகிறபோது மாணவர்களும் படிக்கிற காரணத்தால் அங்கே அவர்களை அந்தளவுக்கு அடக்கமுடியாது.

அதனால் கூட கொஞ்சம் சுதந்திரம் கிடைக்கும். ஆனால் கோ–எஜுகேஷன் கல்லூரிக்கு வருகிறபோது மாணவர்களும் படிப்பதனால் பெற்றோர்களுக்குப் பலவகைப்பட்ட மனத்தடைகள் வந்துவிடுகின்றன. மாணவிகள் கல்லூரி வாழ்க்கையின் பல நிகழ்ச்சிகளில் பங்கேற்பது கிடையாது. ஆசிரியர்களும் நிர்வாகமும் ஒரு ஆரோக்கியமான சூழ்நிலையை உருவாக்க வேண்டும். ஆனால் மாணவிகளே ரொம்ப விலகி விடுகிறார்கள். அதனால் கோ–எஜுகேஷனில் பெற வேண்டிய நன்மை அவர்களுக்குக் கிடைக்காமல் ஆகி விடுகிறது.

சு. ரா : நீங்கள் சொன்னதிலிருந்து மாணவ மாணவியர் சேர்ந்து கற்பதும் ஒரு சம்பிரதாயமான தளத்தில்தான் நடைபெறுகிறது என்பதைப் புரிந்துகொண்டேன். சேர்ந்து படிக்கிறார்கள் என்று வேண்டுமென்றால் வெளியில் பெருமையாகச் சொல்லிக் கொள்ளலாம். ஒருவருக்கொருவர் கருத்துகளை விவாதிக்கச் சந்தர்ப்பம் இல்லையென்றால் அதன்பின் என்ன கோ–எஜுகேஷன்? புரொபஷனல் கல்லூரியிலாவது இருப்பது ஒரு ஆறுதல்தான்.

வசந்தி : இப்போது பெண்கள் கல்லூரி என்று தனிப் பிரிவு இருக்கக்கூடாது என்று நான் நினைக்கிறேன். பெண்கள் கல்லூரி இருப்பதால்தான் பெண்களை எல்லோரும் அந்தக் கல்லூரிக்கு அனுப்புகிறார்கள். இல்லையென்றால் கல்லூரிக் கல்வி அவர்களுக்குக் கிடைக்காது என்று சொல்கிறார்கள். இது பின்தங்கிய வட இந்திய மாநிலங்கள், அதிலும் கிராமப்புறப் பகுதிகளைப் பொறுத்தவரை உண்மையாக இருக்கலாம். வட இந்தியாவில் பெற்றோர்கள் பெண்கள் கல்லூரி இருந்தால்தான் பொதுவாகப் பெண்களைப் படிக்க அனுப்புவார்கள் என்ற நிலை இன்றும் நீடிக்கிறது. இங்கெல்லாம் அப்படி இல்லை. நான் ஏற்கனவே சொன்ன மாதிரி அவர்களை மருத்துவக் கல்லூரிக்கோ பொறியியல் கல்லூரிக்கோ அனுப்ப அனைத்துப் பெற்றோர்களும் தயாராக இருக்கிறார்கள். இன்றைக்கு நிறையப் பெண்கள் வேலைக்குப் போகிறார்கள். வேலைக்குச் செல்வதற்காகப் படிக்கிறார்கள்; கல்யாணம் பண்ணிக்கொண்டு வீட்டிலே இருக்க வேண்டும் என்று நினைக்கவில்லை. இன்றைக்கு அந்த அளவுக்குச் சமுதாயம் வளர்ந்திருக்கிறது. அப்புறம் அவர்கள் ஆணகளோடு பணிபுரியத்தான் போகிறார்கள்.

சு. ரா : என் ஆசிரிய நண்பர் ஒருவர் சொன்னார். அவர் எப்போதுமே மாணவ மாணவியர் சேர்ந்து படிப்பதை ஆதரித்துப் பேசக்கூடியவர். இப்போது அவர் தம் பெண்ணை, பெண்கள் கல்லூரியில் சேர்த்திருக்கிறார். இத்தனைக்கும் அவர் பணிபுரிவது ஒரு கோ–எஜுகேஷன் கல்லூரியில்தான். ஏன் என்று கேட்டேன். மாணவர்கள் மாணவிகளை ரொம்பவும் கேலி செய்கிறார்கள்; கட்டுப்படுத்த முடியவில்லை என்றார். மாணவிகளைப் பார்த்து

ஆபாசமாகப் பேசுவதும், சில சமயம் தொட்டுத் துன்புறுத்துவதும் கூட உண்டு என்றார். எல்லாக் கல்லூரிகளையும் ஒரே மாதிரியாக எடுத்துக்கொள்ள முடியாது என்றும், ஒவ்வொன்றும் ஒவ்வொரு மாதிரியாக இருக்கிறது என்றும் சொன்னார். கோ–எஜுகேஷனில் நம்பிக்கை வைத்திருப்பவர்கள்கூட அதைச் செயல்படுத்த வேண்டிய நேரத்தில் அதிலிருந்து விலகிக்கொள்ளும் சூழல் இருக்கிறது என்று தோன்றிற்று.

வசந்தி : ஈவ் டீசிங் பல இடங்களில் நடந்துகொண்டுதான் இருக்கிறது.

சு. ரா : அந்த ஆசிரியர் என்னிடம் இதைச் சொன்ன நேரத்தில் எங்களுடன் இருந்த மற்றொரு கல்லூரி ஆசிரியர் இவர் சொன்னதை ஆமோதித்தார். மற்றொரு விஷயத்தையும் சொன்னார். அது இன்னும் ஆச்சரியமாக இருந்தது. பையன்களின் கூத்தடிப்பு எல்லாம் கல்லூரி வளாகத்திற்குள்தான் அதிகம் என்றும், வெளியே சென்றால் ஒழுங்காக இருப்பார்கள் என்றும் சொன்னார். மாணவிகளைக் கேலிகூடச் செய்ய மாட்டார்கள் என்றார். என் மனதிலிருந்த எண்ணத்துக்கு நேர் தலைகீழாக இருந்தது அவர் சொன்னது.

வசந்தி : இதைப் பற்றி நிறைய ஆசிரியர்களிடமும் பேசியிருக்கிறேன். என். எஸ். எஸ். முகாமில்கூடக் கூப்பிட்டுக் கேட்டிருக்கிறேன். அவர்கள் என்ன சொல்கிறார்கள் என்றால் கல்லூரிக்குள் எந்தக் கலாட்டாவும் நடக்காமல் நாங்கள் பார்த்துக்கொள்வோம். ஈவ் டீசிங் நடக்காமல் பார்த்துக்கொள்கிறோம். கல்லூரியிலிருந்து வெளியே போய்விட்டால் பஸ்டாண்டிலோ, போகிற வருகிற வழியிலோ பையன்கள் பொதுவாகப் பெண்களைக் கிண்டல் பண்ணுகிறார்கள்.

சு. ரா : பெண்கள், பிரச்சினைகளை ஓரளவேனும் எதிர்கொள்ளும்படி வளர்க்கப்பட வேண்டியது அவசியம். நான் வெளியூரில் தங்கியிருந்த வீட்டில் என் நண்பரின் மகள் மாலையில் வீட்டிற்கு அழுதுகொண்டே வந்தாள். பிஎச். டி பட்டம் பெற்றவள். 30 வயது இருக்கும். பஸ்ஸில் ஒரு கிழவர் அவளிடம் விஷமம் பண்ணினாராம். 'கிழவர்கள் விஷமம் பண்ணுவார்கள் என்பது உனக்குத் தெரியாதா?' என்று நான் அவளிடம் கேட்டேன். 'அப்பா மாதிரி நினைத்துக் கொண்டு பக்கத்தில் உட்கார்ந்தேன்' என்றாள். வெளி உலகம் தெரியாமல் பெண்கள் வளர்க்கப்படுகிறார்கள். வாழ்க்கையில் சகல ஏற்றத்தாழ்வுகளையும் அவர்கள் முன்கூட்டித் தெரிந்துகொள்வது நல்லது. வெவ்வேறு சந்தர்ப்பங்களில் வெவ்வேறு முறைகளில் பிரச்சினைகளை எதிர்கொள்ள வேண்டியிருக்கிறது. ஒரு கிழவர் விஷமம் செய்யும்போது செருப்பைக் கழற்றுவது ஒரு முறை. நம் சமூகத்தில் பெண்கள் செய்ய விரும்புவதும் செய்யத் துணியாததும் இதுதான். அந்தக் கிழவரிடம் 'நான் உங்களைக் காதலிக்கிறேன்.

அம்மாவிடம் ஒரு வார்த்தை சொல்லிவிட்டுக் கல்யாணம் செய்து கொள்கிறேன்' என்றும் ஒரு பெண் சொல்லலாம். அது மற்றொரு முறை. இக்கட்டான சந்தர்ப்பத்தை நகைச்சுவை மூலமோ அல்லது வேறு தந்திரங்கள் மூலமோ எதிர்கொள்ளவும் பெண்களுக்குத் தெரிய வேண்டும்.

வசந்தி : சத்தம் போட்டு உன்னை என்ன செய்கிறேன் பார் என்று சொன்னால் பஸ்சில் உள்ள மற்றவர்களும் இவளுக்கு ஆதரவாக வருவார்கள். இதுமாதிரிப் பல சமயம் நடந்திருக்கிறது. கிண்டல் பண்ணுபவனை அடிக்கும்போது உதவ மற்றவர்கள் வருவார்கள். அதற்கு மாறாகக் கண்டுகொள்ளாமல் இருக்கக்கூடிய நிலையும் நகரங்களில் இருக்கிறது. கிராமப்புறங்களில் நடக்காது என்று வையுங்கள். சென்னையில் இதையெல்லாம் கண்டுகொள் வதே கிடையாது. சென்னையில் ரொம்ப மோசமான நிலைமை வந்து விட்டது. சிறு நகரங்களில், கிராமப்புறப் பகுதிகளில் நடக்கத் தான் செய்கிறது. இந்த மாதிரிச் சப்தம் போட்டு மற்றவர்கள் உதவிக்கு வருவது. குறிப்பாக வயதான ஆட்கள்தான் எல்லா விதமான காரியங்களும் செய்வார்கள். நீங்கள் சொன்ன மாதிரி ஆரம்பத்தில் பெண்களுக்குத் தைரியம் வரவே மாட்டேன் என்கிறது. நாம் அப்படித்தானே வளர்க்கிறோம். கல்லூரியிலும் தைரியம் வருவதில்லை. வீட்டில் என்ன சொல்வார்கள், ஏதாவது ஒன்று ஆகிவிட்டால் சேலை மேலே முள் பட்டாலும் முள் மேலே சேலை பட்டாலும் கிழிவது சேலைதான் என்று.

சு. ரா : ஒரு கற்பனை உதாரணத்தைச் சொல்கிறேன். நீங்கள் முதல்வராக இருக்கும் கல்லூரியில் ஒரு பெண் சக மாணவனைக் காதலிப்பதாக உங்களிடம் சொல்கிறாள். நீங்கள் எப்படி அதை எதிர்கொள்வீர்கள்? ஆண்களும் பெண்களும் கல்லூரியில் சந்தித்துப் பேசுவதில் நீங்கள் நம்பிக்கை கொண்டவர்கள்.

வசந்தி : அந்தப் பையனும் பெண்ணும் உண்மையாகவே நாங்கள் ஒருவரை ஒருவர் தெரிந்திருக்கிறோம். நாங்கள் காதலிக் கிறோம் என்று சொன்னால் *I will totally stand by them.* ஆனால் நான் என்ன சொல்வேன் என்றால் கல்லூரியில் படிக்கிற மாணவர் கள் ரொம்ப முதிர்ச்சி இல்லாமல்தான் இருப்பார்கள். அவர்களுக்கு ஒருவரை ஒருவர் புரிந்துகொள்கிற முதிர்ச்சி இருக்காது. " நீங்கள் அவசரப்பட்டுக் கல்யாணம் செய்துகொள்ளாதீர்கள். இருவருமே இன்னும் சில வருடங்கள் காத்திருங்கள். இரண்டு பேரும் படித்து முடித்துவிட்டு வேலைக்குப் போக வேண்டும். இரண்டு பேரும் பெற்றோர்களை எதிர்த்துக் கல்யாணத்தைப் பண்ணினால் என்ன ஆகும்? அதனால் இரண்டு பேரும் வேலைக்குப் போகிறவரைக்கும் காத்திருக்க வேண்டும். பெரும்பாலும் பெற்றோர்களின் சம்மதம் கிடைக்காது. கிடைக்கவில்லை என்றாலும் பின்னால் ஒருவரை யொருவர் புரிந்துகொள்ளச் சந்தர்ப்பம் கிடைக்கும்." அப்படித் தான் நான் சொல்வேன். பெற்றோர்கள்தான் நிறைய எதிர்ப்பார்கள்.

சு. ரா : பெற்றோர்களிடமிருந்து எதிர்ப்பு வருவதை என்னால் புரிந்துகொள்ள முடிகிறது. ஆசிரியர்கள் இதுபோன்ற பிரச்சினை களை அணுகும் முறை மிகுந்த அதிர்ச்சியைத் தருகிறது. ஐந்தாறு ஆண்டுகளுக்கு முன் ஒரு குறிப்பிட்ட மேல் ஜாதியைச் சேர்ந்த இந்துப் பெண் – அந்தப் பெண்ணின் ஜாதியைச் சேர்ந்தவர்கள்தான் அந்தக் கல்லூரி ஆசிரியர்களில் பெரும்பாலோர் – ஒரு முஸ்லீம் ஆசிரியரைக் காதலித்துத் திருமணம் செய்துகொண்டாள். முஸ்லீம் ஆசிரியரின் முதல் மனைவி இறந்துவிட்டிருந்தார். அவருக்குக் குழந்தையும் இருந்தது. இந்த நேரத்தில் கல்லூரி ஆசிரியர்கள் எவருமே இது அவர்களுடைய சுதந்திரம் என்று கருதவே இல்லை. தங்கள் ஜாதியைச் சேர்ந்த இந்துப் பெண்ணை ஒரு முஸ்லீம் திருமணம் செய்துகொள்வதை அவர்களால் சகித்துக்கொள்ள முடியவில்லை. வெவ்வேறு இயக்கங்களிலும் வெவ்வேறு அரசியல் கட்சிகளிலும் இணைந்து நிற்பவர்கள்கூட ஜாதி, மதம் சார்ந்த முரண்பாடு உருவாகும்போது தங்கள் ஜாதிக்குள்ளும் தங்கள் மதத்துக்குள்ளும் வந்துவிடுகிறார்கள்.

வசந்தி : இந்த மாதிரி ஒரு விஷயம் என் கல்லூரியில் நடந்த தென்றால் நான் ஆசிரியர்களைக் கூப்பிட்டுச் சொல்வேன். இது மாதிரி விஷயங்களைப் பற்றி என்னுடைய ஆசிரியத் தோழியர் களிடம் நிறையப் பேசியிருக்கிறேன். நீங்கள் சொல்வதைப் போல் அவர்கள் பெரும்பாலும் கன்சர்வேடிவாகத்தான் இருக்கிறார்கள். இதெல்லாம் உங்களுக்கெல்லாம் சரி. ஆனால் சாதாரண மட்டத்தில் இருக்கிற மாணவர்களுக்கு ஒத்துவராது என்றுதான் சொல்வார்கள். பெற்றோர்களைப் பற்றித் தெரிந்ததுதான். ஆனால் ஆசிரியர்களும் ஜாதி உணர்வோடுதான் செயல்படுகிறார்கள் என்பது வருந்தத்தக்கது.

சு. ரா : ஜாதி என்ற கொடுமை இந்தியாவில் நூற்றாண்டுக ளாக இருந்து வருகிறது. என் சிறுவயதில் சுதந்திரப் போராட்டம் நிகழ்ந்து கொண்டிருந்த பின்னணியிலும் அதற்குப் பின்னாலும்கூட ஜாதியைத் தாண்டிய சில பொது உணர்வுகள் மாணவர்களிடையே இருந்தன. ஜாதியை விசாரிப்பதோ பேசுவதோ குறைவாக இருந்தது. குறைந்தபட்சம் மாணவர் பருவத்திலேனும் மனித உணர்வுகள் வலிமையாக இருந்தன.

வசந்தி : இன்று ஜாதி அரசியல் மிகவும் பிரபலமாகிவிட்டது. அரசியல் கட்சிகள் எல்லாமே ஜாதியமயமாகிவிட்டன. இன்று ஜாதி உணர்வு பல காரணங்களால் வளர்ந்துகொண்டு வருகிறது. ஜாதி அமைப்புகள் மூலம் தங்களுக்குப் பாதுகாப்பும் பலமும் கிடைக்கும் என்று மக்கள் நம்ப ஆரம்பித்துவிட்டார்கள். இதற்குத் தீனி போட்டு வளர்க்கும் பல சக்திகள் இயங்குகின்றன.

சு. ரா : ஒரு குறிப்பிட்ட கல்லூரியில் தேவர் பையன்களும் தலித் பையன்களும் தனித்தனியாக உட்கார்ந்துகொண்டிருக்கிறார்

கள் என்று என் நெருங்கிய நண்பர் ஒருவர் சொன்னார். அந்த ஊரில் பணியாற்றும் என் உறவினர் ஒருவர் இதை ஆமோதித்தார். பெற்றோர்களின் நிர்ப்பந்தத்தின்பேரில்தான் இப்படி நடக்கிறது என்றார்கள்.

வசந்தி : இரண்டு பையன்களுடைய பெற்றோர்களும் அப்படிச் சொல்கிறார்களா?

சு. ரா : தேவர் சமூகத்தைச் சேர்ந்த மாணவர்களுடைய பெற்றோர்கள்தான்.

வசந்தி : கல்லூரிக்குள்ளேயா?

சு. ரா : கல்லூரிக்குள் நடக்கிறது என்றுதான் தகவல்.

வசந்தி : எப்படி இது சாத்தியமாகிறது என்று எனக்குத் தெரியவில்லை. தலித் இன மக்கள் இன்று எல்லா இடங்களிலும் தங்கள் உரிமைகளுக்காகப் போராடிக் கொண்டிருக்கிறார்கள். ஆனால் அதன் காரணமாகவே பெரிய *back lash* வந்துகொண்டிருக்கிறது. அதிலும் தலித் இளைஞர்கள் தீண்டாமை, மற்ற அவமானங்களைப் பொறுக்க முடியாமல் தட்டிக்கேட்கத் தொடங்கியுள்ளனர். பிறகு, அவர்களில் ஒரு சிலர் இடஒதுக்கீட்டினாலும், மற்ற சலுகைகளினாலும் கொஞ்சம் முன்னேறியிருக்கின்றனர். இவற்றையெல்லாம் ஆதிக்கச் சக்திகளால் தாங்கிக்கொள்ள முடியவில்லை. காலங்காலமாகத் தங்களது அடிமைகளாக இருந்தவர்கள் இன்று கொஞ்சம் தலைதூக்கினாலும் அவர்களுக்குப் பொறுக்க முடியவில்லை. இன்றைய ஜாதியத்திற்கு, ஜாதி வன்முறைகளுக்கு இது ஒரு முக்கியக் காரணம்.

சு. ரா : அந்த ஊரில் ஒரு சமூகம் மிகவும் மேலோங்கிய நிலையில் இருக்கலாம். நான் கூறிய உதாரணம் அபூர்வமான ஒன்றாகக் கூட இருக்கலாம். ஆனால் ஜாதி வேற்றுமை பாராட்டும் குணம் மாணவர்களிடையே மேலோங்கிவிட்டது என்பதுதான் முக்கியம்.

வசந்தி : கல்லூரி அளவில் இது இருக்கிறது என்பது உண்மை. பல கல்லூரிகள் ஜாதி அமைப்புகளினால் நிறுவப்படுகின்றன. இவற்றில் அந்தந்த ஜாதியைச் சேர்ந்த ஆசிரியர்கள்தான் பெரும்பாலானவர்களாக இருப்பார்கள். மாணவர்களிலும் பெரும்பாலானவர் அதே ஜாதியைச் சேர்ந்தவர்கள்தான். அதனால் அந்தக் கல்லூரிக்குள்ளாக அதிகாரமும், செல்வாக்கும் பெற்ற ஜாதி, மற்ற ஜாதிகள் என்ற பாகுபாடும் உருவாகி விடுகிறது.

ஹமீது : இன்று மாணவர்களிடமும் ஜாதி உணர்வு பெருமளவில் இருக்கிறது.

வசந்தி : நிறையக் கல்லூரிகளில் தாழ்த்தப்பட்ட மாணவர்களுக்கும் பிற்படுத்தப்பட்ட மாணவர்களுக்கும் இடையே நிறையச்

சண்டைகள் நடக்கின்றன, வெளியுலகில் இருக்கும் நிலை கல்லூரிக் குள் அப்படியே பிரதிபலிக்கிறது. கல்வி இதனை மாற்றக்கூடிய உணர்வுகளை, கண்ணோட்டத்தை, கலாச்சாரத்தை உருவாக்கும் சக்தியாக இன்று இல்லை.

சு. ரா : இந்தியச் சமூகத்தில் பொதுவாக இளம் வயதில் ஜாதி உணர்வு மட்டாக இருந்து வயது ஆக ஆகக் கூடிக்கொண்டே போகும். இப்போது அப்படி இல்லை. சமூகத்தில் இதெல்லாம் என்றைக்கும் ஓரளவு இருக்கக்கூடியதுதான். முஸ்லீம் அடையாளம் என்பது என்றைக்குமே வெளிப்படையாக இருக்கக்கூடியது. அதே போல் பிராமணர் சார்ந்த அடையாளமும். பிற ஜாதியினரின் அடையாளங்கள் பற்றி அவ்வளவாகத் தெரியாமல் இருந்தது. இப்போது ஒவ்வொரு மாணவனுக்கும் சக மாணவனின் ஜாதி மிக நன்றாகத் தெரியும்.

ஹமீது : கல்லூரி அளவில் மாணவர்களிடையே நிறையப் பரிமாற்றங்கள் இருக்கும். நன்றாகப் பழகுவார்கள். அப்புறம் இதை யெல்லாம் தாண்டி ஜாதி உணர்வும் சண்டையும் எப்படி உருவா கிறது என்பது தெரியவில்லை.

வசந்தி : நீங்கள் சொல்வதை நான் முழுமையாக ஒப்புக்கொள் கிறேன். இன்றையச் சீரழிவுகளுக்கும் கொடுமைகளுக்கும், கேவலங் களுக்குமான மாற்று *educational sub-system* கல்வி அமைப்புக்குள்ளி ருந்துதான் உருவாக வேண்டும். கல்வி அமைப்பில் எத்தனை தான் குறைகளும், சீரழிவுகளும் இருந்தாலும் அங்கிருந்துதான் இந்த எதிர்ப்பு இன்று உருவாகும் என்று நினைக்கிறேன். அதில் முக்கியப் பங்கு, தலைமைப் பொறுப்பு ஆசிரியர்களுக்கு இருக்கிறது. ஆனால் இன்றைய ஆசிரியர்களில் ஒரு சிலரைத் தவிர மற்றவர் களிடம் அத்தகைய உணர்வுகளும், சமுதாயப் பொறுப்பும் சிறிதள வும் இல்லை. அதனால் முதல் கட்டமாக ஆசிரியர்களுக்கு உண்மை யான கல்வியும், கண் திறக்கும் கல்வியும், சமுதாய உணர்வுகளும் ஊட்டுவதுதான் *'Educating the educators'*. அதுதான் முதல்படி.

சு. ரா : நம் சமூகம் எந்தளவுக்குச் சீரழிந்திருக்கிறது என்று நாம் நினைக்கிறோமோ அதைவிடப் பல மடங்கு சீரழிந்திருக்கிறது என்று நினைக்கிறேன். இளம் வயதிலிருந்ததுபோல் நான் இப்போது ஒரு வெகுளி அல்ல என்றும் சமூகத்தின் சூதுவாதுகள் நிறையத் தெரியும் என்றும் எனக்கு நினைப்பு இருக்கலாம். ஆனால் இது உண்மை அல்ல. இப்போதும் எனக்கு நம் சமூகம் நிறைய ஏமாற்றங் களைத் தந்துகொண்டுதான் இருக்கிறது. எனக்குத் தெரிய வந்திருக் கும் அவலங்கள் மிகக் குறைவானவைதான். ஆசிரியர் சமூகம் வீறு கொண்டு எழுந்து தங்களையும் மாற்றிக்கொண்டு சமூகத்தையும் மாற்றக்கூடிய போராட்டத்தை நிகழ்த்தாத வரையிலும் நமக்கு விடுதலை இல்லை. பல கல்லூரிகளில் ஆசிரியர்களுடைய ஜாதி,

முதல்வருடைய ஜாதி, அந்த ஊரின் ஜாதி அமைப்புகள் சார்ந்த அரசியல் எல்லாம் சேர்ந்து பிரச்சினை ஆகிவிடுகிறது.

வசந்தி : தனியார் கல்லூரிகளில் எடுத்திருக்கிற ஆசிரியர் களில் முக்கால்வாசி பேர் அதை நடத்துபவர்களின் ஜாதியைச் சேர்ந்தவர்களாக இருப்பார்கள். ஆசிரியர்களால் ஜாதி உணர்வைத் தாண்டி வெளியே வர முடிவதில்லை. மேலும் ஜாதியை எதிர்த்தால் ஊருக்குள்ளே போனால் உதைப்பார்கள், அடிப்பார்கள். நமக்குக் குடும்பம் இருக்கிறது, வேலை இருக்கிறது, வாயை மூடி உட்கார்ந்து கொள்வோம் என்பவர்களும் இருக்கிறார்கள்.

சு. ரா : கல்வி வளாகத்துக்குள் நான்தான் காரியங்களைத் தீர்மானிப்பவன் என்று முதல்வரோ தலைமையாசிரியரோ நினைத் துக்கொள்ளலாம். அவர்களையும் கட்டுப்படுத்தக் கூடிய பல சக்திகள் வளாகத்துக்கு வெளியே இருக்கின்றன. ஆளும் கட்சி எம். பி., எம். எல். ஏ. போன்றவர்கள் எந்த நிமிடத்திலும் கல்வி நிறுவனத்தின் அதிகாரத்தில் குறுக்கிடலாம். ஜாதி அடிப்படையில் நிகழும் குறுக்கிடல்கள் பணிந்துபோக வேண்டியவையாகவும் வெளியே சொல்ல முடியாதவையாகவும் ஆகிவிடுகின்றன.

எங்கள் ஊரில் நான்கு பாலிடெக்னிக் கல்லூரிகள் இருக்கின்றன. ஒரு கல்லூரியில் இடம் கிடைக்காத மாணவனிடம், மற்றொரு கல்லூரியில் முயற்சி செய்வதுதானே என்று கேட்டேன். 'எப்படிக் கிடைக்கும்? நான் நாடார்' என்றான் அவன். நான்கு பாலிடெக்னிக் கல்லூரிகளை நடத்துபவர்களும் வேறு ஜாதிகளைச் சேர்ந்தவர்கள் என்பது அவன் சொல்லித் தெரிந்தது. இந்தக் காலத்து மாணவர்கள் கடவுள் வகுத்த நீதிபோல் இவற்றையெல்லாம் ஏற்றுக்கொண்டு விடுகிறார்கள்.

வசந்தி : நாம் ஆசிரியர்கள் இதை மாற்றலாம் என்று நினைக் கிறோம். அவர்கள் என்ன நினைக்கக்கூடும் என்றால், வெளியே இருக்கிற சமூகமே இப்படியிருக்கிறது. அரசியலும் இதற்குச் சாதக மாக இருக்கிறது. அரசியல்வாதிகளும் அப்படித்தான் இருக்கிறார் கள். நாங்கள் மட்டும் எப்படி விதிவிலக்காக இருக்க முடியும் என்ற மனோபாவத்தில்தான் இருக்கிறார்கள். ஆசிரியர்கள் மட்டும் சமுதாயத்தில் உயர்ந்தவர்களாக இருக்கவேண்டும் என்று நினைத் தால் எப்படிச் சாத்தியம்? சமூகத்தின் ஒரு பகுதியாகத்தான் அவர்கள் இருக்கிறார்கள். மாற்றம் ஆசிரியர்களிடமிருந்து வரும் என்றே எனக்கு நம்பிக்கை இல்லை. ஆனால் மாற்றம் அவர்களிட மிருந்து வரவேண்டுமென்று நான் விரும்புகிறேன். இன்று சமுதாயத் தில் மாற்றம் பிறக்கவேண்டிய மையங்களில் கல்வி நிலையங்கள் முக்கியமானவையாக இருக்க வேண்டும். அங்கிருந்து மாற்றத்திற்கு, வளர்ச்சிக்கான சக்தி அலை அலையாகச் சமுதாயத்தில் பரவ வேண்டும். இப்படி நான் விரும்புகிறேன். ஆனால் நமது ஆசைகள், எதிர்பார்ப்புகள் வேறு; யதார்த்தங்கள் வேறு.

சு. ரா : என் ஆசிரிய நண்பர் பல்கலைக் கழக ஆசிரியர்களுக் கிடையேகூட ஜாதி அமைப்பு இருக்கிறது என்றார். கிட்டத்தட்ட 300, 400 ஆசிரியர்கள் வேலை செய்யும் பல்கலைக்கழகத்தில் ஒரு ஜாதியினர் அதிக எண்ணிக்கை கொண்டவர்களாக அமைந்து விடுகிறார்கள். தங்கள் ஜாதியைச் சேர்ந்த ஒருவரைத் துணைவேந்த ராகக் கொண்டு வரவேண்டும் என்று அவர்கள் இயங்கத் தொடங்கு கிறார்கள். இதுபோல் பல நியமனங்களும் ஜாதி அடிப்படையில் தான் நடந்துகொண்டிருக்கின்றன என்று கேள்விப்பட்டேன்.

வசந்தி : நீங்கள் சொல்வது உண்மைதான். கடந்த சில ஆண்டு களாகப் பல நியமனங்கள் அப்படித்தான் நடக்கின்றன. பல்கலைக் கழகங்களில் துணைவேந்தர் பதவி முதற்கொண்டு ஜாதி அடிப் படையில்தான் செய்யப்படுவதாகத் தெரிகிறது.

சு. ரா : இது போன்ற விஷயங்கள் நடைபெறும் சமூகத்தில் எந்த விதமான கல்வி உருவாகும்?

வசந்தி : நிச்சயமாக இதைக் கட்டுப்படுத்த வேண்டும். Caste lobby செயல்படுவது உண்மைதான். இன்றைக்கு ஜாதிகள் தங்க ளுக்குத் துணைவேந்தர் பதவி கேட்டால் அதைப் பேப்பரிலேயே போடுகிறார்களே. எங்கள் ஜாதிக்குத் துணைவேந்தர் பதவி வேண் டும் என்று கேட்பது இன்று ஒரு வெளிப்படையான விஷயம் ஆகிவிட்டது. அவர்களுக்கு இதில் தனிப்பட்ட ஆதாயங்கள் இல்லை என்கிற சூழல் உருவானால் நிலை மாறலாம்.

அஞ்சல் வழிக் கல்வி

ஹமீது : இன்று அஞ்சல்வழிக் கல்வி மிகவும் பரவலாகிவிட்டது. முறைசார்ந்த கல்வியில் மாணவர்கள் கல்லூரிக்குப் போகிறார்கள். ஆசிரியர்கள் வருகிறார்கள். பாடம் எடுக்கிறார்கள். இந்த மாதிரி எதுவுமில்லாமல் அவர்கள் ஏதோ பணத்தைக் கட்டிப் பாடப் புத்தகத்தை வரவழைத்துப் படிக்கிறார்கள். இந்த முறை எந்தவிதமான தகுதியுள்ள மாணவர்களை உருவாக்குகிறது? முறை சார்ந்த கல்வியில் மாணவர்கள் ஒரு சக்தியாகத் திரளும் வாய்ப்பு இருக்கிறது. ஆனால் அஞ்சல்வழிக் கல்வியில் இந்தச் சக்தி சிதறடிக்கப்பட்டுவிடுகிறது. மாணவர்கள் ஒரு சக்தியாகத் திரள்வதை விரும்பாதவர்கள் அஞ்சல்வழிக் கல்வியை ஊக்குவிக்கிறார்கள் என்று நான் நினைக்கிறேன்.

வசந்தி : மனோன்மணியம் சுந்தரனார் பல்கலைக்கழகத்தில் நான் வந்த புதிதில் இரண்டு, மூன்று அஞ்சல்வழி வகுப்புகள் நடத்திக் கொண்டிருந்தார்கள். குறிப்பாக பி. எட். அஞ்சல்வழிக் கல்வியில் பல பிரச்சினைகள் இருந்ததால் அதை மூடச் சொன்னேன். மூடியதற்கு நிறைய எதிர்ப்புகள். கடந்த இரண்டு வருடமாகத் திருப்பியும் ஆரம்பித்தோம். இப்போது National Council of Teacher Education குறிப்பாக பி. எட். ஐப் பொறுத்தவரையில் சில கட்டுப்பாடுகளைக் கொண்டு வந்திருக்கிறார்கள். நீங்கள் சொன்னது மாதிரி அஞ்சல்வழிக் கல்வியில் பிரச்சினைகள் நிறையவே இருக்கின்றன. சொல்லிக் கொடுப்பதோ, மதிப்பீடுகளைக் கற்றுத் தருவதோ, வகுப்பு நடத்துவதோ எல்லா நிலையிலும் ஒரு மாணவன் வளர்வதற்கு இதில் எதுவுமே கிடையாது. அதில் குறைந்த அளவில்தான் பயன்பாடு இருக்கிறது. முறையான வகுப்பிற்கான ஒரு மாற்று ஏற்பாடாக இதை நாம் பார்க்கக்கூடாது. அஞ்சல்வழிக் கல்வியின் கொள்கை என்னவென்றால் அடைய முடியாதவர்களைச் சென்றடைவது (reaching the unreached). கல்லூரியில் சேர்ந்து படிக்க முடியாதவர்கள், ஒரு வேலை செய்துகொண்டே படிக்க வேண்டும் என்று நினைப்பவர்கள் இதில் படிக்கிறார்கள். திருமணமான பெண்களும் இதில் சேர்ந்து படிப்பதற்கு வாய்ப்பிருக்கிறது. ஆகவே இதை மேம்படுத்த வேண்டும் என்பது ஒரு கருத்து. இரண்டாவதாக, கல்விக்கு ஆகும் முதலீடு மிக அதிக அளவில் உள்ளது. ஆனால் அதற்கான தேவையும் அதிகம். அந்தத் தேவையை நாம் பூர்த்தி

செய்ய முடியாது. ஒரு கல்லூரியில் 1000 மாணவர்கள் படிக்கிறார்கள் என்று சொன்னால் அவர்களுக்குக் கல்வி அளிப்பதற்கு வேண்டிய முதலீடு செய்வதற்குப் பெரும் பணம் தேவையாக இருக்கிறது. புதிய கல்லூரிக்கு எங்களால் முதலீடு செய்ய முடியாது. சுயநிதிக் கல்லூரிகளில் நேரடியாகப் பணம் கொடுத்து இந்தப் பாடங்களைப் படிக்கலாம் என்று அரசு சொல்கிறது. கலைப் பாடங்களை எல்லாம் மாணவர்கள் எப்படிப் படிப்பது? இதில் ஆர்வம் இருக் கிறவர்கள் அஞ்சல்வழியில் படித்துவிட்டுப் போகட்டும். பல்கலைக் கழகங்கள் எவற்றில் அதிகப் பணம் பண்ண முடியுமோ அந்தப் பாடத்திட்டங்களைத்தான் நடத்துகிறார்கள்.

இன்றைக்கு அஞ்சல்வழிக் கல்வியில் கிடைக்கிற வருமானத்தைக் கொண்டுதான் பல்கலைக்கழகங்கள் செயல்பட முடிகிறது. அண்ணாமலை பல்கலைக்கழகம், சென்னை, மதுரை போன்ற பல்கலைக்கழகங்கள் எல்லாம் நிறைய அஞ்சல்வழிப் பாடங்கள் நடத்தி அதிலுள்ள வருமானத்தை வைத்துத்தான் அவை செயல்படு கிறது. இம்மாதிரியாகக் கல்லூரிகள் நடப்பதற்குக் காரணம் அரசாங்கம் பல்கலைக்கழகங்களுக்குப் போதிய அளவு நிதி ஒதுக்கீடு செய்வதில்லை. அஞ்சல்வழிக் கல்வி மூலம் கிடைக்கிற வருமானத்தில்தான் பல்கலைக்கழகங்களில் கல்வியை அளிக்க முடிகிறது. இதில் தரத்தை எவ்வாறு உருவாக்குவது? ஆசிரியர் பயிற்சிக் கல்வி எவ்வளவு முக்கியம். அஞ்சல் வழியாக ஆசிரியர் பயிற்சிக் கல்வி அளிப்பது, வேறு வழியில்லாமல் செய்யும் ஒரு கடைசிக் கட்ட முயற்சியாக இருந்திருக்க வேண்டும். ஒரு பாடத்தில் நேரடியாக அவர்கள் பலவகையான மதிப்பீடுகளை, கருத்துகளை, செயல்திட்டங்களைக் கற்றுக்கொள்வது மிகவும் அவசியம் என்று சொன்னால் ஆசிரியர் பயிற்சிக் கல்விக்கு இது மிக மிக அவசியம். ஆசிரியர் பயிற்சிக் கல்வி, பி. எட் பாடம் எல்லாமே அஞ்சல்வழிக் கல்வி மூலமாக நடக்கிறது. ஏனெனில் அதற்குத் தேவை அதிகமாக உள்ளது. அதில் அதிக வருமானம் கிடைக்கிறது. வேறு சில *courses* கூடுதலாகத் தங்களுடைய கல்வித் தகுதியை உயர்த்திக் கொள்வதற்காக அளிக்கப்படுவது அவசியம் என்று கருதுகிறேன். ஏற்கனவே வேலையில் இருப்பவர்கள், திருமணமான பெண்கள், இவர்களுக்கும் பெரிதும் பயனளிக்கக்கூடிய, செறிவூட்டக்கூடிய *courses* அவசியம் தேவை. மேலும் 18–23 வயதுக்குட்பட்டவர்களில் 6%தான் கல்லூரிக்கு வருகிறார்கள்.

சு. ரா : மாணவர்கள் இன்று ஒரு வலிமையான சக்தியாக இல்லையே? 30 வருடங்களுக்கு முன்னால் வேறு மாதிரி இருந்தது. கல்லூரிச் சங்கத்தில் அரசியல்வாதியைப் பேசக் கூப்பிட்டால் காங்கிரஸ் சங்கமா? இடதுசாரிச் சங்கமா? திராவிடக்கழகச் சங்கமா? என்று விசாரிப்பார்கள். இடதுசாரிச் சங்கம் என்றால் உலக அரசியலையெல்லாம் பேச வேண்டியிருக்குமே என்பார்கள்.

தான் படிக்காத புத்தகத்தை மாணவர்கள் படித்திருக்கக்கூடும் என்ற எண்ணமும் பேச்சாளர்களுக்கு இருந்தது. இப்போது மாணவர்கள் சமூக விஷயங்களில் அக்கறை கொள்வதில்லை. கல்வி விஷயங்களிலும் அக்கறை கொள்வதில்லை. மொத்த மாணவர்களில் 6% பேர்தான் கல்லூரிக்குப் போகிறார்கள் என்பது மிகக் குறைவாக இருக்கிறது.

வசந்தி: அந்த 18–23 வயதினர் 6% பேர்தான் உயர்கல்விக்கு வந்திருக்கிறார்கள். இது உலகின் மற்ற நாடுகளுடன் ஒப்பிடும்போது மிகவும் குறைவு. வளர்ச்சியடைந்த நாடுகளில் சுமார் 40% வரை உயர்கல்விக்குச் செல்கின்றனர். நம்மைப் போன்ற வளரும் நாடுகளிலும் பலவற்றில் 10%லிருந்து 20%வரை கல்லூரிகளுக்குப் போகின்றனர். ஆகவே நம் நாட்டில் மிக அதிக எண்ணிக்கையுடையோர் உயர்கல்வி கற்கின்றனர் என்று சொல்வது மிகவும் தவறு. நிறைய பேருக்குக் கல்வி போய்ச் சேர வேண்டியிருக்கிறது. அதற்குக் கல்வியில் அதிக அளவில் பணம் முதலீடு செய்ய வேண்டியிருக்கிறது. முறை சார்ந்த கல்வியில் சில பாடங்களில் மாணவர்கள் சேர்வதேயில்லை. விஞ்ஞானப் பாடங்களுக்குக்கூட இப்போது டிமாண்ட் குறைந்து வருகிறது. மைக்ரோ–பயாலஜி, பயோ–கெமிஸ்ட்ரி, கம்ப்யூட்டர் சயன்ஸ் போன்ற பாடங்களுக்குத்தான் டிமாண்ட் உள்ளது. இவற்றில் சேர்வதற்குத்தான் போட்டி உள்ளது. இப்போது முதுகலை வகுப்புகளில் சேர்பவர்களின் எண்ணிக்கை பெருமளவு குறைந்துவிட்டது. சில கல்லூரிகளில் முதுகலை வகுப்புகளில் ஒரு சில மாணவர்கள்தான் இருப்பார்கள். அந்தப் பாடத்தையே நீக்க வேண்டும் என்று கல்வித் துறை சொல்லிக் கொண்டிருக்கிறது. ஆசிரியர்கள் நியமிக்கப்பட்டுவிட்ட காரணத்தால் அந்தப் பாடங்களை நீக்கிவிடாமல் மாணவர்கள் சேராவிட்டாலும் அந்தப் பாடங்களைத் தொடர்ந்து நடத்திக்கொண்டிருக்கிறார்கள்.

சு. ரா: மாணவர்களின் எண்ணிக்கை ஆசிரியர்களின் எண்ணிக்கையைவிடக் குறைவாக இருக்கிறதா?

வசந்தி: மாணவர்கள் ஆசிரியர்களைவிடக் குறைவாக என்று இல்லை. சில கல்லூரிகளில் சில பாடங்களில் 3, 4 மாணவர்கள்தான் இருக்கிறார்கள். அஞ்சல்வழிக் கல்வியின் தரம் மிகவும் மோசமாக இருக்கிறது. அதன் தரத்தை மிகவும் உயர்த்த வேண்டும். இந்திரா காந்தி திறந்தவெளிப் பல்கலைக்கழகத்தில் அஞ்சல்வழிக் கல்வித் தரத்தை மேம்படுத்த முயற்சிகள் எடுக்கப்பட்டுள்ளன. அஞ்சல்வழிக் கல்வியை ஆரம்பித்தபோது நிறையத் தொடர்பு வகுப்புகள் ஆரம்பித்தோம். அந்த வகுப்புகளுக்கு ஓரளவுக்காவது மாணவர்கள் வருகிறார்கள். வகுப்பறைச் சூழ்நிலையைக் கொண்டு வர வேண்டும் என்பதற்காக நிறையத் தொடர்பு வகுப்புகளை ஏற்படுத்தினோம். ஆனால் அதற்காக நிறையப் பணம் செலவழிக்க வேண்டியிருந்தது. நான்கு தொடர்பு வகுப்புகள் நடத்தக்கூடிய

இடத்தில் பத்து தொடர்பு வகுப்புகள் நடத்தினால் பணம் எல்லாம் செலவாகிவிடும். இதனால் எவ்வித லாபமும் கிடையாது, இந்தச் சூழ்நிலைக்குப் பல்கலைக் கழகம் இலக்காகவும் கூடாது. பல்கலைக் கழகம் என்று உருவாக்கும்போது அதற்கான நிதி ஆதாரங்களையும் அளிக்க வேண்டும். பல்கலைக்கழகங்கள் மற்ற வழியில் பணம் சம்பாதிக்க வேண்டும் என்று அரசு சொல்லும்போது இந்த வழிக்குத் தள்ளப்படுகின்றன.

ஹமீது : நிறைய மாணவிகள் அஞ்சல்வழிக் கல்வியில் படிக் கிறார்கள். கல்லூரிக்கு அனுப்ப விரும்பாத பெற்றோர்கள், 'நீ பி. ஏ. படிக்கிறாயா?' வீட்டிலிருந்து படி என்று சொல்லக் கூடியவர் கள் இருக்கிறார்கள்.

வசந்தி : ஆமாம். பி. ஏ. படிக்கச் சொல்கிறார்கள். அதனால் அவர்களில் நிறைய பேர் வீட்டிலிருந்து படித்துவிட்டு வேலைக்குப் போகிறார்கள். இதுமாதிரி எவ்வளவோ நிறைய மாற்றங்கள் இருக்கின்றன. ஆனால் கல்வியின் தரம் மிகவும் மோசமாக இருக்கிறது.

ஹமீது : கல்வி என்பது சமூகத்தில் ஒரு மனிதனின் அடிப்படை உரிமை. இந்த முறையான கல்வியை அளிக்கும் கடமையை அரசு தட்டிக் கழிப்பதற்காக அஞ்சல்வழிக் கல்வியை ஊக்குவிக்கிறது என்று நினைக்கிறேன்.

வசந்தி : அதுவும் ஒரு வகையில் உண்மைதான். அதில் ஒன்று நம்முடைய அரசு தேவையான அளவு கல்விக்காக நிதி ஒதுக்கீடு செய்வதில்லை. இந்தியாவில் கல்விக்கென்று ஒதுக்கிய நிதியில் 25% உயர்கல்விக்கு என்று ஒரு கட்டத்தில் நான்காவது ஐந்தாண்டுத் திட்டக் காலத்தில் ஒதுக்கியிருந்தார்கள். மாநில அளவில் அதற்கும் அதிகமாகக் கொடுத்துக் கொண்டிருந்தார்கள். ஆரம்பக் கல்வி அளிப்பது அரசாங்கத்தின் முதன்மையான கடமை. அதற்காகக் கண்டிப்பாக நிதி ஒதுக்கியாக வேண்டும். அதைச் செய்யத் தவறியதற் காக இப்போது உயர்கல்விக்கான நிதியை அதற்கு ஒதுக்கப் போகிறோம் என்பதும் தவறு. அடிப்படைக் கல்வி வராத சமூகத்தில் உயர்கல்விக்கு எதற்காகப் பணம் கொடுக்க வேண்டும் என்ற விவாதத்தில் சற்றும் அர்த்தம் இல்லை. இன்றைக்கும் உயர்கல்வி பயில வேண்டும் என்று நினைக்கிறவர்கள் சமூகத்தில் ஒரு குறிப் பிட்ட மட்டத்தைச் சேர்ந்தவர்களாகத்தான் இருக்கிறார்கள். கீழ் நிலையில் உள்ளவர்களுக்கு முதலில் ஆரம்பக் கல்வியைக் கட்டாய மாக நாம் கொடுக்க வேண்டும். அதற்குக் கொடுத்துவிட்டு இதற் கும் கொடுக்க வேண்டும்.

ஹமீது : நீங்கள் சொல்வது மிகவும் சரி. கிராமப்புறங்களில் இருந்து உயர்கல்விக்குச் செல்லக்கூடியவர்கள் மிகவும் குறைவாகவே இருக்கிறார்கள். பள்ளி இறுதித் தேர்விலேயே நிறையபேர் வெளியே

தள்ளப்படுகிறார்கள். அதில் தேர்ச்சி பெறுவதே பெரிய விஷயமாக உள்ளது. கிராமங்களில் அளிக்கப்படும் கல்வி மிகவும் மோசமாக உள்ளது. போட்டியிடக்கூடிய இடங்களில் எல்லாம் கிராமப்புற மாணவர்கள் பலவீனமானவர்களாக இருப்பதால் ஓரளவு நல்ல நிலைமையில் உள்ளவர்களின் குழந்தைகள்தான் உயர்கல்வி பெற முடிகிறது.

வசந்தி : அப்படித்தான் போகிறார்கள். அதனால் கொஞ்சமாவது வசதி படைத்தவர்களுக்குத்தான் உயர்கல்வியும் கிடைக்கிறது. இதைப் பற்றி நாம் பின்னால் விவாதிக்க வேண்டும். இது பெரிய பிரச்சினை. அதுமட்டுமல்ல, இன்று உயர்கல்வி கற்க வருகின்ற அனைவரும் அதில் ஆர்வமும் ஈடுபாடும் இருப்பதால்தான் வருகிறார்கள் என்று சொல்ல முடியாது. ஒவ்வொருவருக்கும் ஒவ்வொரு திறமை இருக்கும். பத்தாம் வகுப்பு முடித்த பின்னர் அந்தத் திறமையை வளர்த்துக் கொள்வதற்கான ஒரு பயிற்சி அளிக்கப்படும் என்றால், அந்தப் பயிற்சியை முடித்த பின்பு வேலை கிடைக்குமென்றால், அந்த வேலைக்குத் தகுந்த ஊதியமும் கிடைக்குமென்றால், நிறைய பேர் அந்தப் பயிற்சிக்குச் செல்வார்கள். வேறு எங்கேயும் வாய்ப்புகள் இல்லாத காரணத்தினால் எல்லோரும் கல்லூரிக்குப் போக வேண்டும் என்ற சூழ்நிலை உருவாகிவிட்டது. கல்வித்திட்டத்தில் ஆரோக்கியமான, நிறைய மாறுதல்களைக் கொண்டுவர வேண்டியுள்ளது. ஆனால் அதற்குமுன் அல்லது அதே நேரத்தில் நம் பொருளாதாரத் திட்டங்களிலும் மாற்றங்கள் கொண்டுவர வேண்டியுள்ளது. பொருளாதார வாய்ப்புகள் இல்லாத காரணத்தினால் எல்லோருமே கல்லூரிக்குச் செல்கிறார்கள். நம் சமூகத்தில் உள்ள மதிப்பீட்டின்படி மூளைக்கு வேலை கொடுப்பவன் சிறந்தவன். அதனால் எப்படி இருந்தாலும் ஒரு அலுவலகத்தில் போய் குமாஸ்தாவாகவோ, பியூனாகவோ இருக்கலாமே ஒழிய ஒரு தச்சு வேலையோ, மேஸ்திரி வேலையோ செய்யக்கூடாது என்ற மதிப்பீடுகளை வலியுறுத்துகிறது நம் ஜாதிய சமூகம். உடலு ழைப்புச் சார்ந்த வேலைகளுக்கு சமூகத்தில் உயரிய மதிப்பீடுகள் இருந்து அத்தகைய வேலை வாய்ப்புகளும் இருந்தால் பெரும்பகுதி யினர் அதில் சென்றுவிடுவார்கள். இன்றைய உயர்கல்வியைச் சார்ந்திருக்க மாட்டார்கள். இன்றையக் கல்வி மூலமாகத்தான் அவர்கள் வளருவார்கள் என்று நான் நினைக்கவில்லை.

சு. ரா : மூளை சார்ந்த வேலைக்கு என்ன சம்பளமோ அந்தச் சம்பளம் உடல் உழைப்புச் சார்ந்த வேலைக்கும் கொடுக்கப்படுமே யானால், அதற்குரிய வாய்ப்புகளை அந்தச் சமூகம் உருவாக்கும் என்றும் அதில் மாணவர்கள் போய்ச் சேருவார்கள் என்றும் சொல்கிறீர்களா?

வசந்தி : வேலைவாய்ப்புகள் உருவானால் மட்டும் போதாது. நமது சமுதாய மதிப்பீடுகளும் மாற வேண்டும். நம் வர்ணாசிரமத்

தர்மத்தின் அடிப்படை நியதியே உடல் உழைப்புக் கேவலம் என்பது தான். உடல் உழைப்பிலிருந்து விடுதலை பெற்றவர் உயர்ந்த ஜாதியினர். உடல் உழைப்பில் ஈடுபடுபவர்கள் கீழ் ஜாதியினர். அதிலும் உழைப்பே பிழைப்பாக விதிக்கப்பட்டவர்கள் தீண்டவும் தகாத தாழ்ந்த ஜாதியினர். இதுதான் நமது ஆயிரங்காலத்து 'அதர்ம' சாத்திர நெறி. இது நம் அனைவரின் இரத்தத்திலும் ஊறி நம்மை ஆட்டிப் படைக்கிறது. இதுவும் மாற வேண்டும்.

சு. ரா : உயர்கல்விக்கு வராமல் வேலை வாய்ப்பை முன்வைத்து வேறு பயிற்சிக்குப் பிரிந்து போகலாம் என்று கூறினீர்கள். அப்படிப் பிரிந்து போவது என்றால் எந்த வகுப்பில் பிரிந்து போக வேண்டும்?

வசந்தி : பத்தாம் வகுப்பு முடித்துவிட்டு இரண்டு வருடங்கள் தச்சு வேலையோ அல்லது பிற வேலையோ உடலுழைப்புச் சார்ந்த வேலைக்கான திறமைகளை வளர்த்துக் கொள்வதற்கான பயிற்சி அளிக்கப்பட வேண்டும். 18 வயதில் அவர்களுக்கு வேலை கிடைக்கும்படி செய்யவேண்டும்.

சு. ரா : பாரம்பரியமாகச் சில பணிகளைப் பெண்கள் செய்து வருகிறார்கள். நாற்று நடுவது, சிற்றாள் போன்ற பல பணிகள். தச்சு வேலை செய்யும் பெண்களை நான் பார்த்ததில்லை. ஆண்கள் செய்யும் எல்லா வேலைகளையும் பெண்களாலும் செய்ய முடியும். நீங்கள் ஒரு பாடத்திட்டத்தை உருவாக்கும்போது இதையும் கணக்கில் எடுத்துக் கொள்வீர்களா? மாணவன், மாணவி என்ற வித்தியாசம் பாராமல் உடல் சார்ந்த கல்வி சொல்லித் தரப்படுமா?

வசந்தி : சொல்லிக் கொடுக்க வேண்டும். இது முக்கியமான விஷயம். இந்த gender typing of jobs மாற வேண்டும். எடுத்துக்காட்டாக இன்றைக்கு T.V. Mechanism, Electrical Repair இவற்றை ஆண்களும் பெண்களும் செய்கிறார்கள். பெண்கள் வீடு வீடாகப் போய்ச் செய்கிறார்கள். இது கொஞ்சம் கொஞ்சமாக வளரும். உடனே வந்துவிடுவது கிடையாது. தடைகளை முறியடிக்க வேண்டும். இன்றைக்குப் பெண்களுக்குச் சில மாதிரியான வேலைகள் நிர்ணயிக்கப்பட்டுள்ளன. அதையும் தாண்ட வேண்டும். குறிப்பாக எல்லாத் தொழிலிலும் குறைந்த கூலியுடைய பகுதி பெண்களுக்கு ஒதுக்கப்படுகிறது. அல்லது பெண்களுக்கென்று ஒதுக்கப்படும் வேலைகளுக்குக் குறைந்த கூலி நிர்ணயிக்கப்படுகிறது. விவசாயத்தை எடுத்துக்கொண்டால் பெண்கள் ஈடுபடும் நாற்று நடுதல், களை எடுத்தல் இவற்றிற்குக் குறைந்த கூலி. இவையெல்லாம் மாறும் வண்ணம் புதிய பயிற்சிகள் அளிக்க வேண்டும்.

சு. ரா : இவ்வாறான பயிற்சிகள் ப்ளஸ்டூ மாணவர்களுக்குத் தரப்படுகிறதா? தமிழ்நாட்டில் எங்கேயாவது இத்தகையப் பயிற்சிகள் நடக்கின்றனவா?

வசந்தி : ஒரு காலத்தில் – இன்றைக்கும்கூட – *vocational education scheme* தமிழ்நாட்டில்தான் இந்தியாவிலேயே முன்னணியில் இருக்கிறதாகச் சொல்லப்படுகிறது. அந்தத் தொழிற்பயிற்சியை 10ஆம் வகுப்புக்குப் பின்னர் வழங்குகிறார்கள். ப்ளஸ்டூ வகுப்புகளில் *vocational stream* என்று ஒன்று உருவாக்கப்பட்டுள்ளது. இதன் குறிக்கோள் என்னவென்றால் இதை முடித்த மாணவர்கள் வேலைக்குப் போய்விடுவார்கள்; பலவகைப்பட்ட திறமைகள் சமுதாயத்தில் இன்று தேவைப்படுகிறது. இவர்கள் கல்லூரிகளுக்குப் போவார்கள் என்பது இத்திட்டத்தின் எதிர்பார்ப்பு அல்ல. ஆனால் இந்தப் பயிற்சி பெற்ற மாணவர்களும் பி.ஏ., பி.காம் பாடங்களுக்குக் கல்லூரிகளில் விண்ணப்பிக்கிறார்கள். கல்லூரி அளவில் அவர்கள் பின்தங்கிப் போய்விடுகின்றனர். இதற்குக் காரணம் இந்த *vocational stream*இல் படித்தவர்களுக்கு வேலை கிடைப்பதில்லை.

சமுதாயத்தில் தேவையான அளவு வேலையை உருவாக்காமல் இத்திட்டம் நடக்கப் போவதும் இல்லை. இப்போது பல்கலைக்கழக மானியக் குழுவில் இளங்கலைப் பட்டப் படிப்புகளில் இந்த *vocationalisation* தொடங்கப்பட்டுள்ளது. உதாரணத்திற்கு பி. எஸ்ஸி கெமிஸ்ட்ரியின் ஒரு பிரிவாக *Vocational Chemistry, Polymer Chemistry, Industrial Chemistry* சொல்லித் தருவது. இது கடந்த 3, 4 வருடங்களுக்குள்ளேதான் நடந்துகொண்டிருக்கிறது. பல்கலைக் கழக மானியக் குழு நிதி உதவி செய்து பல கல்லூரிகளில் இவை தொடங்கப் பட்டுள்ளன. இவற்றைப் படித்துவிட்டுப் போகிறவர்களுக்கு வேலை கிடைக்கிறதா இல்லையா என்பது பிறகுதான் தெரியும்.

லல்லி : சமுதாயக் கல்லூரிகள், அரசு சாராத சில தன்னார்வ நிறுவனங்கள், பல்கலைக்கழகத்தின் அங்கீகாரம் பெற்றுச் செயல் படுவதாகக் கேள்விப்படுகிறேன்.

வசந்தி : சமுதாயக் கல்லூரிகளை எவ்வாறு நடத்துகிறார்கள் என்பது தெரியவில்லை. தொழில் சார்ந்த கல்வியைப் பல்கலைக் கழகமே சில பாடத் திட்டங்கள் மூலம் நடத்த வேண்டும். அரவிந்த் கண் மருத்துவமனையில் வழங்கப்படுகின்ற ஒரு *Course* மிகவும் பயனுள்ளதாகவும் வேலை வாய்ப்பு மிகுந்ததாகவும் இருந்தது. அதற்குப் பல்கலைக்கழகத்தின் அங்கீகாரம் இருந்தால் நல்லது என்று நான்தான் ஆரம்பித்து வைத்தேன். அரவிந்த் கண் மருத்துவ மனையில் கண் மருத்துவர்களுக்கு உதவியாளர்கள் தேவை. ஒரு கண் மருத்துவருக்கு நாலைந்து உதவியாளர்கள் தேவைப்படுகிறார்கள். இதற்குக் குறிப்பிட்ட சில திறமைகளை வளர்ப்பது போதுமானது. மருத்துவக் கல்லூரியில் ஐந்தாறு வருடம் படித்து வரத் தேவை இல்லை. இந்தப் பாடத்தைப் படிப்பதற்குப் பெண்களை அணுகியபோது பல்கலைக்கழக அங்கீகாரம் இருந்தால்தான் தங்களுக்கு வேலை கிடைக்கும் என்று பல இடங்களிலும் கூறியதால் இந்த ஒரு பாடத்திட்டத்திற்குப் பல்கலைக்கழக அங்கீகாரம் வழங்கி

முயற்சி பண்ணிப் பார்க்கலாமே என்று ஆரம்பித்தேன். ஆனால் இதுபோன்று எல்லாப் பாடங்களையும் பல்கலைக்கழகம் வழங்குகிறது என்று சொன்னால் அது எப்படிப் போகும் என்று என்னால் சொல்ல முடியவில்லை. பாண்டிச்சேரி பல்கலைக் கழகத்தில் இது மாதிரி ஆரம்பித்து அதையும் அவர்கள் பட்டதாரி ஆன பிறகுதான் நடத்துகிறார்கள். அதனால் அதில் ஒன்றும் பிரச்சினை இல்லை. ஒன்பதாம் வகுப்பு, பத்தாம் வகுப்பு முடித்தவர்களுக்குப் பல்கலைக் கழகம் ஏன் பட்டம் கொடுக்க வேண்டும்? ஐ. டி. ஐ., பாலிடெக்னிக் இருக்கிறது.

சு. ரா : ஒரு சந்தேகம். கல்லூரிகள் பொதுவாகப் பல்கலைக் கழகக் கட்டுப்பாட்டின் கீழ் இருக்கிறது. அப்படியென்றால் தொழில் படிப்புகளுக்கும் பல்கலைக் கழகங்களுக்கும் சம்பந்தம் இல்லையா?

வசந்தி : தொழில் கல்வி கற்பிக்கும் பொறியியல் கல்லூரிகள் பல்கலைக்கழகங்களின் கட்டுப்பாட்டிற்குள்தான் இயங்குகின்றன. தமிழ்நாட்டில் தனியாக எம். ஜி. ஆர். மருத்துவப் பல்கலைக்கழகம் இருப்பதால் மருத்துவக் கல்லூரிகள் அந்தப் பல்கலையுடன் இணைந்துள்ளன.

சு. ரா : கல்வியைப் பற்றிப் பேசும்போது எண்ணற்ற பிரச்சினைகள் வந்துகொண்டே இருக்கின்றன. மாணவர்கள், ஆசிரியர்கள், கல்வி நிலை, நிர்வாகம், ஜாதி என்று பல. கல்வியைப் பற்றி விவாதத்தைத் தூண்டும் வகையில் ஏதேனும் பத்திரிகை நடக்கிறதா? எந்தப் பல்கலைக் கழகமாவது அது போன்ற இதழைக் கொண்டு வருகிறதா? கல்வி பற்றிய விவாதங்களோடு மாணவன், மாணவிகளுடைய படைப்புகளுக்கும் அதில் இடம் தரலாம். பெற்றோர்களின் கருத்துகளுக்கும் இடம் தரலாம்.

வசந்தி : கொண்டு வரலாம். இது ஒரு நல்ல யோசனை. ஆசிரியர்கள் நடத்தலாம். அதைத் தனியாகவும் நடத்தலாம். அப் பத்திரிகையை மாநில அளவில் கொண்டு போகலாம். 'புதிய கல்வி' என்று ஒரு பத்திரிகை வருகிறது. தேசிய அளவில் பல்கலைக்கழக மாநிலக் குழுவிலிருந்து University Today வருகிறது. அது தவிர A. I. U. Monthly Journal வருகிறது. பலர் எழுதுகிறார்கள். விநியோகம் ரொம்பக் குறைவு. நூல்நிலையங்களில்தான் இருக்குமே ஒழிய கல்லூரிக்குப் போவதே கிடையாது. அப்புறம் இன்னொன்று Journal of Higher Education என்று இருக்கிறது. அதையும் பல்கலைக் கழக மானியக்குழு நடத்துகிறது.

சு. ரா : இந்தப் பத்திரிகைகள் ஏன் கல்லூரிகளுக்கு வருவதில்லை?

வசந்தி : கல்லூரிகள் சந்தா கட்டினால் வரும். சந்தா கட்டும் படி எல்லாக் கல்லூரிகளுக்கும் சொல்கிறோம். எவ்வளவு தூரம் செய்கிறார்கள் என்பது தெரியாது.

சு. ரா : இந்தப் பத்திரிகைகளை ஆசிரியர்கள், மாணவர்கள் படிக்கிறார்களா?

வசந்தி : ஆசிரியர்கள் படிக்கிறார்களா என்பது தெரிய வில்லை. அவர்கள் படிக்கிற மாதிரித் தோன்றவில்லை. கல்வித் துறை சார்ந்த சிலர் எழுதி வருகிறார்கள் என்பது மட்டும் தெரிகிறது.

சு. ரா : எவ்வளவோ துறைகள் சார்ந்து பத்திரிகைகள் வந்து கொண்டிருக்கின்றன. கம்ப்யூட்டர், மருத்துவம், ஜோசியம், விவ சாயம், வணிகம் என்று. கல்விக்கென்று ஒரு முக்கியமான பத்திரிகை வரவேண்டாமா? அப்படி வந்தால் ஆசிரியர்கள் அதைப் படித்துப் பயன்பெற மாட்டார்களா? ஆசிரியர், மாணவர், பெற்றோர், சமூகம் என்ற இணைப்பை உருவாக்க முடியாதா?

வசந்தி : ஜோசியத்திற்கென்று பத்திரிகை வருகிறதென்றால் அதை ஜோசியர்கள் மட்டும் படிப்பதில்லை. நிறையபேர் படிக் கிறார்கள். அதில் ஆர்வம் உள்ளவர்கள் எல்லோரும் படிக்கிறார்கள். வணிகம் பற்றிய இதழ்களை எதற்குப் படிக்கிறார்கள்? வணிகத்தில் அவர்களுக்கு ஆர்வமும் ஆதாயமும் இருக்கும். பங்குச் சந்தையைப் பற்றி ஏன் படிக்கிறார்கள்? பங்குகளை வாங்கியிருக்கிறார்கள். அதனால் படிக்கிறார்கள். கல்வியைப் பற்றி எதற்குப் படிக்கப் போகிறார்கள்? அவர்கள்தான் ஏற்கனவே ஆசிரியர்கள் ஆகிவிட் டார்களே!

ஹமீது : வேலை சம்பந்தமான ஒரு ஆர்வம், அது சம்பந்தமான பிரக்ஞையின் தேவை ஆசிரியர்களுக்கு ஒட்டுமொத்தமாக எப்படி இல்லாமல் போகும்?

வசந்தி : ஒரு சிறுபகுதியினர் ஆர்வம் காட்டுவார்கள். நான் ஒட்டுமொத்தமாக இல்லை என்று சொல்லவில்லை.

வேளாண்மைக் கல்வி

ஹமீது : இட ஒதுக்கீட்டுக் கொள்கை உண்மையில் பயனளிக்கிறதா? உயர்கல்வியில் சேர்ந்து படிப்பதற்கான திறமைகளை அவர்கள் வளர்த்துக்கொள்ள முடிகிறதா?

வசந்தி : நம்முடைய கல்வி அமைப்பில் முக்கியமாக உயர் கல்வியில் இட ஒதுக்கீட்டுக் கொள்கையை வைத்து இதுவரையில் பாரம்பரியமாகக் கல்வி மறுக்கப்பட்ட சமூகத்தைச் சேர்ந்தவர்கள் பெரும் பயனடைந்திருக்கிறார்கள். ஆயிரக்கணக்கானோர், பிற்படுத்தப்பட்டவர், மிகவும் பிற்படுத்தப்பட்டவர், எஸ்.சி., எஸ்.டி. வகுப்பினர் உயர்கல்வி பெற்றிருக்கிறார்கள் என்றால் அது இட ஒதுக்கீட்டினால்தான். ஆனால் இதில் ஒரு விஷயத்தைக் கொஞ்சம் ஆழமாகச் சிந்திக்க வேண்டும். சில துறைகளில், சில பாடங்களில் மிகவும் பிற்படுத்தப்பட்டோர், தலித் மக்கள் சேருவதும், சேர்ந்த பிறகு பாடத்திட்டங்களைத் தாக்குப் பிடிப்பதும் முடியவில்லை. உயர்கல்விக்கான திறன்களை வளர்த்துக்கொள்வதில் அவர்கள் பின்தங்கி இருக்கிறார்கள். அதைப் பார்க்கிறபோது உயர்கல்வித் திட்டமே கல்விப் பாரம்பரியம் கொண்டவர்கள், வசதி படைத்தவர்களுக்கென்றே திட்டமிடப்பட்டிருக்கிறதா என்று நினைக்கத் தோன்றுகிறது. உதாரணமாக வேளாண்மைப் பல்கலைக்கழகத்தில் ஒரு விவசாயக் குடும்பத்தைச் சேர்ந்த மாணவன் உள்ளே நுழைவது அரிது. விவசாயக் குடும்பத்தினர் நிலத்திலேயே பரம்பரை பரம்பரையாக உழைத்திருக்கிறார்கள். அவர்களுக்குப் பரம்பரை அறிவு நிச்சயமாக இருக்கும். என்ன பயிர் எப்படி வளரும் என்பதைப் பற்றிய அறிவு அவர்கள் ரத்தத்திலேயே ஊறி இருக்கிறது. இதுமாதிரியான மாணவர்களுக்கு இருக்கிற செயல்பாட்டு அறிவு பரிசோதிக்கப்பட்டு அதன் அடிப்படையில் அவர்களுக்குப் பல்கலைக் கழகத்தில் இடம் கிடைப்பதில்லை. நுழைவுத் தேர்வு என்பது மருத்துவக் கல்லூரிக்கும், பொறியியல் கல்லூரிக்கும், வேளாண்மைக் கல்லூரிக்கும், கால்நடை மருத்துவக் கல்லூரிக்கும் பொதுவானதாக இருக்கிறது. யார் அதிக மதிப்பெண்கள் பெறுகிறார்களோ அவர்களுக்கு முதலில் மருத்துவக் கல்லூரியில் இடம் கிடைக்கிறது. அதற்கு அடுத்தபடியாகப் பொறியியல் கல்லூரியில் கிடைக்கிறது. இதில் குறைவான மதிப்பெண்கள் பெற்றவர்கள் இறுதியில் வேளாண்மைக் கல்லூரிக்கு வருகிறார்கள். *Mathematical skills,*

Computing skills, Logical skills இவையெல்லாம் பரம்பரையாகவே சில ஜாதியினருக்கு உள்ளது. அவர்கள் குழந்தையிலிருந்தே அதைக் கற்றுக்கொள்கிறார்கள். இவர்களுக்குத்தான் பெரிய நன்மை இருக்கிறது. இந்தத் தேர்வு எழுதுகிறவர்களுக்குப் பயிர் எப்படி வளர்கிறது என்பதைப் பற்றியோ, செடி எப்படி வளர்கிறது என்பதைப் பற்றியோ தெரிந்திருக்க வாய்ப்பில்லை. செயல்முறை அறிவு அவர்களுக்கு நிச்சயம் கிடையாது.

என்னை ஒரு தடவை திருநெல்வேலியில் கிள்ளிகுளத்தில் இருக்கிற வேளாண்மைக் கல்லூரிக்கு அழைத்திருந்தார்கள். விவசாயக் குடும்பங்களைச் சார்ந்த மாணவர்கள் அங்கு இருப்பார்கள் என்ற கற்பனையுடன் சென்றேன். ஆனால் அந்த மாணவர்கள் உடை உடுத்தியிருந்த விதம், ஆங்கிலத்தில் பேசும் விதம் அனைத்துமே சென்னையிலிருக்கிற ஒரு elite institutionலிருந்து வந்த குழந்தைகள் மாதிரிப் பட்டது. அவர்களிடம் நான் சுற்றி வந்து பேசினால் ஆங்கிலத்தில்தான் பேசுகிறார்கள். தமிழில் பேசமாட்டேன் என்கிறார்கள். எல்லோரிடமும் ஆங்கிலத்தில்தான் பேசுகிறார்கள். நம் கலைக் கல்லூரிகளுக்குப் போனால் தமிழில்தான் பேச முடியும். ஆங்கிலத்தில் பேசினால் யாருக்கும் புரியாது. ஆனால் அங்கே எல்லோரும் ஆங்கிலத்தில் பேசினார்கள். ஆகவே இது சென்னையிலிருக்கும் நிறுவனமா, அல்லது கிள்ளிகுளத்தில் இருக்கிற வேளாண்மைக் கல்லூரியா என்ற சந்தேகம் எனக்குள் வந்தது. நீங்கள் இதை முடித்துவிட்டு என்ன பண்ணப் போகிறீர்கள் என்று கேட்டேன். நாங்கள் Pharmaceuticalsஇல் வேலை கிடைக்குமா என்று பார்க்கப் போகிறோம். உரத் தொழிற்சாலையில் வேலை கிடைக்குமா, அரசுத் துறையில் வேலை கிடைக்குமா என்று பார்க்கப் போகிறோம் என்று சொன்னார்களே ஒழிய நிலத்தில் போய் விவசாயம் பண்ணப் போகிறேன் என்று ஒருத்தர்கூடச் சொல்லவில்லை. அப்புறம் நான் அந்தப் பேராசிரியர்களிடம் கேட்டேன். நீங்கள் ஏதாவதொரு கணக்கெடுப்புச் செய்திருக்கிறீர்களா? உங்கள் கல்லூரியில் படித்து விட்டுப் போகிறவர்கள் எவ்வளவு பேர் விவசாயத்தில் ஈடுபடுகிறார்கள்? நிலம் இருக்கிறவர்களாவது அதற்குப் போவார்களா? என்று கேட்டால் நிறைய பேர் விவசாயத்திற்குப் போவது கிடையாது. அவர்களுக்கு வேலை கிடைக்க வேண்டும் என்பதற்காகத்தான் இங்கு வருகிறார்கள். விவசாயக் குடும்பத்தில் இருக்கிறவர்கள் இங்கு வரவே முடியாது. ஏனெனில் அந்தக் குடும்பத்தில் உள்ளவர்களால் இந்த நுழைவுத் தேர்வில் தேர்ச்சி பெற்று வர முடியாது. அப்போது நாம் யாருக்கு வாய்ப்புகளை உருவாக்குகிறோம்?

சமீபத்தில் இந்திய விவசாயக் கழகத்தின் (ICAR) கல்வி அதிகாரியை தில்லியில் சந்தித்துப் பேசிக்கொண்டிருந்தேன். அப்போது அவர் சொன்னார், விவசாயப் பல்கலைக்கழகங்களில் பயிலும் மாணவரில்

2%தான் விவசாயத்திற்குச் செல்கிறார்கள். 50% செயல்முறைத் தேர்வு, நிலத்தில் சென்று உழுதல் அல்லது நிலம் சம்பந்தப்பட்ட வேலைகள், இவற்றில் தேர்வு நடத்தி விவசாயக் குடும்பத்தைச் சார்ந்த குழந்தைகளுக்கு ஏன் வேளாண்மைக் கல்லூரிகளில் இடம் அளிக்கக்கூடாது? எதற்காக வேளாண்மைக் கல்லூரியில் நல்ல ஆங்கிலத்தில் எழுத வேண்டும்? கருத்துருவாக்கம், தர்க்கரீதியான சிந்தனை, *Abstract thinking* இருக்க வேண்டும் என்று ஏன் நினைக் கிறோம்? ஏன் இதற்கு முக்கியத்துவம் அளிக்கிறோம்? செயல்முறை அறிவை எல்லாம் ஏன் நாம் தவிர்த்துக்கொண்டே செல்கிறோம்? இந்த முழுத் திட்டமே உழைக்கும் வகுப்பினரை வேண்டுமென்றே ஒதுக்கும் விதத்தில் உள்ளது. இது உலகம் முழுவதும் நடக்கிறது. முக்கியமாக இந்தியாவில் மிகவும் வெளிப்படையாகவே நடக்கிறது. ஏனெனில் வர்ணாசிரமத்தின் கூறுகள் தொடர்ந்து வருகின்றன. இது எல்லா இடத்திலும் இருக்கிறது என்று நான் உணர்கிறேன். இதனை மாற்றி அவர்களுக்கு ஏற்ற ஒரு சிஸ்டம்; அவர்களுக்கு ஏற்ற ஒரு அமைப்பு; அவர்களுக்கு ஏற்ற ஒரு நுழைவுத்தேர்வு; அவர் களுக்கு ஏற்ற ஒரு பாடத்திட்டம் உருவாக்க வேண்டும்.

நான் இப்போது எம். எஸ். சுவாமிநாதன் அமைப்பில் ஒரு வேலையை எடுத்துக் கொண்டிருக்கிறேன். வேளாண்மைக் கல்லூரிகளில் உள்ள பாடத்திட்டத்தைப் பார்த்தால் அவை நூறு சதவீதம் *technical skills* தொடர்பானவை. கிராமப்புறங்களில் என்ன மாற்றங்கள் இந்த ஐம்பது வருடங்களில் ஏற்பட்டிருக்கிறது என்று இளங்கலை வேளாண்மையையோ இளங்கலை கால்நடைப் படிப்பையோ படித்துவிட்டு வரும் மாணவர்களைக் கேட்டால் ஒன்றுமே தெரி யாது. *Technical*ஆக என்ன மாற்றங்கள் ஏற்பட்டிருக்கிறது என்றால் சொல்வார்கள். மற்றபடி இந்தப் பசுமைப்புரட்சி யாரைப் பாதித்தது, யாருக்கு அதன் பலன்கள் போய்ச் சேர்ந்தது, விவசாயம் எவ்வாறு வியாபாரமயமாக ஆயிற்று என்று கேட்டால் ஒன்றுமே தெரியாது. விவசாயத்தில் பெண்களுடைய பங்கு பற்றி அவர்களுக்குத் தெரி யாது. ஆகவே *gender sensitizing of the syllabus* அப்படித்தான் ஆரம்பித்தேன். *Agrarian structure, agrarian dynamics* பற்றிப் பாடத் திட்டத்தில் ஒன்றுமே இல்லை. ஆகவே எல்லாவற்றையும் மாற்ற வேண்டும். நம் விவசாயப் பல்கலைக்கழகத் துணைவேந்தர்களோடு இவ்விஷயத்தை ஒட்டிக் கடிதத் தொடர்பு வைத்திருக்கிறேன். *ICAR*க்கு இது பற்றி எழுதியிருக்கிறேன். இப்போது அந்த வேலை யைத்தான் செய்துகொண்டிருக்கிறேன். நான் முன்பு உணர்ந்ததை வலியுறுத்துகிற மாதிரிதான் இன்றைய நிலைமை இருக்கிறது. காலங் காலமாகவே கால்நடைகளுடன் வாழ்ந்து அவர்களுடன் வீட்டைப் பகிர்ந்துகொண்டு பாரம்பரியமாக வந்தவர்களுக்குக் கால்நடை களைப் பற்றி எவ்வளவு சுலபமாகத் தெரியும். எனவே செயல்முறை அறிவுக்கு முக்கியத்துவம் கொடுத்து அவர்களை அந்தக் கல்லூரி

களில் சேர்த்துக்கொள்ளவேண்டாமா? ஆனால் அப்படிச் செய்வதில்லையே. இதற்கெல்லாம் நாம் முக்கியத்துவம் அளிக்க வேண்டும். அப்போதுதான் அவர்களாலேயும் மேலே வர முடியும். இப்போது ஒரு மிகப்பெரிய இடைவெளி அறிவுத் துறை சார்ந்தவர்களுக்கும், உடல் உழைப்புச் சார்ந்தவர்களுக்கும் உள்ளது. இந்த இடைவெளியைக் குறைப்பது கல்வியின் பொறுப்பாக இருக்க வேண்டும் என்று நான் நினைக்கிறேன். இதைப் பற்றிய விவாதங்கள் இன்று நடக்க வேண்டும்.

சு. ரா : நுழைவுத் தேர்வுகள் நடத்தக்கூடிய கட்டத்தில், தொன்று தொட்டு இயற்கையாக வந்துசேர்ந்திருக்கும் அறிவின் அடிப்படையில் கேள்விகளைக் கேட்காமல், வேறு சமூகத் தளத்தில் வாழ்ந்து கொண்டிருப்பவர்கள் அறிந்திருக்கக்கூடிய கேள்விகள்தான் இந்த மாணவ மாணவிகளிடம் கேட்கப்படுகின்றனவா?

வசந்தி : இன்று அறிவுத்துறையில் ஏற்பட்டுள்ள முன்னேற்றங்களைப் பற்றித் தேர்வு செய்தால்கூட அதன் கேள்விகள் உயர்மட்டச் சமூகத்தின் குழந்தைகள் மட்டும்தான் எளிதில் புரிந்துகொள்ளக் கூடியது மாதிரியாக இருக்கிறது. இதில் அவர்களுக்குப் பெரிய சாதக நிலை இருக்கிறது.

சு. ரா : இன்றைய நவீனச் சமூகத்தில் பிறப்புச் சார்ந்து வரும் பணிகளை உதறிவிட்டு யார் வேண்டுமென்றாலும் எந்தக் கல்வியை வேண்டுமென்றாலும் கற்கலாம் என்ற நிலைமையை உருவாக்க முயல்கிறோம். பிறப்போ பின்னணியோ எப்படி இருந்தாலும் கல்வி வழியாக மேல்நிலைக்குப் போகும் வழி எல்லோருக்கும் உறுதிப்பட வேண்டும். பெற்றோர்கள் செய்த பணிகளையே பிள்ளைகளும் செய்ய வேண்டும் என்ற பழைய பழக்கத்துக்கு நாம் போய்விடக் கூடாது அல்லவா.

வசந்தி : உண்மைதான். அடிப்படைக் கல்வித் திட்டத்தில் அந்தக் குடும்பத்தில் உள்ள வேலைக்கு அந்தக் குழந்தைகள் போகும் என்று சொன்னார்கள். ஆனால் இன்றைக்கு எல்லோரும் எல்லாப் பாடங்களையும் எடுத்துப் படிக்கலாம் என்று சொல்கிறார்கள். இன்று போட்டி மிகுந்த துறைகளில், வாய்ப்பு இருப்பதாகக் கருதப்படும் துறைகளில் வேளாண்மைப் பல்கலைக்கழகத்திலோ, கால்நடைப் பல்கலைக்கழகத்திலோ எல்லா வகுப்பைச் சார்ந்த குழந்தைகளும் நுழைய உண்மையான வாய்ப்புகள் இருக்க வேண்டுமல்லவா? பாரம்பரிய அறிவு உள்ள குழந்தைகளுக்கு நுழைவுத் தேர்வு சாதகமாக அமைவதில்லை. உயர்மட்டக் குழந்தைகளுக்குத்தான் அவை சாதகமாக அமைகின்றன. அங்கெல்லாம் இட ஒதுக்கீடு இல்லை என்று நான் சொல்லவில்லை. ஆனால், அந்தந்த ஜாதிப் பிரிவுகளில் வசதியானவர்கள்தான் இந்தப் போட்டிகளில் வெல்ல முடிகிறது.

சு. ரா : இன்றைய நிலையில் விவசாயக் குடும்பத்தைச் சேர்ந்த குழந்தைகளுக்குப் புரிகிற மாதிரி கேள்விகள் கேட்கப்பட்டால் அவர்கள் வந்து சேருவார்களா ?

வசந்தி : வரலாம். அவர்களுடைய பட்டறிவுக்கு, தொழிலறிவுக்கு weightage கொடுத்துத் தேர்வுகள் அமைக்கப்பட்டால் அவர்கள் வெற்றி பெறும் வாய்ப்பு அதிகரிக்கும்.

சு. ரா : எல்லாவற்றையும் வேலைதான் தீர்மானிக்கிறது என்று நீங்கள் சொன்னீர்கள். வேளாண்மைக் கல்லூரியில் படித்த பலரும் அவர்கள் கற்ற கல்வி சார்ந்த பணியைச் செய்வதில்லையே ?

வசந்தி : வேளாண்மைக் கல்லூரிகளில் படித்தவர்களை Pharmaceutical companies வேலைக்கு எடுத்துக்கொள்கிறார்கள். Multinational companies எடுத்துக்கொள்கிறார்கள்.

சு. ரா : வங்கியிலும் பணிபுரிகிறார்கள். என் நண்பருடைய மனைவி விவசாயக் கல்லூரியில் படித்துப் பட்டம் பெற்றவர். தபாலாபீசில் பணிபுரிகிறார்.

வசந்தி : இவர்கள் விவசாயத் துறையில் நவீன விவசாயம் பற்றிப் படித்திருந்தாலும் செயல்முறைப்படுத்துவது கிடையாது. நிறைய பேருக்கு நிலம் இருப்பதில்லை. நிலம் இருந்தாலும் நவீன முறையில் விவசாயம் செய்ய வேண்டும் என்ற பிரக்ஞை கிடையாது. இதில் இன்னொன்று எந்த அளவுக்கு விவசாயம் வருமானம் தருகிறது என்பது பெரிய பிரச்சினை. நிலம் இருக்கிறவர்கள்கூட அதைவிட்டு ஓடிப்போகும் நிலைமைதான் இருக்கிறது. வருமானம் ஈட்டக்கூடிய வாய்ப்புகள் இருந்தால் commercial agriculture, horticulture அதுமாதிரி எதிலாவது இந்த மாணவன் போய்த் தன் அறிவைச் செயல்முறைப்படுத்தலாம். இந்த அறிவின் பயன் சமுதாயத்துக்குப் போய்ச் சேரும். உயர்மட்ட வகுப்பு மாணவர்கள் வேளாண்மைக் கல்லூரிகளில் பெற்ற அறிவுத்திறன் விவசாயிகளிடம் போய்ச் சேரவில்லை. காலங்காலமாகப் பாரம்பரிய அறிவுத்திறன் கொண்ட குடும்பங்களில் உள்ள குழந்தைளும் இதில் சேர்ந்து பயனடையுமாறு நாம் செய்ய வேண்டும்.

சு. ரா : அதற்கு என்ன செய்யலாம் ?

வசந்தி : இதற்கு நாம் ஏற்கனவே சொன்னது மாதிரி விவசாயக் கல்லூரிகளுக்கான நுழைவுத் தேர்வை முற்றிலும் மாற்றி அமைக்க வேண்டும். விவசாயக் குடும்பங்களைச் சேர்ந்த மாணவர்களின் பாரம்பரிய அறிவு, பட்டறிவு இவற்றைப் பெருமளவு அடிப்படையாக வைத்து நுழைவுத் தேர்வுகள் நடத்த வேண்டும். அத்துடன், வேளாண் கல்வியின் உள்ளடக்கத்தையும் மாற்ற வேண்டும். அவர்கள் கிராமங்களில் கூடுதல் நேரம் தங்கிக் கற்பதற்கும், விவசாய

சமுதாயத்தின் பொருளாதார – சமுதாய அமைப்புகளையும், மாற்றங்களையும் புரிந்துகொள்ளும் வண்ணமும் வேளாண் கல்வியின் உள்ளடக்கம் மாற்றப்பட வேண்டும். அத்துடன் *gender sensitivity*யும், விவசாயத்தில் பெண்ணின் பெரும் பங்கு பற்றிய உணர்வு அளிக்கப்பட வேண்டும்.

சு. ரா : பெற்றோர்கள் தாங்கள் பார்க்கும் பணிக்குக் குழந்தைகள் வரட்டும் என்று நினைப்பதேயில்லை. மிக வெற்றிகரமாக நடைபெறும் வணிக நிறுவனங்களில் பெற்றோர்கள் குழந்தைகளையும் சேர்த்துக்கொள்கிறார்கள். அநேகத் துறைகளில் பெற்றோர்களுக்கு இந்தப் பணி எங்கள் குழந்தைகளுக்கு வேண்டாம் என்ற எண்ணம்தான் வலுவாக இருக்கிறது. மிகப் பெரிய அளவில் விவசாயம் செய்பவர்கள்கூடத் தங்கள் குழந்தைகளைச் சேர்த்துக் கொள்ள விரும்புவதில்லை. எனக்குப் பல தமிழ் ஆசிரியர்கள் நண்பர்களாக இருக்கிறார்கள். ஒருவர்கூடத் தம் குழந்தைகளைத் தமிழ் பட்டப் படிப்புக்கு அனுப்பவில்லை. கம்ப்யூட்டர், அறிவியல் பட்டங்கள், ஐ. ஏ. எஸ்., எம். பி. ஏ., டாக்டர், இன்ஜினியர் இவ்வாறான படிப்புகளில்தான் பெற்றோர்கள் விருப்பம் கொள்கிறார்கள். விவசாயக் குடும்பங்களில் ஐ. ஏ. எஸ், என்பது மிகப் பெரிய கனவாக இருக்கிறது. அறிவு சார்ந்த பணியைவிட அதிகாரம் சார்ந்த பணிதான் குடும்பத்துக்குப் பெருமையைத் தேடித் தரும் என்று நினைக்கிறார்கள். எனக்குத் தெரிந்த ஒரு வரலாற்றுப் பேராசிரியர் – நிறைய வரலாற்றுப் புத்தகங்களை எழுதியிருப்பவர் – வற்புறுத்தித் தன் பையனை ஐ. ஏ. எஸ். க்கு அனுப்பியிருக்கிறார். விவசாயக் குடும்பத்தைச் சேர்ந்த என் நண்பர் ஒருவரை அவருடைய தந்தை வற்புறுத்தி – அவர் மருத்துவக் கல்லூரியில் சேர மிகுந்த விருப்பம் கொண்டிருந்தார் – ஐ. ஏ. எஸ். சில் சேர்த்துவிட்டார். டாக்டர்கள் மட்டும் தங்கள் குழந்தைகள் டாக்டராகத்தான் வரவேண்டும் என்று நினைக்கிறார்கள்.

வசந்தி : நீங்கள் சொன்னது மாதிரி டாக்டர்கள் தங்கள் குழந்தைகளை டாக்டராக்க விரும்புவதற்குக் காரணம் நல்ல வருமானம். நல்ல வரதட்சணை. அதற்காகத்தான் அவர்கள் அப்படி விரும்புகிறார்கள். அதே மாதிரி பெரிய வியாபாரத்தில் இருக்கிறவர்கள் தங்கள் குழந்தைகளை அதில் ஈடுபடுத்த விரும்புவார்கள்.

சு. ரா : ஆனால் விவசாயி இந்த மாதிரி நினைக்கவில்லை. சொந்தமான நிலம் இருக்கிறது. புதிய முறைகளைப் புகுத்திப் பயிர் செய்யலாம். டிராக்டர் வாங்கலாம். குழந்தைகள் நம்முடன் இருக்கட்டும் என்று நினைப்பதேயில்லை.

வசந்தி : பஞ்சாபில், மகாராஷ்டிராவில் *horticulture* மூலமாக நிறைய வருமானம் வருகிறது. இதே போன்று விவசாயத்தில் வருமானம் வருமானால், நவீன விவசாய முறைகளைப் புகுத்தி அதிக

வருமானம் ஈட்ட முடியும் என்றால் படித்து முடித்துவிட்டு விவசாயத்திற்கும் அவர்கள் செல்லக்கூடும். அதற்குத் தமிழ்நாட்டில் பெரிய மாற்றங்கள் வரவேண்டும். பஞ்சாபில் முன்னேற்றம் வந்திருக்கிறது என்றால் விவசாயம் அங்கே செழிப்பாக உள்ளது. ஆனால் இங்கே தமிழ்நாட்டில் மிகவும் மோசமான நிலையில் இருக்கிறது. அதனால் குடும்பத்தில் ஏற்கனவே பார்ப்பவர்கள் பார்த்துவிட்டுப் போகட்டும்; வருமானம் எப்படியும் வருகிறது; அதனால் இந்தப் பையன் போய் வெளியிலே பியூன் வேலையாவது பார்க்கட்டும். இதைக்கூட நான் பலதடவை சொல்லியிருக்கிறேன். உனக்குத்தான் நிலம் இருக்கிறதே; நீ எதற்கு பியூன் வேலைக்கு வருகிறாய் என்று கேட்டால் அதைத்தான் அப்பா பார்த்துக் கொள்வார்களே என்கிறான். எனக்கு அதிக வருமானம் வேண்டும் அல்லவா. அதனால் நான் இங்கு வருகிறேன் என்று சொல்கிறான். அவ்வாறு வரும்போது மேல் ஜாதியினரின் மனப்பாங்குதான் அவர்களுக்குமே வருகிறது. கீழ்நிலையில் உள்ளவர்களின் பிரச்சினைகளில் ஆர்வம் செலுத்துவதில்லை.

ஏற்கனவே ஐ. ஏ. எஸ். குடும்பத்தைச் சேர்ந்தவர்களின் குழந்தைகளைப் பார்த்தீர்கள் என்றால் யாருமே ஐ. ஏ. எஸ். ஆக வரவேண்டும் என்று நினைக்கவேயில்லை. அவர்கள் ஏன் இதற்கு வரவில்லை?

இன்றைக்குத் தமிழ்நாட்டிலிருந்து ஐ. ஏ. எஸ். தேர்வில் தேர்ச்சி பெறுபவர்கள் அதிகமாக இல்லை. அதனால் நம் கல்வியின் தரம் குறைந்துபோயிற்று என்ற வாதம் உள்ளது. அது சரி இல்லை. எல்லோருக்கும் அமெரிக்கா போக வேண்டும். இன்றைக்கு அதிகாரம் டாலர் வழியாக வருகிறது. ஐ. ஐ. டி.ல் எத்தனை மாணவர்கள் அமெரிக்காவில் பணி புரிகிறார்கள் என்று கணக்குப் பார்த்தால் உண்மைநிலை புரியும்.

நீங்கள் சொன்னது மாதிரி அதிகாரம் சார்ந்த பணிதான் வேண்டும் என்று எல்லா மட்டங்களிலும் நினைப்பதில்லை. நிறையச் சம்பாதிக்கக்கூடிய, பணம் பண்ணக்கூடிய துறைகளில்தான் இன்று அதிக மோகம் இருக்கிறது என்று நினைக்கிறேன். அதிலும் முன்பெல்லாம் ஐ. ஏ. எஸ். ஐ குறிவைத்துக்கொண்டிருந்த குடும்பங்களெல்லாம் இன்று முழுமையாக அதை விட்டுவிட்டன. தனியார் துறையில் உயர் வேலைகளில்தான் இன்று அவர்களுக்கு மோகம். Engineering B. Tech இப்படி ஏதாவது ஒன்று முடித்து, பின் MBA படித்துவிட்டு corporate sectorஇல் நிறையச் சம்பளம் உடைய managerial level வேலைகளுக்குச் செல்கிறார்கள். பின்பு அமெரிக்கா போகிறார்கள்.

சு. ரா : விவசாயப் பின்னணி கொண்ட குடும்பங்களில் இந்தப் படிப்பு பற்றி மிகப் பெரிய கவர்ச்சி இருக்கிறது.

வசந்தி : ஆமாம். மேல் ஜாதிகளைச் சார்ந்தவர்கள் சென்ற தலைமுறையில் தமிழ்நாட்டில் நிறைய ஐ.ஏ.எஸ். ஆக வந்தார்கள். மற்ற மாநிலங்களிலிருந்து அந்தளவுக்கு அவர்களால் போட்டியிட முடியவில்லை. இன்றைக்கு மற்ற மாநிலங்கள் போட்டியிடக்கூடிய அளவுக்கு வளர்ந்து விட்டார்கள். ஆனால் ஐ.ஏ.எஸ். தேர்வு களுக்குப் போட்டியிடக்கூடிய சமூகத்துக்கு அதில் இப்போது ஆர்வம் இல்லை. அதற்கு அடுத்த மட்டத்தில் இருப்பவர்களுக்கு அதற்கான திறமை இன்னும் வரவில்லை. இப்போதைக்கு வரக் கூடுமா என்பது எனக்கு ரொம்ப சந்தேகமாக இருக்கிறது.

சு. ரா : ஐ.ஏ.எஸ். மட்டுமல்ல. ஐ.ஆர்.எஸ்., ஐ.பி.எஸ். என் றெல்லாம் வருகிறார்கள்.

வசந்தி : ஆம். ஓரளவுக்கு வருகிறார்கள். ஆனால் அவர்கள் எல்லோருமே அதற்கு அடுத்த நிலையைச் சேர்ந்தவர்களாகத்தான் இருக்கிறார்கள். ஜாதி வாரியாகப் பார்த்தீர்கள் என்றால் வெளி நாட்டு வேலைகளில் எல்லாம் பிராமணர்கள்தான் இருக்கிறார்கள். என் கணவர் பணிபுரியும் ஆசிய வங்கியில் பணிபுரியும் தமிழர்களில் 99% பிராமணர்கள். 1%தான் பிற ஜாதியினர்.

இதையெல்லாம் கல்வி மூலமாக நாம் மாற்ற வேண்டும். அறிவுத் துறையில் உள்ள முன்னேற்றங்களைக் கொண்டு வருவது கல்வியின் நோக்கமாக இருக்கிறதே ஒழிய, வெளியிலிருக்கிற உலகத்தோடு தொடர்பு ஏற்படுத்துவதற்கும் பிரச்சினைகளுக்குத் தீர்வு காண்பது மான கல்வி தேவை என்று தோன்றவில்லை. தமிழ் இலக்கியம், ஆங்கில இலக்கியம், வரலாறு, சமூகவியல், தத்துவம் போன்ற பாடங்களை யாரும் வேண்டாம் என்கிறார்கள். அவர்கள் அதைப் படித்தால் வேலையே கிடைப்பதில்லை. ஏன் இதைப் படிக்கிறார் கள்? சமூகத்தில் இதையெல்லாம் படித்தவர்களுக்கு வேலையே இல்லை என்று சொன்னால் என்ன சமூகம் அது? மனித மதிப்பீடு களை, மனித மனங்களை உருவாக்கும் பாடத்திட்டங்களுக்கும் வேலை வாய்ப்புகள் உருவாக்கப்பட வேண்டும். ஆனால் அத் தகையப் பாடங்களைப் படிக்கிறவர்களுக்குச் சமூகத்தில் இடமே யில்லை என்றால், அதற்கு மதிப்பில்லை என்றால் அதை விட்டு ஓடத்தானே செய்வார்கள்.

ஒரு வளரும் சமூகத்தில் பலவகைப்பட்ட கருத்துகளைக் கொண்டு போவதற்கு, வளர்ச்சிப் பணிகளைப் பற்றி மக்களுக்கு எடுத்துச் சொல்வதற்கு, தனிப்பட்ட பிரச்சினைகளைப் பற்றியெல்லாம் விளக்குவதற்கு ஏற்ற, ஒரு மனிதம் சார்ந்த கல்வியை உருவாக்கி அதற்கு வேலை வாய்ப்பும் கொடுத்தால் எவ்வளவு நன்றாக இருக் கும்! ஆனால் நமக்கு எந்த *humanising education*ம் வேண்டாம் என்று ஆகிவிட்டது. நேரடியாகத் தொழில் நுட்ப அறிவு மட்டும் போதும்; அது மட்டும்தான் நம் குழந்தைகளுக்கு வேண்டும்

என்ற மனநிலையை வளர்த்தோம் என்று சொன்னால் என்ன மாதிரியான சூழ்நிலையை நாம் உருவாக்க முடியும்? அத்தகைய மனிதாபிமான கல்வியை உருவாக்க வேண்டும் என்று நாம் யோசித்தோம் என்றால் அதற்கான நிதி ஆதாரங்களை உருவாக்க வேண்டும். வேலைவாய்ப்புகளை உருவாக்க வேண்டும். அதற்குரிய பள்ளிகளை உருவாக்க வேண்டும். ஆனால் அடிப்படைக் கல்வியே இன்னும் 50% மக்களுக்குக்கூடப் போய்ச் சேரவில்லை. நிதி ஆதாரங்கள் இல்லை என்று எப்படிச் சொல்ல முடியும்? சில ஆலோசனைகள் வழங்கியிருக்கிறார்கள். உயர்கல்விக்குச் செலவிடும் நிதி ஆதாரங்களை உயர்கல்வி கற்று வெளியே செல்லும் மாணவர்களைப் பயன்படுத்தும் நிறுவனங்களிலிருந்து வரியாக வசூலிக்க வேண்டும் என்ற ஒரு ஆலோசனை வந்தது. எல்லா நிறுவனங்களிலும், ஒரு சில நிறுவனங்களைத் தவிர, படித்தவர்களை வேலைக்கு எடுத்திருக்கிறார்கள். அதனால் அந்த நிறுவனம் எந்த வகையிலோ இந்தப் படிப்பினால் பயனடைந்திருக்கிறது. அதனால் அவர்களிடம் வரி வசூலிக்க வேண்டும். கல்வித் தீர்வை என்கிற ஒன்றை அரசு உருவாக்கி அதன் மூலமாக நிறைய நிதி ஆதாரங்களை உருவாக்கலாம். இது மாதிரியாகப் பல வகைகளில் நம் நிதி ஆதாரங்களை உயர்த்தலாம்.

ஆரம்பக் கல்வி

சு. ரா : ஆரம்பக் கல்வி பற்றி உங்களுடைய எண்ணங்கள் என்ன?

வசந்தி : ஆரம்பக் கல்வியைப் பற்றிப் பேச வேண்டுமென்றால், நிறைய இருக்கிறது. அதற்குத் தனி நேர்காணலே நடத்த வேண்டி யிருக்கும். நாம் ஏற்கனவே ஆங்காங்கே சிலவற்றைப் பற்றிப் பேசி யிருக்கிறோம். அதனால், இப்போது சுருக்கமாகச் சொல்கிறேன்.

சுதந்திர இந்தியாவின் மிகப் பெரிய தோல்வி, இமாலயத்தோல்வி, எழுத்தறிவின்மையை ஒழிக்கத் தவறியது. 6–14 வயதுக்குட்பட்ட அனைத்துக் குழந்தைகளுக்கும் குடியரசு தொடங்கி 10 ஆண்டுகளுக் குள் கட்டாய, இலவச, தரமான கல்வி அளிக்க வேண்டுமென்ற அரசியல் சாசன உறுதி காற்றில் பறக்கவிடப்பட்டது. இதை மாற்றா விட்டால் நாட்டின் எந்தத் துறையிலும் வளர்ச்சி ஊனமடைந்த தாகத்தான் இருக்கும்.

நமது கல்வி அமைப்பின் மைய அம்சம் அதன் இரட்டைத்தன்மை; *educational dualism* என்று இதை ஆச்சாரியா ராமமூர்த்தி கமிட்டி கூறுகிறது. வசதி படைத்தவர்களுக்கு உலகத் தரம் கொண்ட கல்வி; அடிமட்டத்து மக்களுக்கு அறிவையும் திறமைகளையும் வளர்க்கவியலாத பயனற்ற கல்வி. இதைப் போக்குவதற்கும், நாட்டின் இந்தப் பெரும் பிரச்சினை தீர்வதற்கும் பல கல்விக் கமிஷன்கள் பரிந்துரை செய்திருப்பது, *uniform neighbourhood schools*, அனைவருக்கும் ஒரே வகையான ஒரு பகுதிப் பள்ளிகள். இது இன்று கற்பனைக்கும் எட்டாத கனவு.

ஆரம்பக் கல்வியைக் கட்டாயமாக்கும் முயற்சியில், கொடுமையான குழந்தை உழைப்பை ஒழிப்பதில், நாட்டில் ஆங்காங்கே சில சிறந்த பரிசோதனைகள் நடந்திருக்கின்றன. அருமையான மாடல்கள் உருவாகியிருக்கின்றன. குறிப்பிட்டுச் சொல்ல வேண்டியவை ஆந்தி ராவின் ரங்கா ரெட்டி மாவட்டத்தில் 'எம். வி. பௌன்டேஷன்' மற்றும் மத்தியப் பிரதேசத்தின் 'ஏகலவ்யா'. இவை இரண்டும் மக்களின் ஈடுபாட்டை உருவாக்கி, மக்கள் சக்தியைத் திரட்டி எழுத்தறிவின்மையைப் பெருமளவு ஒழித்திருக்கின்றன.

ஆரம்பப் பள்ளிகளில் கற்பிக்கும் முறைகள் மாற வேண்டுமென்ற அடிப்படைக் கோரிக்கை இன்று நாடு தழுவி எழுந்திருக்கிறது.

பெரும் பிரச்சினையான மிக அதிகமான *drop out rate,* குழந்தைகள் 5ஆம் வகுப்புக்கு முன்பே பள்ளியைவிட்டு நின்றுவிடுதல் தவிர்க்கப் பட வேண்டுமானால் வகுப்பறைகள் மாற வேண்டும். *Child centred learning,* குழந்தையை மையமாகக் கொண்ட, குழந்தையைப் புரிந்துகொள்ளும், நேசிக்கும், அதன் சிறப்பை, மென்மையைக் கொண்டாடும் வகுப்பறைகள் உருவாக வேண்டும். *Play way method,* விளையாட்டு, பாடல், ஆடல், நாடகம் இவற்றின் மூலம் கற்பிக்கும் முறைதான் சிறந்தது என்று மீண்டும் மீண்டும் நிரூபிக்கப் பட்டிருக்கிறது.

இந்த ஆரம்பக் கல்வியைக் கட்டாயமாக்குவதில் அவர்களுடைய கல்வி ஆண்டையே மாற்ற வேண்டும். வேலை நேரத்தையே மாற்ற வேண்டும் என்ற சில ஆலோசனைகள் வந்துள்ளன. விவசாயச் சமூகத்தில் குழந்தைகளும் ஓரளவுக்கு உதவி செய்கிறார்கள். விவசாயம் தீவிரமாக இருக்கும் காலங்களைத் தவிர மற்ற சமயங் களில் நீங்கள் வகுப்புகளை நடத்துங்கள். இது குழந்தைகள் உழைக்க வேண்டும் என்பதற்காக அல்ல. அவர்களுக்கு வருகை இல்லை என்று பள்ளியிலிருந்து நிறுத்தாமலிருக்க இந்த ஏற்பாட்டைச் செய்ய லாம். கல்வி நேரத்தை அவர்களுக்கு ஏதுவாக அமைக்கலாம். காலை நேரத்தில் அவர்கள் வேலைக்குப் போவார்கள். அதை முடித்து விட்டுக் கொஞ்சம் தாமதமாக வகுப்பு ஆரம்பிக்கலாம். ஆனால் கோடை காலத்தில் உற்பத்தி குறைவாக இருக்கும். அந்தச் சமயங்களில் வகுப்புகள் கூடுதலாக நடத்தலாம். இந்த மாதிரிக் கல்வி நேரத்தை அவரவர் வேலைக்கு ஏற்றபடி மாற்றியமைத்துக் கொள்ளலாம். ஆந்திராவில் சில கிராமங்களில் செயல்படுத்தியிருக் கிறார்கள். விவசாயச் சமூகத்தைச் சேர்ந்த குழந்தைகளை ஆடு மேய்க்கவும் மாடு மேய்க்கவும் விடுகிறார்கள். பள்ளிக்கே அனுப்புவ தில்லை. அதற்கு ஒரு திட்டம் வைத்தார்கள். நீங்கள் குழந்தைகளை ஆடு மேய்க்கவோ மாடு மேய்க்கவோ அனுப்புங்கள். ஆனால் ஒரு குழந்தை பத்து ஆடுகளை மேய்ப்பதற்குப் பதிலாக எல்லா ஆடுகளையும் ஒன்றாகச் சேர்த்து, ஒருநாளைக்கு ஒரு குழந்தையின் பொறுப்பில் விட்டுவிட்டு மற்ற எல்லாக் குழந்தைகளும் பள்ளிக்குப் போவார்கள். இவ்வாறு, வாரம் ஒருநாள் மட்டும் ஒவ்வொரு குழந்தையும் பள்ளிக்குச் செல்லாது. ஒருநாள் இந்தக் குழந்தை பள்ளிக்கு வரும். அந்தக் குழந்தை மாடு மேய்த்துவிட்டு வரும். அடுத்த நாள் அந்தக் குழந்தை பள்ளிக்கு வரும். இந்தக் குழந்தை மாடு மேய்க்கப் போகும். இப்படி ஒரு கூட்டுறவுத் திட்டத்தைக் கொண்டு வந்து எல்லோரும் படிக்கிறார்கள். நிதி ஆதாரங்களை உருவாக்கி முற்றிலுமாக மாற்றுத் திட்டங்களை உருவாக்கினால்தான் கல்வி இதுவரை கிடைக்காதவர்களுக்குக் கிடைக்கும். கல்விக்குத் தேசிய முன்னுரிமை அளித்து அதற்கு நிதி ஒதுக்கீடு செய்துவிட்டுத் தான் பிறவற்றுக்கு நிதி ஒதுக்கீடு செய்ய வேண்டும். கூடுதலான நிதி ஆதாரங்களை நாம் கண்டுபிடித்தாக வேண்டும்.

சு. ரா : உங்களுக்கு இந்தத் துறையில் அனுபவம் இருக்கிறது. புதிய காரியங்களைச் செய்யலாம். ஆனால் உங்கள் திட்டங்கள், யோசனைகள் என்ன?

வசந்தி : நான் எனக்கு இருக்கிற அனுபவத்தை அடிப்படையாக வைத்துச் சில விஷயங்களைச் செய்ய வேண்டும் என்று நினைக்கிறேன். நான் ஒரு கல்வியாளராகத்தான் இருந்திருக்கிறேன். அதனால் கல்வியினுடைய வளர்ச்சிக்கு முதலில் மக்களைத் திரட்டி மக்களிடம் அந்தக் கருத்துகளைக் கொண்டு போகவேண்டும். இதை இயக்கமாக வளர்த்தால், அந்த இயக்கத்தின் மூலமாக அரசாங்கத்திற்கும், கொள்கை உருவாக்குபவர்களுக்கும் ஒரு நிர்ப்பந்தத்தைக் கொண்டு வர முடியும். அப்போதுதான் கல்விக்கான வளங்களை உருவாக்க முடியும். இந்த இயக்கத்தை உருவாக்க ஆசிரியர்கள்தான் நிறையச் செய்ய வேண்டும். ஏனெனில் கல்வியாளர்கள்தான் இதைப் பற்றிச் சிந்திக்கவும் முடியும். அதனால் சிந்திக்கக்கூடிய மேடையை அமைக்க வேண்டும். மாநில, தேசிய அளவில் ஊடகங்கள் மூலமாக விவாதத்தை உருவாக்க வேண்டும். அதற்குக் கல்வியோடு சம்பந்தப்பட்ட, கல்வியில் ஆர்வம் கொண்டவர்களை வைத்து ஒரு குழுவை உருவாக்க வேண்டும் என்று நான் நினைக்கிறேன். அதற்காக ஓய்வு பெற்ற ஆசிரியர்களை முக்கியமாக வைத்து ஒரு அமைப்பை உருவாக்க யோசித்து வருகிறேன். குறிப்பாக ஆரம்பக் கல்வியில் மாற்றங்கள் கொண்டு வருவதைப் பற்றி நாம் தீவிரமாக யோசிக்க வேண்டும். ஏனெனில் அங்கிருந்துதான் மாற்றங்களை உருவாக்க முடியும்.

சு. ரா : அதைப் பற்றியும் நீங்கள் சொல்லலாம். உங்கள் கல்வி அனுபவம் அதிகமும் உயர்கல்வி சார்ந்தது. இருந்தும் ஆரம்பக் கல்விதான் முக்கியமானது என்றும் சீர்திருத்தங்களை அங்கிருந்து தான் ஆரம்பிக்க வேண்டும் என்றும் சொல்கிறீர்கள். இந்த மாதிரியான குழுக்களை உருவாக்கும்போது ஆரம்பப் பள்ளி ஆசிரியர்களுக்கு ஒரு முக்கியமான இடம் இருக்கிறது என்றும் அவர்களிடையே ஒரு விவாதத்தை உருவாக்க முடியும் என்றும் நினைக்கிறீர்களா?

வசந்தி : ஆமாம். அதற்கு எனக்குச் சில தொடர்புகள் இருக்கின்றன. தமிழ்நாட்டில் செயல்பட்டு வரும் அத்தகைய அமைப்புகளுடன் நான் சேர்ந்து பணியாற்றிருக்கிறேன். அவர்களுடைய சம்பள உயர்வுக்கான போராட்டங்களில் நானும் சம்பந்தப்பட்டிருக்கிறேன். அதனால் எனக்கு அவர்களின் தலைவர்களுடன் தொடர்பு இருக்கிறது. அவர்கள் என்னைப் பல கூட்டங்களுக்கு அழைத்திருக்கிறார்கள். போகிறபோதெல்லாம் இதைப் பற்றித்தான் பேசுகிறேன். அவர்களையெல்லாம் திரட்ட வேண்டும். முக்கியமாகப் பெண் ஆசிரியர்கள். பெண் ஆசிரியர்களிடமும் இந்தக் கருத்து

களைக் கொண்டுபோக வேண்டும். கல்வியினுடைய தன்மையையே மாற்ற வேண்டும். வேறு வகைப்பட்ட கல்வி, மனிதனாக மாற்றக் கூடிய கல்வியைக் கொண்டு வரவேண்டும். இதையெல்லாம் கொண்டு வருவதற்கும் பெண் ஆசிரியர்கள் மிக முக்கியமான பொறுப்பேற்க வேண்டும். ஓய்வு பெற்ற பின்பு அவர்களுக்கு வீட்டில் இருக்கிற பொறுப்புகள் குறைந்திருக்கும். அவர்களுடைய குழந்தைகள் வளர்ந்திருப்பார்கள். அதனால் ஆசிரியர்களாக இருக்கும்போது உள்ள பொறுப்புகள் எல்லாம் குறைந்து விடும். அதனால் அவர்களுக்கு ஓய்வு நேரம் கிடைக்கும். அதேபோல் விவாதங்கள் எல்லாம் வளருகிறபோது, அந்தக் கருத்துகளை வெளியே கொண்டு போவதற்குப் பத்திரிகைகளை நடத்தலாம். வெகுஜன ஊடகங்களில் இதைப் பற்றி விவாதிக்க நேரம் கொடுங்கள் என்று கேட்கலாம்.

சு. ரா : இப்போது அவர்கள் எதைப் பற்றியும் யோசிக்காமல் இருக்கலாம். கல்வி நிலையங்களில் அக்கறை இருந்தாலும்கூடத் தூண்டுதல் தேவைப்படலாம். அப்போதுதான் யோசனை தோன்றும். முதலில் நீங்கள் அடிப்படையான விஷயங்களை அவர்கள் கவனத்துக்குக் கொண்டு வந்தால் அவர்கள் அதைப் பற்றிச் சிந்திப்பார்கள். ஒரு விவாதம்தான் முதலில் தேவை என்று நினைக்கிறேன்.

வசந்தி : ஆமாம். முதலில் எல்லோருக்குமான ஆரம்பக் கல்வி எப்படி இருக்க வேண்டும்? இன்றைக்கு இருக்கிற கல்விபோல் இருக்க வேண்டுமா? வேறு மாதிரி இருக்கவேண்டுமா? இதற்கான நிதி ஆதாரங்களை எப்படி அடையாளம் காண்பது? இரண்டாவது நம் சமுதாயத்துக்குத் தேவையான கல்வி என்ன? அதைப் பற்றிய சிந்தனைகளைத் தூண்டிவிட வேண்டும். நமக்கு ஏற்ற கல்வி எனும்போது அதை மிகவும் குறுகிய அளவில் கொண்டு போய்விட்டார்கள். பல்கலைக் கழக மானியக் குழு, சமூகத்துக்குத் தேவையான பாடத்திட்டங்களை *(socially relevant courses)* எல்லா இடத்திலும் ஆரம்பியுங்கள் என்று சொல்கிறது. அப்படிச் சொல்வதற்கு என்ன அர்த்தம்? இது எப்படி எடுத்துக் கொள்ளப்படுகிறது? கம்ப்யூட்டர் சயின்ஸ் பாடம் சமூகத்துக்கு ஏற்றது. வரலாற்றுப் பாடம் இன்று சமூகத்துக்குத் தேவை இல்லை. பயோ–கெமிஸ்ட்ரி தேவையானது. *Chemistry* தேவையில்லை. *Socially relevant education* என்பதைப் பற்றி ஒரு பெரிய விவாதத்தைக் கொண்டு வரவேண்டும். *Social relevance*க்கு என்ன அர்த்தம்? ஒரு மாணவனை மனிதனாக்குகிற கல்வி; சமுதாய மனிதனாக்குகிற கல்வி; அவனுக்கு மதிப்பீடுகளைக் கொடுக்கிற கல்வி என்றெல்லாம் பேசப்பட்டது. ஆனால் இன்றையச் சூழ்நிலையில் அவன் கல்லூரியை விட்டுச் சென்ற பிறகு அவனுக்குப் பணத்தைத் தவிர எந்த மதிப்பீடும் கிடையாது. இதையெல்லாம் எப்படி மாற்றுவது என்று சொல்லி, கல்வி அமைப்புக்கு வெளியே போய்ச் சிந்திக்கிறோம். பல இளைஞர்கள் இன்று

Criminal elements, Communal elements இவற்றுடன் போய்ச் சேர்ந்து கொண்டிருக்கிறார்கள். அந்த இளைஞர்களையெல்லாம் நாம் அந்த அமைப்புகளுக்குப் பலியாகக் கொடுக்கிறோம். அப்படி என்றால் என்ன அர்த்தம்? நீங்கள் சொல்லிக்கொடுக்கிற *technical education* தவிர வேறு ஏதோ மாணவர்களுக்குத் தேவைப்படுகிறது. அதைக் கல்வியில் கொடுக்கவில்லையென்றால் அவர்கள் வேறு எங்கேயாவது தேடப்போகிறார்கள். வெளியே கிடைப்பது *distortion*ஆகத்தான் இருக்கும். ஆரோக்கியமான *scientific education*ஆக இருக்க முடியாது.

வரலாற்றுப் பாடத்தைக்கூட ஒழுங்காகக் கற்றுத் தரவில்லை. எவன் ஆண்டான்? இவன் எத்தனை பேரைக் கல்யாணம் பண்ணிக் கொண்டான்? அப்பாவுக்கு எதிராக மகன் போர் செய்தான்; இப்படி இல்லாமல் *historical dynamics, social dynamics* பற்றி அவர்களுக்குச் சொல்லிக் கொடுங்கள். வரலாற்றைப் பற்றி மிக அருமையாகக் கொஸாம்பி சொல்வார் : வரலாற்றைத் தேடி நாம் செல்வது அவசியம் இல்லை. அது நம்மைச் சுற்றி எங்கும் இருக்கிறது; கிராம வாழ்விலும் நம் வீட்டைச் சுற்றி வெளியே வந்தால் எங்கேயும் பார்க்கக் கிடைக்கிறது. அவற்றைப் பார்ப்பதற்கேற்ற கண்களும், அவை சொல்லும் கதைகளைக் கேட்கக் காதுகளும்தான் நமக்குத் தேவை.

ஆகவே, என்னென்ன மாற்றங்கள் ஏற்பட்டிருக்கிறது என்பதை வரலாற்றைப் படித்துப் பார்த்து மாணவர்கள் சொல்ல வேண்டும். அப்படி இருந்தால்தான் படிப்பதற்கும் பார்க்கிறதுக்கும் உள்ள தொடர்பு தெரிய ஆரம்பிக்கும். நாங்கள் ஒரு சின்ன போட்டியை மாணவர்களுக்கு அறிவித்தோம். 'என் கிராமத்தின் கதை' என்று அவரவர் கிராமத்தின் கதைகளை எழுதச் சொன்னோம். இதற்கு இளைஞர் நலத்துறை அலுவலர் திரு. மாடசாமி அவர்கள் ஏற்பாடு செய்தார். அதில் விருப்பமுள்ளவர்கள் பங்கேற்கட்டும் என்று கூறினோம். நிறைய அருமையான கதைகள் அந்தப் போட்டிக்கு வந்திருந்தது. குறிப்பாகப் பெண்கள்தான் நிறைய எழுதியிருக்கிறார்கள் என்று மாடசாமி சொன்னார். அதற்குக் காரணம் என்னவாக இருக்கலாம் என்று நாங்கள் உட்கார்ந்து பேசினோம். இன்னும் அந்தப் பெண்கள் வேர்களை இழக்கவில்லை. கிராமங்களிலோ அல்லது ஊர்களிலோ உள்ள வேர்களைத் துண்டிக்கவில்லை. ஆண் குழந்தைகள் எல்லாம் வேர்களைத் துண்டித்துக்கொண்டு அந்நியர்களாகிவிட்டார்கள் என்றுதான் தெரிகிறது. அவர்கள் பேசுவதைப் பார்த்தாலே அவர்களுக்குக் கிராமத்தைப் பற்றி ஒன்றும் தெரியவில்லை. மாணவியர் சிலர் வயதானவர்களிடமெல்லாம் கேட்டுக் கதைகளை எழுதியிருக்கிறார்கள். நம் கிராமத்திற்கு எப்போது ரயில் வந்தது? நம்ம கோயில் இடிஞ்சுபோய்க் கிடக்கே, இது எப்போது நடந்தது? அங்குள்ள பெண்களின் சோகக் கதைகள்... என்று நிறையக் கதைகள் கேட்டு எழுதியிருக்கிறார்கள். அவற்றை

யெல்லாம் சின்னச் சின்னக் கதையாகப் பிரசுரிக்கலாம். ஆகவே நாம் சொல்லிக் கொடுப்பதும் மாற வேண்டும். சமூகத்துக்கு ஏற்ற கல்வி என்ன என்பதைத் தெரிய வைக்கவேண்டும். உடனே வேலை கிடைப்பதற்கான கல்விதான் சமூகத்துக்கு ஏற்ற கல்வி என்று இல்லை. சிலவகைப்பட்ட பாடம் படிப்பவர்களுக்கு வேலை கிடைக்கவில்லை என்றால், ஏன் கிடைக்கவில்லை? வேலை வாய்ப்பு களை உருவாக்க வேண்டியது அரசின், சமுதாயத்தின் அடிப்படைப் பொறுப்பு அல்லவா? இதைப் பற்றியெல்லாம் பேச வேண்டும். இதற்கான சூழலை நாம் உருவாக்க வேண்டும்.

ஒரு பொறியியல் கல்லூரியின் பட்டமளிப்பு விழாவில் இதைப் பற்றியெல்லாம் பேசினேன். சில அடிப்படையான பாடத்திட்டங் களைக் கொண்டு வரவேண்டியதன் அவசியத்தை எடுத்துச் சொன் னேன். இந்தச் சமுதாயத்தில் இந்தத் தொழில் நுட்பம் எவ்விதத்தில் செயல்படப் போகிறது? சமுதாயத்தை எப்படி மாற்றப் போகிறது? அதில் யார் பலன் அடைந்திருக்கிறார்கள்? இதனால் மற்றவர் களுக்கு என்ன பயன் கிடைக்கப் போகிறது? இதையெல்லாம் தெரிந்து கொள்வதற்கு *social background of technology* என்ன என்பதைப் பொறியியல் கல்லூரி மாணவர்களுக்குச் சொல்லிக் கொடுக்கவேண்டும். அவர்கள் இதை ஏற்றுக்கொள்கிறார்கள். ஐ. ஐ. டி. யில் இதற்குச் சில பாடங்கள் வைத்திருக்கிறார்கள். மாண வர்களிடம் நாம் தொடர்ந்து பேச வேண்டும். *S.F.I.* மாநாடு சேலத்தில் நடந்தது. அங்கே போய் இதைப் பற்றியெல்லாம் பேசி னேன். அவர்களுடைய பார்வைகளைப் பற்றியும் கண்ணோட்டம் பற்றியும் பகிர்ந்துகொண்டார்கள். எப்படித் தங்களையும் மற்றவர் களையும் ஒப்பிட்டுக்கொள்கிறார்கள்? அப்படி ஒப்பிட்டுக்கொள் ளும்போது, அவர்களுடைய மனம் எப்படிப் பாதிக்கப்படுகிறது? ஒரு மருத்துவக் கல்லூரி மாணவன் வந்திருந்தான். அவன் என்னிடம் நாங்கள் கிராமப்புறங்களிலிருந்து வருகிற மாணவர்கள்; முதல் வருடம் நுழைந்ததுமே ரொம்பப் பாதிக்கப்படுகிறோம். எங்களுக்கு ஒரு தாழ்வு மனப்பான்மை அந்த வருடத்திலேயே வந்து விடுகிறது. சகமாணவிகள் ஆங்கிலம் பேசத் தெரிந்த மாணவர்களு டன்தான் பழகுகிறார்கள். அதனால் எங்களால் பழக முடியவில்லை. எங்களைப் பார்த்தாலே ஏதோ அநாகரிகமானவர்கள் என்று நினைப்பதால் எங்களால் பழக முடியவில்லை. இது எவ்வளவு பெரிய ஆதங்கங்களை உருவாக்குகிறது என்று நினைக்கிறீர்கள்? ஈவ் டீசிங் என்று சொல்கிறோமே, அது இப்படிப்பட்ட ஆதங்கங் களாலும் உருவாகிறது. அந்தப் பெண்ணை நேரடியாகச் சந்திக்க முடியாது. ஆனால் மூலையில் நின்று அவளைக் கிண்டல் பண்ண லாம். இந்தக் கண்ணோட்டத்திலும் நாம் பார்க்க வேண்டும். மாண வர்களிடம் இதைப்பற்றியெல்லாம்கூடப் பேச வேண்டும் என்று நான் நினைக்கிறேன். பள்ளி இறுதி ஆண்டு மற்றும் கல்லூரி அளவில் இதைச் செய்யவேண்டும். இதற்காகப் பயிலரங்கங்கள்

நடத்த வேண்டும். இந்த அமைப்பை உருவாக்க வேண்டும் என்று சொன்னால், இந்த அமைப்பில் ஆர்வம் உள்ள ஆசிரியர்களைக் கூப்பிட்டுக் குறைந்த செலவில் பயிலரங்கங்களை நடத்தி மாற்றங் களைக் கொண்டுவர முடியும்.

சு. ரா : அமைப்பை எப்படி உருவாக்கப் போகிறீர்கள்?

வசந்தி : எப்படி உருவாக்குவது என்றுதான் தெரியவில்லை. கல்வியில் ஆர்வம் உள்ள எல்லோரும் சேர்ந்தார்கள் என்றால் எவ்வளவோ நன்றாக இருக்கும். அவர்களுக்கெல்லாம் ஒரு வேண்டு கோள் விடுத்துப் பேச வைக்கலாம்.

சு. ரா : அறிவொளி இயக்கத்தில் உங்களுக்குத் தொடர்பு இருந் ததா? அந்த இயக்கத்தால் எழுத்தறிவை எந்தளவுக்குப் பரப்ப முடிந்தது?

வசந்தி : மாவட்டத்திற்கு மாவட்டம் நிறைய வேறுபாடுகள் உள்ளன. விருதுநகர் மாவட்டத்தில் திரு. மாடசாமி அப்போது அறிவொளி இயக்கத்துக்குப் பொறுப்பெடுத்திருந்தார். அங்கு ஒரு கூட்டத்தில் பேசியிருக்கிறேன். கற்றுத் தருவதற்குப் பெரிய படையே திரண்டது. பலர் தன்னார்வத் தொண்டர்களாக முன்வந்து பாடம் கற்றுத் தந்தார்கள். அதில் நிறைய பேர் பெண்கள். எட்டாம் வகுப்பிலிருந்து பன்னிரெண்டாம் வகுப்பு வரைக்கும் படித்த பெண்கள். அவர்களை இதுவரை யாரும் பயன்படுத்திக் கொள்ளவில்லை. அவர்களை வேலைக்கு வாருங்கள் என்று கூப்பிட்டதும் அவ்வளவு பேரும் ஆர்வத்தோடு வந்தார்கள். நன்கு சொல்லிக் கொடுத்தார்கள். ஒரு வருடாந்திரக் கூட்டத்திற்கு எல்லோரையும் கூப்பிட்டிருந்தார்கள். அந்தக் கூட்டத்திற்கு நான் சென்றிருந்தேன். 1500 பேர் வந்திருந்தார்கள். முக்கால்வாசி பேர் இளம் பெண்கள். அறிவொளி இயக்கத்தில் ஈடுபட்டிருந்த தன் னார்வத் தொண்டர்கள். நான் திருப்பித் திருப்பி அவர்களிடம் சொன்னேன். இவ்வளவு நாள் நீங்கள் எங்கே மறைந்திருந்தீர்கள்? உங்களை ஏன் இந்தச் சமுதாயம் கண்டுபிடிக்கவில்லை? மாடசாமி அவர்கள் சொன்னார்கள்: அவர்களைக் கண்டுபிடித்தது பெரிய விஷயம். ஆனால் இப்போது அவர்களை இழந்துவிட்டோம். இவ்வளவு பெரிய சக்தி உருவானால் எவ்வளவு பயன்படலாம். அறிவொளி இயக்கங்களில் படித்து முடித்தவர்கள் எல்லோருக்கும் குறைந்தபட்ச எழுத்தறிவுதான் வந்திருக்கிறது. சில இடங்களில் அறிவொளி இயக்கத்துக்குப் பின்னர் வாசிப்பு இயக்கம் *(post literacy movement)* என்று ஆரம்பித்தார்கள். நிதி உதவி இல்லாமல் எல்லாமே நின்று போய்விட்டது. சில வேலைகளுக்குத் தமிழ்நாடு அறிவியல் கழகம் இவர்களைப் பயன்படுத்த ஆரம்பித்தது. 'மலர்' என்ற ஒரு சிறுசேமிப்பு இயக்கம் கன்னியாகுமரியில் பெரிய அளவுக்கு நடக்கிறது. விருதுநகரில் 'துளிகள்' என்று பெயர் வைத்தி ருக்கிறார்கள். சின்னச் சின்னத் துளியாகச் சேர்க்கிறார்கள். *Micro* *credit societies* என்ற சிறுசேமிப்பு இயக்கம் இது. வங்காள தேசத்தில் 'கிராமீன்' என்று சர்வதேச அளவில் புகழ்பெற்று வளர்ந்துள்ள ஒரு இயக்கம் போன்றது இது.

இந்தப் பெண்களையெல்லாம் அவர்கள் ஒன்று சேர்த்து ஒரு குழுவுக்கு 20 பேர் என்று வைத்து ஆளுக்கு 10 ரூபாய் சேகரிக்கிறார் கள். சில இடங்களில் 5 ரூபாய் சேகரிக்கிறார்கள். எல்லோரும் ஒன்றாகச் சேர்ந்து 20 பேர் கொண்ட குழுவுக்கு ஒரு செயற்குழுவை ஏற்படுத்துகிறார்கள். இதில் யாருக்கு அந்தப் பணம் தேவைப்படு கிறதோ அவர்களுக்குப் பணம் கடன் கொடுக்கிறார்கள். வெளியே போய், பயங்கரமான வட்டிக்குக் கடன் வாங்குவதற்குப் பதிலாக, இங்கேயே கடன் கொடுக்கிறார்கள். பலவகைப்பட்ட முடிவுகளை யெல்லாம் அவர்களே எடுக்கிறார்கள். ஓரளவுக்குச் செயல்பட்ட பின்பு தைரியமாக வங்கியில் போய் கடன் கேட்கிறார்கள். வங்கி யில் உள்ளவர்கள்கூட இதை உணர ஆரம்பித்திருக்கிறார்கள். பெண்களுக்குக் கடன் கொடுத்தோம் என்று சொன்னால் அந்தக் கடன் உடனே திரும்பி வர ஆரம்பித்துவிடும். ஆண்களுக்குக் கொடுத்தால் திரும்பி வருவது கிடையாது. குறிப்பாகக் கீழ் நிலை யில் உள்ள பெண்கள் கஷ்டப்பட்டு அந்தப் பணத்தை எப்படியா வது சேர்த்து வைக்க ஆரம்பித்துவிடுகிறார்கள். அடுத்த நிலையில் ஒரு பெண் டீக்கடை வைக்கலாம். இன்னொரு பெண் இட்லிக்கடை வைக்கலாம். அதற்கான அடிப்படை முதலீட்டை இந்த நிதியிலி ருந்து எடுத்துக்கொள்ளலாம். வாரத்திற்கு ஒரு தடவை அவர்கள் சந்திக்கிறார்கள். அப்படிச் சந்திக்கும்போது அவர்கள் பத்திரிகைகள் படிக்கிறார்கள். பெண்களுடைய பங்கு எப்படியிருக்கிறது? அதற்கு எந்த மாதிரியான மாற்றுகளைத் தேடலாம்? எந்த வகையான திட்டங்களெல்லாம் அரசிடம் இருக்கிறது? அரசிடம் கிடைக்க வில்லையென்றால் என்ன செய்ய வேண்டும்? இலவசச் சட்ட உதவி கிடைக்குமா? ஒருவர் மற்றொருவருடைய பிரச்சினைகளைப் பற்றிப் பேச வேண்டும். வெளியுலகத்தைப் பற்றியும் தெரிந்துகொள்ள வேண்டும். இந்த அளவுக்கு அறிவொளி இயக்கத்திலிருந்து இவர்கள் வளர்ந்திருக்கிறார்கள்.

சைக்கிள் இயக்கமும் அறிவொளியில்தான் ஆரம்பமாயிற்று. முதன் முதலில் புதுக்கோட்டையில்தான் ஆரம்பித்தார்கள். அது இன்றைக் கும் நடந்துகொண்டுதான் இருக்கிறது. அதற்கப்புறம் குவாரித் தொழிலாளர்களுக்கு அவர்களே அந்த ஒப்பந்தத்தை எடுத்துக் கொள்ள வேண்டும், அவர்களுக்கு மட்டும்தான் கொடுக்க வேண் டும் என்று அப்போதைய மாவட்ட ஆட்சியர் ஷீலாராணி சுங்கத் உத்தரவிட்டார்கள். இம்மாதிரியான முயற்சிகள் முற்றிலுமாக வழக்கொழிந்து போகும் என்று நான் நினைக்கவில்லை. யாராவது அதற்கு வழியைக் காண்பித்தார்கள் என்றால் அது திசை திரும்பும் என்று நினைக்கிறேன்.

சு. ரா : அதற்கான நிதி ஒதுக்கீடு ஏதும் இப்போது இருக்கிறதா?

வசந்தி : இப்போது பல மாவட்டங்களில் இல்லை. சில மாவட்டங்களில் அரசு தனது அலுவலர்கள் மூலம் அறிவொளியை நடத்திக்கொண்டிருக்கிறது.

சு. ரா : ஏற்கனவே எழுதப் படிக்கக் கற்றுக்கொண்ட பெண்கள் கடிதங்கள் எழுதுவது, பத்திரிகைகள் படிப்பது போன்ற காரியங்களைத் தொடர்ந்து செய்து வரவில்லை என்றால் அவர்கள் கற்றது மறந்துபோய்விடக்கூடும்.

வசந்தி : அதற்காகத்தான் வாசிப்பு இயக்கம் நடத்துகிறார்கள். சின்னச் சின்னப் புத்தகங்களைப் போட்டுக் குடிசைகளில் புத்தக வாசிப்பு ஆரம்பித்திருக்கிறார்கள். அதைப் பெண்களுக்கு மட்டும் என்று தனியாகத்தான் வைத்திருக்கிறார்கள். இந்த மாதிரியான சில முயற்சிகள் அங்கங்கே நடக்கின்றன. இதை முன்மாதிரியாக வைத்து மற்ற இடங்களில் எல்லாம் இதையே பரப்ப ஆரம்பிக்கலாம்.

சு. ரா : ஓய்வு பெற்ற ஆசிரியர்களைக் கொண்டு ஒரு இயக்கம் ஆரம்பிக்க வேண்டும் என்று சொன்னீர்களே. அதில் அறிவொளி இயக்கத்தில் அனுபவம் பெற்றவர்களையும் சேர்த்துக்கொள்ளலாம் அல்லவா?

வசந்தி : நிச்சயமாகச் சேர்த்துக் கொள்ளலாம்.

சு. ரா : ஒரு அமைப்பை உருவாக்க பத்திரிகை என்பது தவிர்க்க முடியாத விஷயம்தான். பல செய்திகளைத் தெரிவிக்க வேண்டியிருக்கும். பல விவாதங்களையும் நடத்த வேண்டியிருக்கும். இது பற்றியும் யோசித்திருக்கிறீர்களா?

வசந்தி : எவ்வளவோ செய்ய வேண்டியிருக்கிறது. கொஞ்சம் கொஞ்சமாகப் பின்னால்தான் வளரும் என்று நினைக்கிறேன். செய்தியைப் பரப்புவதற்கு நாளாகும். குறைந்தபட்ச வேலைகள் ஆரம்பிக்க வேண்டும். பத்திரிகை நடத்த வேண்டும். அதற்கப்புறம் ஒரு கொள்கையை வலிவுறுத்துவதற்குப் பெரிய அமைப்பை உருவாக்க வேண்டும். தொடர்ந்து கொள்கையை உருவாக்குபவர்களைப் பார்த்து கல்வித் திட்டத்தின் மாற்றம் பற்றி அவர்களுடன் விவாதிக்க வேண்டியிருக்கும். அதுவே ஒரு பெரிய வேலை. அதை உடனே செய்ய வேண்டியிருக்கும்.

தொடர்புச் சாதனங்கள் வழியாக இந்த அமைப்பைப் பற்றி வெளியே மற்றவர்களுக்கும் தெரிவிக்க வேண்டியிருக்கிறது. அதற்கப்புறம்தான் அடுத்த கட்டம் பற்றி யோசிக்க முடியும் என்று நான் நினைக்கிறேன்.

கல்லூரிகளைக் கண்காணித்தல்

சு. ரா : மனோன்மணியம் சுந்தரனார் பல்கலைக்கழகத்தைச் சேர்ந்த பல கல்லூரிகள் பழமையானவை. நூறு ஆண்டுகள் முடித்த கல்லூரிகள்கூட உண்டு. அவற்றையெல்லாம் கண்காணிக்க வேண்டிய பொறுப்பு பல்கலைக் கழகத்திற்கு இருக்கிறதா? அதை நீங்கள் எப்படிச் செய்தீர்கள்?

வசந்தி : கல்லூரிகளைக் கண்காணிக்கும் பொறுப்பு பல்கலைக் கழகத்திற்கு நிச்சயம் இருக்கிறது. ஆனால் அதைப் பல்கலைக் கழகங்கள் செய்வதே இல்லை. அதனால் பல தவறுகள், அநியாயங்கள் கல்லூரிகளில் நடக்கின்றன. மாணவர்களும் சில சமயங்களில் ஆசிரியர்களும் கடுமையாகப் பாதிக்கப்படுகிறார்கள். சுந்தரனார் பல்கலைக்கழகத்தில் நான் இருந்தபோது பல நடவடிக்கைகள் எடுத்தோம். ஒரு சிலவற்றைச் சொல்கிறேன் : பல கல்லூரிகளில் தேவையான கட்டுமானம், உபகரணங்கள் இல்லை. சில வகுப்புகளுக்கு 20, 25 ஆண்டுகளுக்கு முன்னால் *affiliation* கொடுக்கப் பட்டிருக்கும்; பி. எஸ்ஸி இயற்பியல் வகுப்பில் ஒரு 15, 20 மாணவர்களைச் சேர்க்க அனுமதி கொடுக்கப்பட்டிருக்கும். அதற்கான உபகரணங்கள் இருந்திருக்கும். பின் கொஞ்சம் கொஞ்சமாக மாணவர் எண்ணிக்கை அதிகரித்துக்கொண்டு போய், இப்போது 45, 50 மாணவர்கள் இருப்பார்கள். ஆனால், அதற்கு ஏற்ற மாதிரி உபகரணங்களையும் மற்றவற்றையும் அதிகரித்திருக்க மாட்டார்கள். இதனைக் கூர்ந்து கவனிக்க வேண்டிய பல்கலைக்கழகங்கள் கண்டு கொள்ளாமலேயே இருந்துவிடுகின்றன. இதனால் பாதிக்கப் படுவது மாணவர்கள். இரண்டு பேர் உபயோகிக்க வேண்டிய ஆய்வுக் கூடத்தை ஆறு மாணவர்கள் உபயோகித்தால் எப்படி யிருக்கும்? நாங்கள் முதலாண்டே கல்லூரிகளுக்கெல்லாம் கமிஷன் அனுப்பினோம். எங்கெல்லாம் குறைபாடுகள் இருந்தனவோ அங்கெல்லாம் உடனே நிர்வாகங்களுக்குக் கடிதம் எழுதினோம். குறைகளை 3 மாதத்திற்குள் சரி செய்ய வேண்டுமென்று எழுதினோம். கட்டிடங்கள் போதவில்லை யென்றால் உடனே கட்ட வேண்டும். தொடர்ந்து வலியுறுத்தினோம். பல நிர்வாகங்கள் வெகு நாட்களுக்குப் பிறகு நிறைய பணம் செலவு செய்ய வேண்டிய நிலையில் இருந்தன. அவர்களுக்கு இது பிடிக்கவேயில்லை.

ஆண்டுதோறும் கல்லூரிகள் கூடுதல் சீட் கேட்டு விண்ணப்பிப் பதுண்டு. பல்கலைக்கழகம் அனுமதி கொடுக்கும் முன்பே அதிகம் மாணவரைச் சேர்த்துவிடுவது. பல்கலைக்கழகம் எதையும் பார்க்கா மல் கூடுதல் சீட் கொடுத்துவிடும் என்ற நம்பிக்கை. அப்படித்தான் பெரும்பாலும் நடந்துகொண்டிருந்தது. பல்கலைக்கழகத்தின் அனு மதி பெறாமல் கூடுதல் மாணவர்களைச் சேர்க்கக்கூடாது என்று எச்சரித்தோம். முதல் ஆண்டு சில நிர்வாகங்கள் எங்கள் எச்சரிக் கையைக் கண்டு கொள்ளவேயில்லை. ஒரு பெரிய நிர்வாகம், மூன்று கல்லூரிகளை நடத்தும் நிர்வாகம், வழக்கம்போல் எங்கள் அனுமதி இல்லாமலேயே நிறைய மாணவர்களைச் சேர்த்துவிட்டார்கள். அந்த நிர்வாகி சொன்னாராம்: “எத்தனையோ பேரை நாங்கள் பார்த்திருக் கிறோம். இந்த அம்மா என்ன செஞ்சுடும் பார்க்கலாம்” என்று. நாங்கள் அந்தக் கல்லூரிக்கு நிபுணர் கமிஷன் ஒன்று அனுப்பி, இத்தனை மாணவர்களுக்கு மேல் சேர்க்க அந்தக் கல்லூரிகளில் வசதி இல்லை என்பதைப் பற்றிய அறிக்கை தயாரித்து வைத்திருந் தோம். கல்லூரி நிர்வாகம் தேர்வுக்கான விண்ணப்பங்கள் அனுப்பும் போது அனுமதித்ததற்கு மேலான மாணவர்களைச் சேர்த்திருந்தது தெரிய வந்தது. கூடுதலாகச் சேர்த்த மாணவர்களைத் தேர்வு எழுத நாங்கள் அனுமதிக்கவில்லை. எங்கள் கேள்விகளையெல்லாம் நிர் வாகம் அலட்சியம் செய்துவிட்டு, தேர்வுக்கு இரண்டு நாட்களுக்கு முன் நிர்வாகம் சென்னை உயர்நீதிமன்றத்தில் ரிட் மனு தாக்கல் செய்தது. இப்படித்தான் எல்லா நிர்வாகங்களும் வழக்கமாகச் செய் கின்றன. நீதிமன்றம் மாணவர் நலன் கருதி அவர்களைத் தேர்வு எழுத அனுமதித்துவிடும் என்று எதிர்பார்த்தார்கள். அப்படித்தான் சாதாரணமாக நடப்பதுண்டு. இதை நாங்கள் எதிர்பார்த்தோம். அத னால் அந்தக் கல்லூரிகள் தொடர்பான அனைத்துக் கோப்புகளை யும் பல்கலைக்கழக உயர் நீதிமன்ற வக்கீலிடம் கொடுத்துத் தயா ராக இருக்கும்படி சொல்லியிருந்தோம். சாதாரணமாக இந்த மாதி ரியான கேஸெல்லாம் *exparte*ஆகத்தான் முடிவாகும். ஏனென்றால், தேர்வுக்கு இரண்டு நாட்களே இருப்பதனால் அடுத்த பார்ட்டிக்கு சம்மன்ஸ் அனுப்புவதற்கெல்லாம் நேரமிருக்காது. ஆனால் நாங்கள் ஏற்கனவே எங்கள் வக்கீலைத் தயார்படுத்தி இருந்ததால், அவர் கேஸ் எடுத்தவுடன் குறுக்கிட்டு, கமிஷன் ரிப்போர்ட்டெல்லாம் நீதிமன்றத்தில் சமர்ப்பித்து வாதாடினார். அதனால், நீதிமன்றம் நிர்வாகத்தின் கேஸைத் தள்ளுபடி செய்துவிட்டு மாணவர்களைப் பற்றிப் பல்கலைக்கழகம் தன் விருப்பப்படி முடிவு எடுத்துக் கொள்ளலாம் என்று சொல்லிவிட்டது. நிர்வாகத்திற்குச் சரியான சாட்டை அடி. எங்களிடம் வந்து கெஞ்சினார்கள். மாணவர்கள் நலன் கருதி அவர்களைத் தேர்வு எழுத அனுமதித்தோம். ஆனால், நிர்வாகத்திற்குப் பல நிபந்தனைகள் போட்டோம். மூன்று மாதங் களுக்குள் தேவையான கட்டுமான வசதிகள் செய்து முடிக்க வேண்டும். அடுத்த மூன்று ஆண்டுகளுக்குக் கூடுதல் இடம் கேட்கக்

கூடாது போன்ற நிபந்தனைகள். பல நிர்வாகங்களுக்கு இது பெரும் அதிர்ச்சியளித்தது. இதற்குப் பின் பல்கலைக் கழகத்தின் அனுமதி யில்லாமல் எதையும் செய்ய நிர்வாகங்கள் பயந்தன.

சு. ரா : வேறு எந்த வகையிலாவது கல்லூரி நிர்வாகங்களைக் கட்டுப்படுத்தினீர்களா ?

வசந்தி : பல வகைகளில் கட்டுப்படுத்தினோம்; கண்காணித் தோம். முக்கியமாகச் சொல்ல வேண்டியது கல்லூரிகளில் அநியாய மாக மாணவர்களிடம் வசூலிக்கப்படும் நன்கொடை. இவற்றைத் தடுத்து நிறுத்தப் பல நடவடிக்கைகள் எடுத்தோம். இந்தக் கல்லூ ரிகளில் பல அரசு உதவி பெறும் கல்லூரிகள். பெரும்பாலும் அனைத்துச் செலவினங்களையும் அரசு ஏற்றுக்கொள்கிறது. ஆனால். இவர்கள் நன்கொடை வாங்குகிறார்கள். நன்கொடை வாங்கக் கூடாது என்று பல்கலைக்கழகம் கல்லூரிகளைப் பலமுறை எச்சரித் தது. பிறகு, நிறைய புகார்கள் வந்த ஆறு கல்லூரிகளைப் பற்றி விசா ரணை நடத்தினோம். அனைத்து ஆதாரங்களையும் சேகரித்தோம். தமிழ்நாட்டில் ஒரு சட்டம் வேறு இருக்கிறது. Captiation fee வாங்கு வதைத் தடை செய்வதற்கு 1992ஆம் ஆண்டு நிறைவேற்றப்பட்ட சட்டம். ஆனால் பல நன்மையளிக்கக்கூடிய சட்டங்கள் போன்று இதுவும் செல்லாக் காசாகத்தான் இருக்கிறது. இந்தச் சட்டத்தின்கீழ் நடவடிக்கை எடுப்பதற்கான ஆவணங்களை நாங்கள் தயாரித்தோம். இந்தச் சட்டத்தைப் பயன்படுத்த முயன்ற ஒரே பல்கலைக் கழகம் நாங்கள்தான். இதைப் பற்றிப் பத்திரிகைகளெல்லாம் நிறைய எழுதின. தேசிய அளவில்கூட நாங்கள் எடுத்த முயற்சி தெரிய வந்தது. ஆனால், இந்தச் சட்டத்தின் கீழ் நடவடிக்கை எடுக்கும் உரிமை பல்கலைக் கழகங்களுக்கு இல்லை; அரசுக்குத்தான் உண்டு. ஆவணங்களை எல்லாம் நாங்கள் அரசுக்கு அனுப்பிக் கல்லூரிகள் மேல் தகுந்த நடவடிக்கை எடுக்குமாறு பரிந்துரைத்தோம். பல முறை எழுதியும் நடவடிக்கை எடுக்கவில்லை. ஆனாலும் இத்தகைய நடவடிக்கைகளால் நிர்வாகங்கள் மிகவும் பயந்துவிட்டன; கல்லூரி யின் பெயரே கெட்டுவிடுமென்ற பயம் வந்துவிட்டது. ஆகவே, நன் கொடை வாங்குவது பெருமளவு நின்று விட்டது. எங்களிடமும் அகப்பட்டுக் கொள்ளாமல் தொடர்ந்து வாங்கிக் கொண்டிருந்த சில கல்லூரிகளும் உண்டு. இந்த நடவடிக்கைகள் மாணவர், பெற் றோர், ஆசிரியரிடம் பெரும் நம்பிக்கையை உண்டாக்கின. பல்கலைக் கழகம் நம் பக்கம் என்ற நம்பிக்கை அவர்களுக்கு உண்டாயிற்று. அதற்குப் பிறகு பார்த்தீர்களென்றால், எதற்கெடுத்தாலும் பல்கலைக் கழகத்தின் உதவியை நாட ஆரம்பித்துவிட்டார்கள். எங்களுக்குச் சம்பந்தமே இல்லாததற்கெல்லாம் எங்களிடம் வர ஆரம்பித்துவிட் டார்கள்.

இதில் நான் சொல்ல வேண்டியது முக்கியமானது ஒன்று. எங்கள் குறிக்கோள்களை நிறைவேற்றுவதற்கு நீதிமன்றங்களையும் இருக்கும்

சட்டங்களையும் நிறையப் பயன்படுத்தினோம். நீதிமன்றம் எங்களுடைய செயல்பாடுகளுக்கும், போராட்டங்களுக்கும் ஒரு forum ஆகவே இருந்தது என்று சொல்ல வேண்டும். இதில் எங்களுக்கு மிக மிக உதவியாக இருந்தவர் அன்று பல்கலைக்கழகத்தின் வழக்கறிஞராக இருந்த சென்னை உயர்நீதிமன்ற வழக்கறிஞர் சந்துரு. மிகுந்த சமுதாய ஈடுபாடும், கல்வியின் முன்னேற்றத்தில் அக்கறையும் கொண்டவர். சட்டங்களை எப்படி நமக்கு, மாணவர்களுக்கு, ஆசிரிய – அலுவலர்களுக்கு சாதகமாகப் பயன்படுத்த முடியுமென்பதை அவர் எங்களுக்குப் பல முறை எடுத்துக் காட்டினார். அவரது தலையீட்டினால்தான் பல்கலைக்கழகங்கள் சாதாரணமாகத் தோற்றுப் போகும் பல விஷயங்களில் நாங்கள் வெற்றியடைந்தோம். அந்தக் காலகட்டத்தில் பல்கலைக்கழகம் எந்த வழக்கிலும் அநேகமாகத் தோற்றதில்லை. இது எங்களுக்கு மிகப் பெரிய பலத்தைக் கொடுத்தது.

சு. ரா : இந்தமாதிரி விஷயங்களிலெல்லாம் கல்லூரிகள்மீது நடவடிக்கை எடுக்கப் பல்கலைக்கழகத்திற்கு அதிகாரம் உண்டா?

வசந்தி : நன்றாகக் கேட்டீர்கள். உண்மையில், மாணவர்களிடம் வசூலிக்கப்படும் கட்டணம் குறித்தோ, ஆசிரியர்களுக்குக் கொடுக்கப்படும் சம்பளம் குறித்தோ கல்லூரிகள்மேல் நடவடிக்கை எடுக்கப் பல்கலைக்கழகங்களுக்கு அதிகாரம் கிடையாது. அரசுக்குத் தான் அந்த அதிகாரம் கொடுக்கப்பட்டிருக்கிறது. Academic matters இல் மட்டும்தான் பல்கலைக்கு அதிகாரம். நாங்கள் என்ன நிலை எடுத்தோம் என்றால், இந்த விஷயங்களிலெல்லாம் பல்கலைக்கு அதிகாரம் இல்லைதான். ஆனால், நாங்கள் ஒவ்வொரு முறையும் ஒரு கல்லூரிக்குப் புதிய பாடம் தொடங்க அனுமதி கொடுக்கும் போதோ, கூடுதல் சீட் கொடுக்கும்போதோ ஒரு நிபந்தனை போட்டுத்தான் கொடுக்கிறோம். அரசின் விதிகளுக்கும், நிபந்தனைகளுக்கும் கட்டுப்படுகிறோம் என்று உறுதியளிக்க வேண்டும். இத்தகைய உறுதிமொழியைப் பெறுவதினால் அது நிறைவேறுகிறதா என்பதைப் பார்க்கும் பொறுப்பு எங்களுக்கு இருக்கிறது. இதுதான் எங்கள் வாதம்.

சு. ரா : இவ்வாறு கல்லூரிகளைக் கண்காணிக்க வேண்டியது அவசியம் என்று நினைக்கிறீர்களா?

வசந்தி : மிகவும் அவசியம். மாணவர் நலன் காப்பாற்றப்பட வேண்டுமென்றால் இது மிகவும் அவசியம். ஏனென்றால், இன்று கல்வி வியாபாரமாகிவிட்டது. கல்வி நிறுவனங்களை நடத்தினால் நிறையப் பணம் பண்ணலாம் என்ற எண்ணம் வந்திருக்கிறது. சுயநிதிக் கல்லூரிகள் வந்ததற்கப்புறம் இது அதிகமாக வளர்ந்திருக்கிறது. அவர்களைப் பார்த்து மற்றக் கல்லூரிகளும் வாங்க ஆரம்பித்து விட்டார்கள். மாணவர்களும், பெற்றோர்களும் கதியற்ற நிலையில் இருக்கிறார்கள். நம் நாட்டில் வலிமை வாய்ந்த நுகர்வோர் இயக்

கமும் கிடையாது. இவற்றையெல்லாம் கண்காணித்து நடவடிக்கை எடுக்க வேண்டிய அரசும் அக்கறையெடுப்பதே கிடையாது.

சு. ரா : இப்படியெல்லாம் நடவடிக்கையெடுத்தால் கல்லூரி நிர்வாகங்கள் உங்களை எதிர்க்க மாட்டார்களா?

வசந்தி : சில சமயங்களில் கடுமையாக எதிர்த்தார்கள். எல்லா நிர்வாகங்களும் அப்படியல்ல. நல்ல நிர்வாகங்கள் எதிர்க்கவில்லை. ஒரு கட்டத்தில் எல்லா நிர்வாகங்களும் சேர்ந்துகொண்டு பல்கலைக் கழகத்துடன் ஒத்துழையாமை இயக்கமே நடத்தின. உங்கள் மாவட்டத்துக் கல்லூரி ஒன்றின் பிரச்சினையில்தான் தொடங்கிற்று. எங்களுக்கு மாணவர், ஆசிரியர், பெற்றோர், பொது மக்கள் அனைவரின் ஆதரவும் இருந்ததால், பிரச்சினையை எங்களால் சமாளிக்க முடிந்தது. கல்லூரிகளைக் கண்காணிப்பதும், கட்டுப்படுத்துவதும் மிகவும் அவசியம். ஏனென்றால், இன்று கல்வி பணம் பண்ணுவதற்கான நல்ல வழி என்பது அனைவருக்கும் தெரிந்திருக்கிறது. திடீர் திடீரென்று கல்லூரிகள் முளைக்கின்றன. பல்கலைக் கழகங்கள் அவற்றை அங்கீகரிப்பதற்கான நிர்ப்பந்தத்துக்கு உள்ளாகின்றன. பல பல்கலைக் கழகங்கள் இத்தகையக் கல்லூரிகளை, அனுமதி பெறாமலே தொடங்கப்பட்ட கல்லூரிகளை, அங்கீகரித்து விடுகின்றன.

எங்கள் பல்கலைக்கழகத்தில் இத்தகைய முயற்சிகளைக் கடுமையாகக் கண்டித்து தீவிரமான நடவடிக்கையெடுத்துத் தடுத்து நிறுத்தியிருக்கிறோம். ஒரு உதாரணம் சொல்கிறேன். இத்தகைய ஒரு காளான் கல்லூரி, திடீரென்று கன்னியாகுமரி மாவட்டத்தில் புறப்பட்டது. ஒரு சட்டக் கல்லூரி – எம். ஜி. ஆர் பெயரில் – தொடங்கப்பட்டது. அரசிடமிருந்தோ, பல்கலைக்கழகத்திடமிருந்தோ எந்த அனுமதியும் பெறவில்லை. தொடங்கியது ஒரு சில முஸ்லீம்களைக் கொண்ட சஹாரா பீவி ட்ரஸ்ட் என்ற போலி நிறுவனம். இது தொடங்கப்பட்டது ஒரு கல்லூரிக்கு உகந்த கட்டிடம் அல்ல. ஒரு *shady joint*இல் மோசமான இடத்தில் தொடங்கப்பட்டது. நாளிதழில் விண்ணப்பங்கள் கோரி விளம்பரம் செய்யப்பட்டது. அதைப் பார்த்தவுடன் எங்களுக்குப் பெரும் அதிர்ச்சி. சிண்டிகேட் உறுப்பினர்கள் சிலரை இதைப் பற்றி விசாரித்து வரும்படி அனுப்பினேன். அவர்கள் கொடுத்த அறிக்கை எத்தகைய மோசடி நடக்கிறது என்பதைத் தெளிவுபடுத்திற்று. உடனே பல்கலைக்கழக நிர்வாகம் விளம்பரம் செய்தது. இது ஒரு போலிக் கல்லூரி. இதில் மாணவர்கள் சேர வேண்டாமென்று எச்சரித்தது. உடனே நிர்வாகம் ஆத்திரமடைந்து பல்கலைக்கழகத்திற்கு *notice* அனுப்பிற்று. போலிக் கல்லூரி என்று குறிப்பிட்டதற்கு மான நஷ்டம் கோரும் *notice* அது. அத்துடன் பலவகைகளில் பல்கலைக்கழகத்திற்கு நிர்ப்பந்தங்கள் கொடுக்கப்பட்டன. அத்தனையையும் மீறிச் சில ஏமாந்த மாணவர்களைக் கல்லூரியில் சேர்த்தும் விட்டார்கள். எங்களுக்கு இந்தத்

தகவல் கிடைத்தவுடன் பல்கலைக்கழகங்கள் செய்யாத ஒரு நடவடிக்கையை எடுத்தோம். நாங்களே நீதிமன்றத்துக்குப் போனோம். நாகர்கோவில் நீதிமன்றத்தில் அந்த நிறுவனத்திற்கு எதிராக வழக்குத் தொடுத்தோம். கல்லூரி மூடப்பட வேண்டுமென்பது எங்கள் வழக்கு. பல்கலைக் கழகங்கள் தாங்களாகவே நீதிமன்றத்துக்குப் போவது கிடையாது. மற்றவர்கள் போடும் வழக்கில் பிரதிவாதி ஆகத்தான் போகும். இது ஒரு வழக்கத்திற்கு மாறான நடவடிக்கை. நீதிபதி இதைப் பார்த்து ஆச்சரியப்பட்டார். பல்கலைக் கழகம் தானாகவே நீதிமன்றத்துக்கு வந்திருக்கிறது என்றால் அது நிச்சயம் ஒரு மோசமான வழக்காகத்தான் இருக்கும் என்று சொன்னார். விசாரணைக்குப் பின் எங்கள் பக்கம் தீர்ப்பு அளிக்கப் பட்டது. கல்லூரிக்கு சீல் வைக்கப்பட்டது.

கதை இத்துடன் முடிந்துவிடவில்லை. மறுபடியும் அந்த நிறுவனம் தாங்கள் ஒரு சிறுபான்மை அமைப்பு என்றும், தாங்கள் விரும்பிய கல்வி நிறுவனங்களைத் தொடங்குவதற்குத் தங்களுக்கு உரிமை உண்டு என்றும் சென்னை சிடி சிவில் கோர்ட்டில் வழக்குத் தொடுத்தனர். இந்த வழக்கில் பல்கலைக்கழகத்தைப் பார்ட்டியாகச் சேர்க்காமலேயே *ex-parte* ஆக கோர்ட் முடிவு செய்து அவர்கள் பக்கம் தீர்ப்புக் கொடுத்துவிட்டது. நாங்கள் சும்மா விடவில்லை. இந்தத் தீர்ப்பை எதிர்த்து சென்னை உயர்நீதிமன்றத்தில் வழக்குத் தொடுத்தோம். இத்தகைய அமைப்புகள் கல்லூரிகளை நிறுவுவதைப் பற்றி உயர்நீதிமன்றம் அதிர்ச்சி தெரிவித்தது. நீதிபதி அவர்கள் சிடி சிவில் கோர்ட் நீதிபதியின் தீர்ப்பைக் கடுமையாக விமர்சித்தார். *"Instead of dispensing justice, he has dispensed with justice"*. "நீதி மன்றம் நீதி வழங்குவதற்குப் பதில் நீதியையே கைவிட்டுவிட்டது" என்று சொல்லிப் பல்கலைக்கழகத்தின் பக்கம் தீர்ப்பு வழங்கப் பட்டது. பல்கலைக்கழகங்கள் இப்படித் தொடர்ந்து போராடுவதில்லை. இதனாலும் இத்தகைய அமைப்புகள் கல்லூரிகளை நிறுவ முடிகிறது.

சு. ரா : நீங்கள் இவ்வாறெல்லாம் கல்லூரி நிர்வாகங்களைத் தட்டிக் கேட்டுக் கண்டித்த போது அவர்களிடமிருந்து நிறைய எதிர்ப்பு உருவாகியிருக்குமே?

வசந்தி : நிச்சயமாக. கடுமையான எதிர்ப்புக் கிளம்பிற்று. இன்றைய கல்லூரி நிர்வாகங்களுக்குப் பெரிய பின்பலம் இருக்கிறது. அவர்களுக்கு நிறைய சமுதாய, அரசியல் செல்வாக்கு இருக்கிறது. அதனால் அவர்கள் சும்மா இருக்கப் போவதில்லை. என்னுடைய முதல் *term*லேயே, சொல்லப்போனால் நான் பொறுப்பு ஏற்றதிலிருந்தே, பல நடவடிக்கைகள் எடுக்க ஆரம்பித்துவிட்டேன். என்னுடைய முதல் *term* முடிந்து, இரண்டாவது *term*க்கு என் பெயர் சென்ற போது, எனக்கு *second term* கிடைக்கக்கூடாது என்று பெரும்பாலான நிர்வாகங்கள் ஒன்று சேர்ந்து கடுமையாக *lobby*

பண்ணினார்கள். இதில் வேடிக்கை என்னவென்றால், பல சமயங் களில் ஒன்றையொன்று எதிர்க்கும் நிர்வாகங்களெல்லாம், நான் மறுபடியும் வராமல் தடுப்பதில் மட்டும் ஒன்று சேர்ந்து விட்டார் கள். பல்கலைக்கழகப் பகுதிகளில் கல்லூரிகள் நடத்திக் கொண் டிருந்த இந்து மடாதிபதிகளும், அவர்களைப் பிடிக்காத கிறிஸ்துவப் பாதிரிகளும் ஒன்று சேர்ந்து உயர்மட்ட அரசியல்வாதிகள், அமைச் சர்கள், நியமனம் செய்யும் அதிகாரம் கொண்ட கவர்னர் அனை வரையும் பார்த்து, எனக்கு மீண்டும் பதவி அளிக்கக்கூடாது என்று வேண்டினர். எனக்கு இரண்டாவது முறை பதவி நியமனம் கிடைத் தவுடன் ஆளுநர் சென்னா ரெட்டியைச் சந்திக்கப் போயிருந்தேன். அப்போது அவர் என்னிடம் சொன்னார்; இரு பக்கமும் பெரிய *lobbying* நடந்தது. நீங்கள் திரும்ப வரவேகூடாது என்று பல கல்லூரி நிர்வாகங்கள் முயன்றன. அதே சமயம் நீங்கள்தான் மீண்டும் வர வேண்டுமென்று பெற்றோர்களும், ஆசிரியர்களும் பெரும் முயற்சி எடுத்துக்கொண்டனர். *How do you manage to evoke such strong, opposite sentiments?* என்று கேட்டார்.

சில சமயங்களில் பெரிய நெருக்கடி உருவாகியிருக்கிறது. ஒரு உதாரணம் சொல்கிறேன்: கன்னியாகுமரியில் ஒரு சுயநிதிக் கல்லூரி. கல்லூரி நிர்வாகத்தின்மீது பல புகார்கள். மாணவர்களிடம் பல வகைகளில் பணம் வசூலிப்பது, மற்றும் பல குற்றச்சாட்டுகள். மாணவர், ஆசிரியர், பெற்றோர் அனைவரும் சேர்ந்து ஒரு கட்டத் தில், 1997ஆம் ஆண்டு தொடக்கத்தில், நிர்வாகத்தில் பல மாற்றங்கள் வேண்டுமென்று கேட்க ஆரம்பித்தார்கள். அது ஒரு பெரிய எதிர்ப் பாக உருவாகி, கல்லூரியை நடத்த முடியாத நிலை ஏற்பட்டது. சட்டம் ஒழுங்கு பிரச்சினையாகவும் மாறிற்று. மாவட்ட ஆட்சி யாளர் தலையிட்டு அமைதி உருவாக்க முயன்றார். அவர் முன்னால் போட்ட ஒப்பந்தங்களை நிர்வாகம் மீறிற்று. ஆகவே பிரச்சினை மீண்டும் மீண்டும் வெடித்துக் கொண்டிருந்தது. புகார்களைப் பற்றி விசாரிக்கப் பல்கலைக்கழகம் சிண்டிகேட் உறுப்பினர்கள் கொண்ட ஒரு கமிஷனைக் கல்லூரிக்கு அனுப்பிற்று. கல்லூரி நிர்வாகம் கமிஷனைச் சந்திக்க மறுத்து, கல்லூரி கேட்டையே மூடி வைத்துப் பல்கலைக் கழகத்தை அவமதித்து அனுப்பிற்று.

இந்தக் கட்டத்தில் ஏப்ரல் இறுதித் தேர்வுகள் நெருங்கிக்கொண்டி ருந்தன. பெற்றோர்களும், மாணவர்களும் நிர்வாகத்தின் மேல் நம்பிக்கை இழந்துவிட்டனர். தேர்வுகளில் தாங்கள் பழிவாங்கப்படு வோம் என்ற அச்சம் மாணவர்களைப் பற்றிக் கொண்டது. தங் களது விடைத்தாள்கள் மாற்றப்படும்; அதில் பக்கங்கள் கிழிக்கப் படும் என்றெல்லாம் அஞ்சினர். இதற்கு முன் சில தேர்வுகளில் வேண்டாத மாணவர்களின் விடைத்தாள்களிலிருந்து சில பக்கங்கள் நிர்வாகத்தால் அகற்றப்பட்டன என்று சொல்லப்பட்டது. ஆகவே, ஏப்ரல் தேர்வுகளுக்கு அந்தக் கல்லூரி மையமாக இருக்கக் கூடாது.

வேறொரு மையத்தில் தேர்வுகள் நடக்க வேண்டுமென்று பல்கலைக் கழகத்திற்கு ஒரு வேண்டுகோள் விடுத்தனர். மாவட்ட ஆட்சியாள ரிடமும் இதே வேண்டுகோள் வைக்கப்பட்டது. ஆட்சியாளரும் மையத்தை மாற்றுமாறு பல்கலைக்கழகத்திற்குப் பரிந்துரை செய்தார். நிலைமைகளைக் கணக்கிலெடுத்துக் கொண்டு பல்கலைக் கழகம் அந்தக் கல்லூரி மையத்தை ரத்து செய்தது.

அவ்வளவுதான்; ஒரு பெரிய பூகம்பமே புறப்பட்டுவிட்டது. பல் கலைக்கழகத்திற்கு உட்பட்ட அனைத்து நிர்வாகங்களும் ஒன்று சேர்ந்து கொண்டன. நிர்வாகிகளின் சங்கக் கூட்டத்தில் பல்கலைக் கழகத்தைக் கடுமையாக விமர்சித்துத் தீர்மானம் நிறைவேற்றப்பட் டது. அத்துடன், அந்தக் கல்லூரியின் தேர்வுகளை வேறு எந்தக் கல்லூரியிலும் நடத்த இடம் தருவதில்லை என்றும் முடிவு செய்தனர். தேர்வுகளையெல்லாம் பல்கலைக்கழகம் நடத்தினாலும், கல்லூரிகளில் வைத்துத்தான் அவற்றை நடத்த முடியும். இப்படி ஒரு ஒத்துழையாமை இயக்கம் நடந்தபோது நாங்கள் பயந்துவிட வில்லை. ஒரு மேல்நிலைப் பள்ளியில் தேர்வுகளை நடத்தினோம். ஆசிரியர், மாணவர், பெற்றோரின் முழு ஒத்துழைப்புடன் தேர்வுகள் குறையின்றி நடத்தப்பட்டன.

ஒரு *final blow* இன்னும் காத்துக் கொண்டிருந்தது. ஒரு பெரிய நெருக்கடி உருவாயிற்று. தேர்வுகள் தொடங்கி நடந்து கொண்டிருந் தன. ஒரு ஞாயிற்றுக்கிழமை. மறுநாள் ஆங்கிலத் தாள் ஒன்றிற்கான தேர்வு. அந்தத் தேர்வுக்கான வினாத்தாள் 'லீக்' ஆகிவிட்டதாகச் செய்தி வந்தது. நாகர்கோவிலில் வினாத்தாள் சுறுசுறுப்பாக விற்கப் படுவதாக ஞாயிறு பிற்பகல் செய்தி வந்தது. அந்த வினாத்தாளின் ஒரு பிரதியும் என் கைக்கு வந்து சேர்ந்தது. பதிவாளர், தேர்வாணை யாளர், நான் மூவரும் பல்கலைக்கழக அலுவலகத்துக்கு விரைந் தோம். வெளியானது உண்மையான வினாத்தாள்தான் என்று தெரியவந்தது. வினாத்தாள்கள் வெளியாவது புதிதல்ல. பல பல்கலைக்கழகங்களில் பல சமயங்களில் நடந்துள்ளன. அப்போ தெல்லாம் கடைப்பிடிக்கப்படும் ஒரே வழி அந்தத் தேர்வை ரத்து செய்துவிட்டு, பலநாட்களுக்குப் பின் வேறொரு வினாத்தாள் தயாரித்துத் தேர்வை நடத்துவது. எங்களுக்கு நன்றாகத் தெரிந்தது, பல்கலைக் கழகத்திற்குக் கெட்ட பெயர் வர வேண்டுமென்பதற்காக, பழிவாங்கும் எண்ணத்துடன்தான் இவ்வாறு செய்யப்பட்டிருக்கிறது. கல்லூரிகளின் ஒத்துழைப்புடன்தான் தேர்வுகள் நடத்த முடியும். *100% fool proof*ஆக ஒரு *system* உருவாக்க முடியாது. இது பல்கலைக் கழகத்திற்கு இடப்பட்ட சவால்.

சவாலை ஏற்றுக்கொள்வது என்றும் இத்தகைய அச்சுறுத்தல் களுக்குப் பணிவதில்லை என்ற முடிவுக்கும் வந்தேன். பதிவாளர், தேர்வாணையாளர் இருவரின் முழு ஆதரவுடன் மாற்றுத் திட் டத்தை நிறைவேற்றினோம். மறுநாள் தேர்வை ரத்து செய்யவில்லை.

இரவோடு இரவாகப் புதிய வினாத்தாள் தயாரித்து, மூன்று மாவட்டங்களிலும் உள்ள 45 கல்லூரிகளுக்கும் அனுப்புவது என்ற முடிவுக்கு வந்தோம். ஒரு வைராக்கியத்துடன் எடுத்த முடிவு இது. அதை நிறைவேற்றுவது என்பது சாதாரண விஷயமல்ல. சுமார் 40,000 பிரதிகள் எடுத்து, கட்டி, சீல் வைத்து தகுந்த பாது காப்புடன் மறுநாள் காலை தேர்வு தொடங்கும் முன் கல்லூரி களுக்கு அனுப்ப வேண்டும். சில கல்லூரிகளைச் சென்றடைய 4 மணி நேரம் ஆகும். எங்கள் பல்கலைக் கழகத்தில் வசதிகள் மிகவும் குறைவு. அது ஞாயிற்றுக்கிழமை வேறு. எப்படியோ அனைவரையும் திரட்டி இரவு முழுவதும் வேலை செய்தோம். பல்கலைக்கழகம் ஒரு போர்ப் பாசறை போல் காட்சி அளித்தது. நாங்கள் மூவரும் இரவெல்லாம் சுற்றி வந்து அனைவரையும் உற்சாகப்படுத்தி, மேற்பார்வை பார்த்தோம். காலை 4 மணியிலிருந்து, போலீஸ் பாதுகாப்புடன், பேராசிரியர்கள் பொறுப்பில் வண்டிகள் வினாத்தாள்களை ஏற்றிக்கொண்டு சென்றவண்ணம் இருந்தன. காலை 9.30 மணிக்குள் அனைத்துக் கல்லூரிகளுக்கும் புதிய வினாத்தாள்கள் பத்திரமாய்ப் போய்ச் சேர்ந்துவிட்டன.

அந்த ஓரிரவில் பல்கலைக்கழக அலுவலர்கள், ஆசிரியர்கள், அதி காரிகள் அளித்த ஒத்துழைப்பும், கடுமையான உழைப்பும், அவர் களுக்கு எங்களிடமிருந்த நம்பிக்கையும் . . . ஓ! இன்று நினைத் தாலும் உடல் சிலிர்க்கிறது. அவர்களிடம் நம்பிக்கை இருந்த தால்தான் என்னால் அத்தகைய முடிவைத் தைரியமாக எடுக்க முடிந்தது.

இவ்வாறு நாங்கள் பிரச்சினையைச் சந்தித்ததன் பலன்கள் என்ன என்றால் . . . 40,000 மாணவர்களை ஒரு சிலருடைய கயமைக்குப் பலியாகாமல் காப்பாற்ற முடிந்தது. இத்தகைய கிரிமினல் மோசடி யினால் லாபம் சம்பாதிக்க முனைந்தவர்கள் முகத்தில் கரி பூசப்பட்டது. பல்கலைக் கழகத்தை அச்சுறுத்தி demoralise செய்து விட முடியும் என்று நினைத்திருந்த சில மோசமான சக்திகள் மண்ணைக் கவ்வின. மறுநாள் மாநிலம் முழுவதும் பத்திரிகைகள் எங்களைப் பாராட்டி எழுதின.

இதை நான் இவ்வளவு விரிவாகச் சொல்வதற்குக் காரணம் பல் கலைக் கழகங்கள் பல்வேறு அச்சுறுத்தல்களுக்குப் பணிந்து இன்று செயலிழந்து கிடக்கின்றன. துணிவுடன் பிரச்சினைகளை எதிர் கொள்ள வேண்டுமென்று நான் நினைக்கிறேன். தன்னம்பிக்கை தலைமைக்கு வேண்டும். அத்துடன் மற்றவர்கள் நம்பக்கக்கூடிய ஒரு moral statureம் இருக்க வேண்டும். நான் என்னுடைய ஆறு வருடத் துணைவேந்தர் பதவிக்காலத்திலும், அதற்கு முன்பும்கூட இதைப் பார்த்துவிட்டேன்.

எதிர்ப்பும் விமர்சனமும்

சு. ரா: உங்கள் பல்கலைக்கழகக் கட்டிடங்களை அனைவரும் ரசித்துப் பாராட்டுகின்றனர். இத்தகையக் கட்டிடங்களைக் கட்ட வேண்டும் என்று உங்களுக்கு ஏன் தோன்றிற்று? அதைப் பற்றிச் சொல்ல முடியுமா?

வசந்தி: நான் பெருமையடையும் விஷயங்களில் இதுவும் ஒன்று. மிகுந்த ஆசையுடன் கட்டிடங்களைக் கட்டினேன். ஒருவகை யில் இதுவும் கல்வி பற்றிய எனது கண்ணோட்டத்தில் உருவானது என்று சொல்லலாம். ஒரு பல்கலைக்கழகத்தின் கட்டிடங்கள், அழகும், கலை நயமும் கொண்டவையாக இருக்க வேண்டுமென்று நான் நினைக்கிறேன். உயர்கல்வியும் ஆராய்ச்சியும், அழகும், அமைதி யும், பசுமையும் கொண்ட சூழலில் வளரும் என்பது என் நம்பிக்கை. பல்கலைக்கழகக் குடும்பம் முழுவதும், ஆசிரியர், மாணவர், அலுவலர், மற்ற பொதுமக்கள் அனைவருமே கட்டிடங்களை ரசிக்க வேண்டும்; இது எங்களுடையது என்று பெருமைப்பட வேண்டும். அத்துடன் பல்கலைக்கழகத்தின் தேவைக்கேற்ற வண் ணம், *functional* ஆகவும் இருக்க வேண்டும். தமிழ்நாட்டில் ஒரு பல்கலைக்கழகத்திற்குக்கூட அழகான கட்டிடங்கள் கிடையாது – ஆரம்பத்தில் கட்டிய சென்னைப் பல்கலைக்கழகத்தைத் தவிர. கோயம்புத்தூர் வேளாண் பல்கலைக்கழகக் கட்டிடமும் ஓரளவு அழகாக இருக்கிறது. சுதந்திரத்திற்குப் பிறகு கட்டிய அனைத்தையும் நமது P.W.D. கெடுத்துவிட்டது.

ஒரு பகுதியிலிருக்கும் பல்கலைக்கழகக் கட்டிடங்கள் அந்தப் பிராந் தியத்தின் கட்டிடக் கலைப் பாரம்பரியத்தில் காலூன்றி நிற்க வேண்டும். டெல்லியில் கட்டும் கட்டிடத்திற்கும், திருநெல்வேலியில் கட்டும் கட்டிடத்திற்கும் கலைவடிவில் வேறுபாடு இருக்க வேண் டும். எங்கள் பல்கலைக்கழகக் கட்டிடம் தென் தமிழ்நாடு, கேரளம் இவற்றின் கலைப் பாரம்பரியத்தையொட்டி அமைக்கப்பட்டிருக் கிறது. *Exposed brick* கட்டிடங்கள்; சிமென்ட் பூச்சு இல்லாமல், செங்கல்லின் இயற்கை அழகுடன் விளங்கும் கட்டிடங்கள்; அகன்ற பெரிய முற்றங்கள், பெரிய வளைவுகள், அலங்கார ஓட்டுக் கூரை – இவை அனைத்துமே நம் பகுதிப் பழைய கட்டிடங்களில் இன்றும் பார்க்கலாம். எங்களுக்கு ஒரு நல்ல திறமை வாய்ந்த இளம்

பெண் ஆர்க்கிடெக்ட் ஒருவர் கிடைத்தார். அவர்தான் எங்கள் கருத்துகளை ஏற்று, கட்டிடங்களை வடிவமைத்தார். நான் இது *P.W.D.* இடம், இதைவிட மாட்டேன் என்று கண்டிப்பாகச் சொல்லி விட்டேன். இப்போது கட்டி முடித்திருக்கும் கட்டிடங்கள் தவிர அடுத்துக் கட்ட வேண்டிய ஏழெட்டுக் கட்டிடங்களுக்கான பிளான்கள், கட்டிட வரைபடங்களை உரிய நடைமுறையைக் கடைப்பிடித்து, சிண்டிகேட்டின் ஒப்புதல் பெற்றுத் தயாராக வைத்திருக்கிறேன். பின்னால் வருபவர்கள் தேவையானால் பயன் படுத்திக் கொள்ளலாம். எதற்காக இதைச் செய்தேனென்றால் ஒரு பல்கலைக்கழக வளாகத்தில் இருக்கும் கட்டிடங்கள் ஒரே வகைப்பட்ட கட்டிடப் பாணியில் அமைந்ததாக இருக்க வேண்டும்; இல்லாவிட்டால் *clash* ஆகும். அரசு பணம் கொடுத்திருந்தால் இன்னும் சில கட்டிடங்களைக் கட்டி இருப்பேன். ஆனால், தமிழக அரசு பல்கலைக்கழகங்களுக்கு நிதி உதவி சரியாகவே செய்வ தில்லை. அடிப்படையான கட்டுமானங்களை உருவாக்குவதற்கோ, பல்கலைக்கழகங்களின் அன்றாடச் செலவுகளைச் சமாளிப்பதற்கோ மிக மிகக் கொஞ்சமாகத்தான் நிதி உதவி செய்கிறது.

சு. ரா : தமிழக அரசு வேண்டிய நிதி உதவி செய்வதில்லையா?

வசந்தி : பல்கலைக் கழகங்களுக்கு நிதி ஒதுக்கீடு செய்வதில் இந்தியாவிலேயே மிகக் குறைவாகச் செய்கின்ற ஒன்றிரண்டு மாநி லங்களில் தமிழ்நாடு ஒன்று. தென் மாநிலங்கள், மேற்கு மாநிலங்கள் இவையெல்லாம் தமிழ்நாட்டைவிட மிக அதிகமாகச் செய்கின்றன. தமிழ்நாட்டிலிருக்கும் 17 பல்கலைக்கழகங்களுக்கும் சேர்ந்து ரூ. 25 கோடிதான் ஒரு ஆண்டிற்கு நிதி ஒதுக்கீடு செய்யப்படுகிறது. இதில் ஒரு பெரிய தொகை அண்ணா பல்கலைக்கழகத்திற்கு மட்டும் கொடுக்கப்படுகிறது. ஆந்திரா, கர்நாடகா இரண்டிலும் ஒரு பெரிய பல்கலைக்கழகத்திற்கே இதைவிட அதிகமாக நிதி ஒதுக்குகிறார்கள். எங்கள் பல்கலைக்கழகத்திற்கு அரசு ஆண்டு தோறும் கொடுப்பது ரூ. 50 லட்சம்தான். வெளியில் சொன்னால் நம்பமாட்டேன் என்கிறார்கள்.

சு. ரா : இந்த நிலையை மாற்ற எதுவும் செய்யவில்லையா? யு. ஜி. ஸி தமிழக அரசை வற்புறுத்தவில்லையா?

வசந்தி : பலமுறை அரசிடம் பல்கலைக்கழகங்கள் போராடிப் பார்த்தாகிவிட்டது. பல தீர்மானங்கள் போட்டு, பல கமிட்டிகள் அமைத்து எல்லாம் செய்தாகிவிட்டது. யு. ஜி. ஸியும் பலமுறை சொல்லிப் பார்த்துவிட்டது. நமது அரசு ஒன்றுக்கும் அசைந்து கொடுக்கவில்லை. ஆனால், புதிது புதிதாகப் பல்கலைக்கழகங்களை மட்டும் நிறுவிக்கொண்டேயிருக்கிறது. பல்கலைக்கழகத்தை உரு வாக்க ஒரு சட்டம் மட்டும் போட்டுவிட்டால் போதும் என்று அரசு நினைக்கிறது. அத்துடன் தன்னுடைய பொறுப்பு முடிந்து விட்டது என்றும் நினைக்கிறது.

சு. ரா : உங்கள் பல்கலைக்கழகக் கட்டிடங்களைப் பற்றிப் பேசிக்கொண்டிருந்தோம். கட்டிடங்களின் கலை நயத்தை மாணவர்களும், ஆசிரியர்களும் ரசிக்கிறார்களா?

வசந்தி : ரசிக்கிறார்கள் என்றுதான் நினைக்கிறேன். கட்டிடங்கள் மட்டும் இல்லாமல், கட்டிடங்களை அலங்கரிப்பதற்கு அந்த மாவட்டங்களின் கைவினைப் பொருள்களைப் பயன்படுத்தினேன். மாணவரும், ஆசிரியரும் நமது பாரம்பரியக் கைவினைப் பொருள்களைப் பார்த்து ரசிக்க வேண்டும்; அவற்றை வாங்கிப் பயன்படுத்த வேண்டும். இது பாரம்பரியத் தொழில்கள் நசிந்து விடாமல் காப்பாற்றவும் உதவும். பத்தமடைப் பாய், சுடுமண், மண் பொருட்கள் இவையெல்லாம் பல்கலைக்கழகத்தில் எங்கே பார்த்தாலும் இருக்கும்.

சு. ரா : பத்தமடைப் பாய் பற்றிச் சொன்னீர்கள். அந்தத் தொழில் மிகவும் நசிந்துவிட்டது. எத்தனை அழகான பாய்! இந்த மாதிரிப் பாரம்பரியத் தொழில்களையெல்லாம் காப்பாற்றவே முடியாது போலிருக்கிறதே?

வசந்தி : இதில் எங்கள் பல்கலைக்கழகம் சில சிறிய முயற்சிகளைச் செய்தது. இதுவும் ஒரு வகையில் நாம் முன்னால் பேசிக்கொண்டிருந்த கல்விச் சித்தாந்தத்தை ஒட்டியதுதான். பல்கலைக்கழகம் சுற்றிலும் இருக்கும் சமுதாயத்துடன் இணைய வேண்டும்; அதன் பிரச்சினைகளைப் பற்றி அக்கறை எடுக்க வேண்டும் என்று சொன்னோம். இந்தக் கருத்துகளை நடைமுறைப்படுத்துவதில் ஆழ்வார்குறிச்சியிலிருக்கும் சுற்றுப்புறச் சூழல் மையத்திற்கு முக்கியப் பங்கு இருந்தது. இந்த மையத்தை உருவாக்கியதே ஒரு கதை.

இந்த மையம் உருவானதற்குக் காரணம் சென்னையிலிருக்கும் அமால்கமேஷன் நிறுவனத்தினர். அவர்களது சொந்த ஊர் ஆழ்வார்குறிச்சி. அந்தக் குடும்பத்திற்கு வெகு நாட்களாக, சுமார் முப்பது ஆண்டுகளாகத் தங்கள் சொந்த கிராமத்தில் ஒரு சிறந்த ஆராய்ச்சி மையம் நிறுவ வேண்டுமென்று ஆசை. இந்தப் பகுதியெல்லாம் சென்னைப் பல்கலைக்கழகத்துடனும், பின்பு மதுரைப் பல்கலைக்கழகத்துடனும் இணைந்திருந்த காலத்திலிருந்தே முயற்சி செய்திருக்கிறார்கள். ஏதோ காரணங்களால் அது நடக்கவில்லை. நான் பல்கலைக்கழகத்தில் சேர்ந்தவுடனே என்னையும் அணுகினார்கள். கிடைத்த வாய்ப்பை நான் உடனே கவ்விக் கொண்டேன். அவர்கள் *100 ஏக்கர் நிலம் கொடுத்து*, கட்டிடங்கள் அனைத்தையும் தாங்களே கட்டித்தர முன்வந்தனர். இப்படி ஒரு offer வந்தால், அதுவும் ஒரு புதிய பல்கலைக்கழகத்துக்கு, எத்தனை வரவேற்கத் தக்கது. இத்தனையும் கொடுக்க முன்வந்தார்களே தவிர நாங்கள் எந்தத் துறையில் ஆராய்ச்சி மையம் அமைக்க வேண்டும் என்பதைப் பற்றியெல்லாம் அவர்கள் எந்த வற்புறுத்தலையும் செய்யவில்லை.

நாங்கள் கல்வியாளர்கள் அல்ல; எங்களுக்கு அதெல்லாம் ஒன்றும் தெரியாது. உங்கள் முடிவுக்கே விட்டுவிடுகிறோம் என்று பெருந் தன்மையாகச் சொல்லிவிட்டார்கள். பிறகு எந்தத் துறையில் ஆராய்ச்சி மையத்தை உருவாக்குவது என்று நிறைய யோசித்தோம். பல்கலைக்கழகத்திற்கு முன்னுரிமை பெறும் துறைகள் எவையாக இருக்க வேண்டும் என்பதைப் பற்றி ஒரு கருத்தரங்கமும், கலந்துரை யாடலும் நடத்தினோம். அதற்குப் பல துறைகளையும் சார்ந்த வல்லுநர்களை அழைத்தோம். இறுதியாகச் சுற்றுச் சூழல் துறை தொடர்பான ஆய்வு மையம் நிறுவுவது என்று முடிவு செய்தோம். இது அமால்கமேஷன் குடும்பத்தினருக்கும் மிகவும் பிடித்திருந்தது. இந்த முடிவு எடுத்ததற்கு ஒரு காரணம் பல்கலைக்கழகத்தின் துறைகளும், ஆராய்ச்சியும் அந்தப் பகுதியின் விசேஷமான இயற்கை வளங்கள், மனித வளங்கள் இவற்றைப் பொறுத்து, அவற்றைப் பயன்படுத்தும் வண்ணம் அமைய வேண்டும் என்ற கருத்து. எங்கள் பல்கலைக் கழகத்தின் இயற்கைச் சூழலுக்கு ஏற்ற வண்ணம் இரண்டு ஆய்வு மையங்களை அமைத்தோம். ஒன்று மேற்கு மலைத் தொடர் அடிவாரத்தில், ஆழ்வார்குறிச்சியில் அமைந்த சுற்றுப்புறச் சூழல் அறிவியல் மையம். Bio-diversity மிகுந்த மேற்குத் தொடர்; இன்னும் முழுவதும் நாசமாகாத சூழல்; ஆனால் தாக்குதலுக்கு இலக்காகியிருக்கும் சூழல்; ஆய்வுக்குப் பொருத் தமான இடம். இன்னொன்று கன்னியாகுமரியில், கடல் சூழ்ந்த பகுதியில் அமைந்த கடல் வாழ் உயிரினங்கள், கடலோர மக்கள் இவர்களைப் பற்றி ஆய்வு செய்யும் மையம் (Institute for Coastal Area Studies) இந்த இரண்டு மையங்களுமே சுற்றியுள்ள சமுதாயத் துடன் நெருங்கிய தொடர்பு கொண்டு இயங்க வேண்டியவை.

ஆழ்வார்குறிச்சி சூழலியல் மையத்தில் பல முக்கியப் பாடங்கள் கற்றுத்தரப்படுகின்றன. விவசாய சமுதாயத்திற்குத் தேவையான பல ஆய்வுகள் நடக்கின்றன. இன்று சூழல் மாசுபடும் போக்குகள், சூழலுக்கு ஏற்பட்டிருக்கும் அபாயம் இவற்றைப் பற்றிக் கற்றுத் தருவதுடன், மாற்று முறைகள் பற்றி நிறைய ஆராய்ச்சிகள் நடக்கின் றன. தரிசு நில மேம்பாடு, மண் புழுக்களைப் பயன்படுத்தி இயற்கை உரம் தயாரித்தல், விவசாயிகளும், பெண்களும் தங்கள் வருமானத்தைப் பெருக்குவதற்கு விவசாயம் சார்ந்த பல தொழில் கள் இவையெல்லாம் கற்றுத்தரப்படுகின்றன. எங்கள் ஆசிரியர்களும் மாணவர்களும் சுற்றிலுமிருக்கும் பல விவசாயிகளிடம் தொடர்பு கொண்டு, அவர்களை ரசாயன உரத்தை விட்டு, இயற்கை உரத்தைப் பயன்படுத்த உதவியிருக்கின்றனர். பல விளைநிலங்களில் இன்று இயற்கை உர விவசாயம் நடக்கிறது. மாதம் ஒருமுறை விவசாயி களின் நாள் என்று வைத்து, நிறைய விவசாயிகள் இந்த மையத்திற்கு வருகிறார்கள். தங்கள் பிரச்சினைகளையும் அனுபவங்களையும் எங்கள் விஞ்ஞானிகளுடன் பகிர்ந்துகொள்கிறார்கள்.

இந்த முயற்சிகள் சுற்றிலும் இருக்கும் மக்களை எவ்வாறு ஈர்த்திருக்கின்றன, பல்கலைக்கழகத்தின் தடுப்புச் சுவர் இதனால் எவ்வாறு உடைபட்டு மக்களுடன் ஒரு சங்கமம் ஏற்பட்டிருக்கிறது என்பதைக் கண்டு வெளியிலிருந்து வரும் பல அறிஞர்களும், கல்வியாளர்களும் வியப்படைகின்றனர். புகழ்பெற்ற பெண்ணியலாளர் டாக்டர் வீணா மஜூம்தார் ஒருமுறை டெல்லியிலிருந்து வந்திருந்தார். சுற்றுச் சூழல் மையத்தின் செயல்பாடுகளைக் கண்டு, வியந்து பாராட்டினார். பலரிடமும் இதைப்பற்றி டெல்லியிலும் மற்ற இடங்களிலும் பேசினார். பின்பு, டெல்லியிலிருக்கும் அவரது பெண்ணியல் ஆய்வு மையம் *(Centre for Women Development Studies)*, மேற்கு வங்கத்தின் மிட்னபூரிலிருக்கும் வித்யாசாகர் பல்கலைக் கழகம், எங்கள் சுற்றுப்புறச் சூழல் மையம் இவை மூன்றையும் இணைத்து ஒரு கூட்டு முயற்சி தொடங்கியிருக்கிறோம். எங்கள் விஞ்ஞானிகள் சிலர் மிட்னபூர் சென்று, அங்கேயிருக்கும் விவசாயப் பெண்களுக்கு மண் புழு தயாரித்தல், இயற்கை உரம் தயாரித்தல், இவற்றின் மூலம் பல்கலைக்கழகத்தையும், மக்களையும் இணைத்தல் இவற்றை அறிமுகப்படுத்தியுள்ளனர்.

இப்படித்தான் பத்தமடைப் பாய் பற்றிய எங்கள் ஈடுபாடு தொடங்கிற்று. பத்தமடை ஆழ்வார்குறிச்சிக்கு அருகில் இருக்கிறது. எங்கள் ஆசிரியர்களும், மாணவர்களும் நலிந்துவரும் பத்தமடைக் கைவினைஞருடன் நெருங்கிய தொடர்பை உருவாக்கினர். அந்தத் தொழிலுக்குப் புத்துயிர் ஊட்டப் பல முயற்சிகளை எடுத்தோம். பாய்களுக்கு இயற்கைச் சாயம் ஊட்டும் பயிற்சி இதில் முக்கியமானது. இயற்கைச் சாயம் பயன்படுத்திய பாய்களுக்கு ஏற்றுமதி வாய்ப்பு இருக்கிறது. நாட்டிலேயே elite consumers இப்போது இயற்கைச் சாயங்களை விரும்புகிறார்கள். ஆனால், அந்தப் பாய் பின்னுபவர்களுக்கு இயற்கைச் சாயம் தயாரிக்கத் தெரியாது. மிகவும் வருத்தப்பட வேண்டியது என்னவென்றால், இந்த நூற்றாண்டின் ஆரம்பத்தில் இயற்கைச் சாயம்தான் பயன்படுத்தி இருக்கிறார்கள். ஆனால், ரசாயனச் சாயம் வந்த பிறகு இயற்கைச் சாயம் தயாரிப்பது முற்றிலும் மறந்துவிட்டது. எங்கள் ஆசிரியர்கள் அந்தக் கைவினைஞருக்கு இயற்கைச் சாயம் பயன்படுத்தக் கற்றுத்தரும் பயிலரங்கங்கள் பல நடத்தினார்கள். இதில் பெரிய வல்லுநர் திரு. சந்திரமௌலியை பெங்களூரிலிருந்து வரவழைத்தோம்.

தொழிலாளர்கள் விரைவில் கற்றுக்கொண்டனர். இயற்கைச் சாயம் கொண்டு தயாரித்த பாய்களுக்கு நல்ல மார்க்கட் இன்று கிடைத்திருக்கிறது. சென்னையில் பல பெரிய கைவினைப் பொருள் அங்காடிகளில் இந்தப் பாய்கள் இன்று விற்கப்படுகின்றன. அவற்றைப் பார்க்கும் போது நான் பெருமையடைவதுண்டு. எங்கள் மையம் அவர்களுடன் தொடர்ந்து இயங்கி வருகிறது. தொடர்ந்து பல வேலைகளைச் செய்ய வேண்டியிருக்கிறது. பாய்

பின்னும் பெண்கள், ஆண்கள் கொண்ட பல கூட்டங்களை ஆழ் வார்குறிச்சிப் பல்கலைக் கழக வளாகத்திற்குள்ளாகவே நடத்தியிருக் கிறோம். திருநெல்வேலி வளாகத்திற்குள்ளும் நடத்தியிருக்கிறோம். இந்த மாதிரியான அடி மட்டத்து உழைக்கும் மக்களைப் பல்கலைக் கழகங்களிலெல்லாம் பார்க்கவே முடியாது.

பாய்களுக்கு அனைத்து வகைப்பட்ட சாயங்களும் ஊட்ட முடியாது. சில வகைப்பட்ட சாயங்களைத்தான் ஏற்ற முடியும். இந்தச் சாயங் களின் மூலப்பொருட்கள் கேரளக் காடுகளில்தான் கிடைக்கின்றன. இதை எப்படி பத்தமடை வினைஞர்கள் பெறுவது? அதனால், எங்கள் விஞ்ஞானிகள் அந்த மூலப்பொருட்களைத் தருவித்து, *process* செய்து, அவர்களுக்குக் கொடுக்கிறார்கள். ஆனால் எவ்வளவு காலம் இதைச் செய்ய முடியும்? அவர்கள் மற்றவர்களைச் சார்ந்து இருக்கும் நிலை சீக்கிரம் மாற வேண்டும். அதற்காக மூலப்பொருள் விளையும் மரங்களைக் கொண்டு வந்து ஆழ்வார்குறிச்சியில், எங்கள் பல்கலைக் கழக வளாகத்திலும், மற்ற இடங்களிலும் நட்டி ருக்கிறார்கள்.

பாய் வினைஞருக்கு உதவ வேறொன்றும் நடக்கிறது. பாய்களின் டிஸைன் கவர்ச்சிகரமாக இருந்தால்தான் விற்கும். அதற்கு ஒரு தொண்டு நிறுவனம் ஏற்பாடு செய்திருக்கிறது. அஹமதாபாத்தில் இருக்கும் புகழ் பெற்ற *National Institute of Design* இல் கற்ற ஒருவரைத் தேவையான பயிற்சி அளிக்க ஏற்பாடு செய்து, பயிற்சி நடந்து கொண்டிருக்கிறது. பாரம்பரிய டிஸைன்களைப் புது விதமாகப் பயன்படுத்தப் பயிற்சி அளிக்கப்படுகிறது. இந்த ஏற்பாட்டைச் செய்வதற்கும் எங்கள் ஆசிரியர்கள் முயற்சி எடுத்தனர். இது மட்டு மில்லை. பாய் பின்னுபவர்களில் 90% மேல் முஸ்லிம் பெண்கள். இவர்கள் இடைத்தரகர்களால் மோசமாகச் சுரண்டப்படுகின்றனர். இதைத் தடுக்க மற்றொரு முயற்சி எடுத்தோம். அந்தப் பெண்களை ஒன்று சேர்த்து, ஒரு சங்கம் அமைக்கும் முயற்சி. இதற்கு அந்தச் சமுதாயத்திலிருந்தே கடுமையான எதிர்ப்பு வந்தது. பெண்கள் பல வகைகளில் அச்சுறுத்தப் பட்டனர். அவர்களுக்குத் தொடர்ந்து தைரியம் ஊட்ட வேண்டி இருந்தது. இதையும் ஓரளவு செய்தோம்.

சு. ரா : இந்த வகையில் இன்னும் வேறு ஏதேனும் காரியங்கள் செய்ய முடிந்ததா?

வசந்தி : ஆமாம். அம்பாசமுத்திரம் பகுதியில் கடைசல் என்று மரத்தினால் விளையாட்டுப் பொருள்கள், பொம்மைகள் செய்யும் பாரம்பரியத் தொழில் நடக்கிறது. நாங்கள் பாய் தொழிலாளருக்கு இயற்கைச் சாயம் பயன்படுத்தும் பயிலரங்கம் நடத்திக்கொண் டிருந்தபோது, அதைக் கேள்விப்பட்டுக் கடைசல் தொழிலாளர்கள் அங்கே வந்து, அவர்களுக்கும் இயற்கைச் சாயம் பயன்படுத்தக் கற்றுத்தர வேண்டுமென்று கேட்டனர். பிறகு அவர்களுக்கும் ஒரு

பயிலரங்கம் நடத்தப்பட்டது. அவர்கள் வெகு எளிதாகக் கற்றுக் கொண்டு, இன்று பரவலாகப் பயன்படுத்துகிறார்கள்.

இன்னொரு பாரம்பரியத் தொழிலைப் பற்றித் தெரிந்து கொள்வதற்கு நாங்கள் முயற்சி செய்தோம். இது நமது நாட்டு மருந்துகள், பாரம்பரிய மருத்துவர்களின் ஞானம், அவர்கள் பயன்படுத்தும் மூலிகை மருந்துகள் பற்றியது. நம் நாட்டில் சித்தா, ஆயுர்வேதம், யுனானி, இவை தவிர பாகுபடுத்தப்படாத, வெளியில் தெரியாத மருத்துவ ஞானம் இருந்திருக்கிறது; இன்னும் முழுவதும் வழக்கொழியாமல் எங்கோ சில இடங்களில் வாழ்ந்து கொண்டிருக்கிறது. அதைப் பற்றிய உணர்வு நவீன உலகில் இப்போதுதான் உருவாகியிருக்கிறது; மேற்கு மலைப் பகுதிகள் இத்தகைய அறிவு செறிந்த பகுதிகள். சித்தர்கள் வாழ்ந்த உலகமல்லவா இது. ஆனால், அந்த மருத்துவர்கள் தங்கள் சிகிச்சை முறைகளை வெளியில் சொல்வதில்லை. ரகசியமாகப் பாதுகாக்கிறார்கள். இதனால் சமுதாயத்திற்குப் பெரும் இழப்பு. எங்கள் சுற்றுப்புறச் சூழல் மையம் மருத்துவர்களுக்கு மூன்று நாள் மாநாடு நடத்திற்று. ஏராளமான மருத்துவர்கள் வந்திருந்தனர். வியக்கத்தக்க பல விபரங்கள் கிடைத்தன. அவர்களுடன் எங்கள் மையம் தொடர்பு வைத்துக் கொண்டிருக்கிறது. அந்த மையத்தில் ஏற்கனவே இந்தத் துறை சார்ந்த ஆய்வுகள் நடத்தி வருகிறோம். *Ethno Botany* என்ற ஒரு பிரிவு. அதில் தேர்ச்சி பெற்ற ஒருவர் அங்கு ஆசிரியராக இருக்கிறார். மூலிகைப் பண்ணை உருவாக்கி வருகிறோம்.

இந்த மையத்தில் அனைத்து ஆராய்ச்சிகளையும் கூடியவரை *inter - disciplinary* ஆய்வுகளாகவே செய்கிறோம். அறிவுலகம் வெகு காலமாக *inter - disciplinary learning* வேண்டுமென்று வலியுறுத்தி வருகிறது. காரணம் உண்மை மிகவும் சிக்கலானது. அதை ஒரு துறை வழியாக அணுகினால் உண்மையின் ஒரு கோணம்தான் காணக் கிடைக்கும். ஒரு குறைப்பட்ட அறிவுதான் கிடைக்கும். ஆகவே பல துறைகள் ஒன்று சேர்ந்து ஒரு பொருளைப் பற்றி ஆய்வு செய்ய வேண்டும் என்று அறிஞர்கள் சொல்லி வருகிறார்கள். ஆனால், நமது பல்கலைக்கழகங்களில் இது நடப்பதேயில்லை. இந்த மையத்தில் நடக்கும் ஆய்வுகள் பல துறையினரால் சேர்ந்து நடத்தப்படுகின்றன.

எங்கள் பல்கலைக்கழகத்தில் வலியுறுத்த முயன்ற இரு முக்கிய லட்சியங்களைப் பற்றிச் சொல்ல விரும்புகிறேன். லட்சியங்கள் நிறைவேறியதாக நான் சொல்ல வரவில்லை. ஒன்று : *Education with a human face* - மனித நேயமுடைய கல்வி. எனக்கு மிகவும் பிடித்த ஆல்பர்ட் ஐன்ஸ்டினின் வார்த்தைகள். நான் இதை அடிக்கடி சொல்வதுண்டு. *"The concern for Man and his destiny is the prime objective of all scientific and technical efforts. Never forget it in the midst of your diagrams and equations"*. தமிழில் இதே கருத்தை ஒரு

சித்தரின் வரியில் கண்டேன். அதையும் நான் அடிக்கடி சொல்வ துண்டு. "மானுடம் போலொரு மெய்ம்மையும் இல்லை". மெய்ம்மை தேடுவதுதானே பல்கலைக்கழகத்தின் பணி?

இந்தக் குறிக்கோளை மனதில் வைத்துக்கொண்டு சில ஆய்வுகளை நடத்தினோம். எடுத்துக்காட்டாகக் குழந்தைத் தொழிலாளர்களைப் பற்றி மூன்று ஆய்வுகள் நடத்தினோம். நமது பல்கலைப் பகுதிகள் நிறையக் குழந்தைத் தொழிலாளர்களைக் கொண்டது. கோவில் பட்டிப் பகுதியில் தீப்பெட்டித் தொழில், திருநெல்வேலியில் பீடி சுற்றுதல் இவற்றிலெல்லாம் ஏராளமான குழந்தைகள் வேலை செய் கிறார்கள். இது மாதிரிச் சில ஆய்வுகள் செய்தோம்.

அடுத்து நான் சொல்ல விரும்புவது எங்கள் ஆசிரியர்கள், விஞ்ஞானி களுக்கு அச்சம் இன்றி உண்மையின்பால் நிற்க வேண்டுமென்ற நெறியினை அளிக்க முயன்றோம். இது மிகவும் கடினம் என்பதை ஒப்புக்கொள்வீர்கள். விஞ்ஞானிகள் தாங்கள் கண்டறிந்த உண்மை யின்பால் நிற்க முயலும்போது பலம் படைத்தவர்களை, அரசியல் பலம், பண பலம், சமுதாய பலம் படைத்தவர்களைப் பகைக்க நேரிடும். இத்தகைய எதிர்ப்புகளுக்கும், அச்சுறுத்தலுக்கும் பணிந்து விடாத, விலை போகாத விஞ்ஞானிகளை உருவாக்க வேண்டுமென் பது எனது பெரிய கனவு. வெற்று லட்சியங்களைப் பேசிக் கொண்டி ருந்தால் பயனில்லை. முடியும்போதெல்லாம் செயலில் செய்து காண்பிக்க வேண்டும். சில உதாரணங்கள் : இறால் பண்ணைகளைப் பற்றிய தேசிய அளவிலான பெரும் பிரச்சினை, அதனை ஒட்டி எழுந்த விவாதம், பாதிக்கப்பட்டோர் – மக்கள் இயக்கம் இவையெல் லாம் உங்களுக்குத் தெரிந்திருக்கும். இறால் பண்ணை முதலாளிகள் பெரும் பலம் கொண்டவர்கள். அரசும் எப்போதும் போல் பலம் கொண்டவர்கள் பக்கம். இந்த வழக்கு உச்ச நீதிமன்றம் சென்றது. அப்போது விஞ்ஞானிகளின் கருத்து நீதிமன்றத்துக்குத் தேவையான தாக இருந்தது. இறால் பண்ணைகள் மக்களுக்கும், விளை நிலங் களுக்கும், நீர் வளத்திற்கும் ஊறு விளைவிக்கின்றனவா என்பதை முடிவு செய்ய சம்பந்தப்பட்ட விஞ்ஞானிகளின் கருத்தை நீதிமன்றம் வேண்டிற்று. இறால் பண்ணை முதலாளிகளுக்குச் சாதகமான கருத் துகளைச் சொல்வதற்குப் பல விஞ்ஞானிகள் தயாராக இருந்தனர். ஆனால், அவற்றின் பாதகமான விளைவுகளைப் பற்றித் தைரிய மாகச் சொல்வதற்கு விஞ்ஞானிகள் முன்வரவில்லை. அப்போது இறால் பண்ணைகளை எதிர்த்து வழக்குத் தொடுத்திருந்த மக்கள் இயக்கங்கள் என்னை அணுகிக் கேட்டன. "நீங்கள்தான் எங்களுக்கு ஒரு விஞ்ஞானியை அனுப்ப வேண்டும். எங்களுக்கு வேறு யாரும் உதவத் தயாராக இல்லை" என்று சொன்னார்கள். எங்கள் சுற்றுப் புறச் சூழல் மையத்தில் அருணாச்சலம் என்ற ஒரு இளம் விஞ் ஞானி; இதற்கான நிபுணத்துவம் உடையவர். அவரைக் கூப்பிட்டுக் கேட்டேன். அவர் ஒரு நிமிடம் யோசித்தார். பிறகு "நீங்கள்

எனக்கு சப்போர்ட் பண்ணுவீர்கள் என்றால், பாதுகாப்பு அளிப்பீர்கள் என்றால் செய்கிறேன்” என்றார். “என்னால் எந்த அளவு பாதுகாப்பு அளிக்க முடியுமென்று தெரியாது. முடிந்த அளவுக்கு நிச்சயம் தருவேன். உங்களை விட்டுக் கொடுக்க மாட்டேன்” என்று சொன்னேன். அவர் ஒப்புக்கொண்டார். விரிவான அறிக்கையை உச்சநீதிமன்றம் முன் சமர்ப்பித்தார். உச்ச நீதிமன்றம் இறுதியாக இறால் பண்ணைகள் மூடப்பட வேண்டுமென்று தீர்ப்பளித்தது. அந்த வழக்கின் ஆவணங்களில் அருணாச்சலத்தின் *expert opinion* முக்கியமானது. இதைப்பற்றி நான் மிகவும் பெருமைப்பட்டிருக்கிறேன். எங்கள் பல்கலைக்கழக விஞ்ஞானி ஒருவருக்கு மிகப் பெரிய விருது கிடைத்திருந்தால்கூட நான் அவ்வளவு பெருமை அடைந்திருக்க மாட்டேன்.

மற்றொன்று, தூத்துக்குடி ஸ்டெர்லைட் ஆலைப் பிரச்சினை தொடங்கிய உடனேயே எங்கள் விஞ்ஞானிகள் அதைப் பற்றிய கருத்தரங்கம் நடத்தி, அக்கறை கொண்ட அனைவரையும் அழைத்தனர். ஆலையின் தீங்குகள் தெளிவானவுடன் நடந்த எதிர்ப்புப் பேரணியில் எங்கள் விஞ்ஞானிகள் முக்கியப் பங்கேற்றனர்.

சில சமயங்களில் தாக்குதலையும் சந்திக்க வேண்டியுள்ளது. ஒரு முறை அப்படி நடந்தது. பெருமணல் கடற்கரையில் சட்ட விரோத *garnet mining* நடந்து கொண்டிருந்தது. சில பெரிய புள்ளிகள் இதைச் செய்துகொண்டிருந்தனர். அதன் விளைவாகக் கடல் அரிப்பு ஏற்பட்டு அருகாமையிலிருந்த மீனவர் குடியிருப்புகளுக்குப் பெரும் பாதிப்பு ஏற்பட்டிருந்தது. அங்கிருந்த மக்களும், சில இயக்கங்களும் என்னை அணுகி ஒரு உண்மை அறியும் குழுவை அனுப்புமாறு கேட்டுக்கொண்டனர். நான் சுற்றுப்புறச் சூழல் மையத்திலிருந்து ஒரு ஆசிரியரையும் இரு ஆராய்ச்சி மாணவர்களையும் அனுப்பினேன். அவர்கள் சென்று விசாரித்து விட்டுத் திரும்பும்போது ஒரு லாரியில் கார்னட் முதலாளியின் குண்டர்கள் வந்து அந்த மூவரையும் நன்றாக அடித்து, லாரியில் தூக்கிப் போட்டுக் கொண்டு போய் முதலாளியின் முன் நிறுத்தியிருக்கிறார்கள். பல்கலைக்கழக ஆய்வாளர்கள் என்று தெரிந்ததும் முதலாளி கொஞ்சம் பயந்து போய் விட்டுவிட்டார். இந்த நிகழ்ச்சியில் எங்கள் ஆய்வாளர்கள் ஓரளவு பயந்துபோய் இருந்தாலும், அதற்குச் சில நாட்களுக்குப் பின் நடந்த பொதுக் கூட்டத்தில் அவர்கள் தைரியமாக மேடை ஏறி நடந்தவற்றை விளக்கினார்கள்.

இவையெல்லாம் எதை விளக்குகின்றன என்று நான் நினைக்கிறேன் என்றால் நமது ஆசிரியர், மாணவர் இவர்களுக்குச் சில மதிப்புகளைக் கொடுத்து, தார்மீக வலுவையும் கொடுத்தோம் என்று சொன்னால், தலைமை அவர்களுக்கு ஆதரவாக இருக்கிறது, தங்களைக் கைவிடாது என்ற நம்பிக்கையும் இருந்தால், சிறந்த நெறிகள் கொண்ட அறிவுப் பரம்பரையை உருவாக்க இயலலாம்.

நான் ஏற்கனவே சொன்ன மாதிரி விலைபோகாத விஞ்ஞானிகளை உருவாக்க இயலலாம். ஒரு பல்கலைக்கழகத்தின் முக்கியப் பொறுப்பு இது என்று நான் நினைக்கிறேன். அதிலும் இன்று அனைத்து நெறிகளையும் தொலைத்துவிட்ட காலத்தில் வாழும்போது இது மிகுந்த முக்கியம் வாய்ந்த பணி என்று நினைக்கிறேன்.

இறுதியாக, இதன் தொடர்ச்சியாக மற்றொரு நிகழ்ச்சியைச் சொல்லி விடுகிறேன். நான் மேலே ஒரு பொதுக்கூட்டத்தைப் பற்றிச் சொன்னேனே, அது எதற்காகப் போடப்பட்டதென்றால், நர்மதா பாது காப்பு இயக்கத்தின் புகழ்பெற்ற தலைவி மேதா பட்கர் திருநெல்வேலி வந்திருந்தார். அவரை வரவேற்க, அவரது இயக்கத்திற்கு ஆதரவு தெரிவிக்க, போடப்பட்ட கூட்டம் அது. கூட்டத்திற்கு நான் தலைமை வகித்தேன். பல்கலைக்கழகக் கல்லூரி ஆசிரியர், மாணவர் பெரும் திரளாக வந்திருந்தனர்.

சில நாட்கள் கழித்து மாநிலக் கல்விச் செயலரிடமிருந்து எனக்குக் கடிதம் வந்தது. மேதா பட்கர் அரசை எதிர்த்துப் போராடிக் கொண்டிருக்கிறார். அந்தக் கூட்டத்திற்கு நீங்கள் தலைமை தாங்கி இருக்கிறீர்கள். அத்துடன் கூடன்குளம் அணுமின் நிலையத்தையும் நீங்கள் எதிர்த்துப் பேசியிருக்கிறீர்கள். இதற்கான விளக்கத்தை அளிக்கவும் என்று எழுதியிருந்தார். அதைப் படித்ததும் எனக்குக் கோபம் பற்றிக் கொண்டு வந்தது. காரசாரமான பதில் எழுதினேன். பல்கலைக் கழகம் அரசுத் துறை அல்ல. துணைவேந்தர் அரசு அலுவலர் அல்ல. இது ஒரு சுதந்திரமான நிறுவனம். எங்களுக்குக் கல்விச் சுதந்திரம், கருத்துச் சுதந்திரம், பேச்சுச் சுதந்திரம் இருக்கிறது. அறிவுத்தேடல் பல்கலைக்கழகத்தின் பணி. அனைத்து வழிகளிலும் அதைச் செய்யும் உரிமை எங்களுக்கு இருக்கிறது என்று எழுதினேன். அத்துடன் அந்தக் கோப்பு மூடப்பட்டது.

இதன் தொடர்ச்சியாக எங்களது மற்ற சில முயற்சிகளைப் பற்றியும் சொல்ல வேண்டும். மனிதம் போற்றும் கல்வி உயர்கல்வி என்பது எனது ஆழ்ந்த நம்பிக்கை. ஒரு பல்கலைக் கழகத்திற்குத் தன்னைச் சுற்றி நடக்கும் நிகழ்வுகளைப் பற்றிய sensitivity வேண்டும். 1992, டிசம்பர் 6, சுதந்திர இந்தியாவின் வரலாற்றில் மிகக் கொடிய தினம்; கறுப்பு நாள்; பாபர் மசூதி இடிக்கப்பட்ட நாள். நம் நாட்டின் ஆயிரக்கணக்கானோர் பாதிக்கப்பட்டதைப் போல், நானும் இந்த நிகழ்ச்சியால் மிகவும் பாதிக்கப்பட்டேன். பல்கலைக் கழகத்திற்கு அருகாமையிலேயே இதனுடைய நேரடித் தாக்கம் இருந்தது. பத்தமடை மற்றும் அதைச் சுற்றியிருந்த சில கிராமங்களி லிருந்து முஸ்லீம்கள் ஒரு தலைமுறை, இரு தலைமுறைகளாக பம்பாயில் குடியேறியிருந்தனர். பாபர் மசூதி இடிக்கப்பட்ட பிறகு பம்பாயில் பயங்கரமான மதக் கலவரங்கள் நடந்து 2000க்கும் மேற்பட்ட முஸ்லிம்கள் கொல்லப்பட்டது உங்களுக்குத் தெரியும். அப்போது இந்தப் பகுதி முஸ்லிம்கள் உயிர் தப்பிப் பிழைக்க

இங்கு ஓடிவந்துவிட்டனர். இது தெரிந்து, நாங்கள், எங்கள் ஆசிரியர், மாணவர்களைக் கொண்டு, இவர்களையெல்லாம் சந்தித்து ஒரு ஆய்வு செய்தோம். அவர்களது தேவைகள், அனுபவங்கள், பம்பாய்க்குத் திரும்ப விரும்புகிறார்களா, இங்கே தங்கி மறுவாழ்வு தேட விரும்புகிறார்களா என்பதையெல்லாம் கண்டறிந்தோம். அது எங்கள் மாணவர்களுக்கும், ஆசிரியர்களுக்கும் மறக்க முடியாத அனுபவம். மதச்சார்பின்மை பற்றியும், வகுப்புவாதம் பற்றியும் புத்தகங்களிலும் பத்திரிகைகளிலும் எவ்வளவு படித்தாலும் பெற இயலாத அறிவும், ஞானமும் அகதிகளாக ஓடி வந்திருந்த இந்த மக்களைச் சந்தித்ததில் அவர்களால் பெற முடிந்தது. பிறகு, அவர்களுக்கு ரேஷன் கார்ட், குழந்தைகளுக்குப் பள்ளி நுழைவு, அவர்களுக்குக் கிடைக்க வேண்டிய நிவாரணம் இவற்றையெல்லாம் பெற்றுத்தர எங்கள் ஆசிரியர்களும், மாணவர்களும் ஓயாது உழைத்தார்கள். பின், பம்பாயில் நிலவரம் கொஞ்சம் சரியானபோது, இங்கே வந்தவர்களில் சிலர், பம்பாய் திரும்பிப் போய் அங்கே நிலைமையைக் கண்டறிய விரும்பினார்கள். அவர்களுக்குச் சில உதவிகள் கிடைக்க ஏற்பாடு செய்தோம். இந்த நிலவரங்கள் குறித்து நான் தமிழ்நாட்டின் அனைத்துப் பல்கலைக்கழகத் துணைவேந்தர்களுடன் தொடர்பு கொண்டு தெரிவித்துக்கொண்டிருந்தேன். அப்போது காந்தி கிராமப் பல்கலைக்கழகத் துணைவேந்தராக இருந்த திரு. ஓஸா அவர்கள் தானும் இந்த முயற்சியில் ஈடுபட முன்வந்தார். அவர் பம்பாய்க்குச் சென்று அகதிகள் திரும்ப உதவினார். இந்த நிகழ்ச்சியும் எங்கள் ஈடுபாடும் நாட்டின் இன்றைய கொடிய பிரச்சினையான மதவெறியைப் பற்றி எங்கள் ஆசிரியர்களுக்கும், மாணவர்களுக்கும் ஆழ்ந்த உணர்வு ஊட்டியிருக்குமென்று நினைக்கிறேன்.

பாபர் மசூதி இடிக்கப்பட்ட சில நாட்களுக்குப் பின் நாங்கள் திருநெல்வேலியில் ஒரு பெரிய ஊர்வலம் நடத்தினோம். மதவெறியை எதிர்த்தும், *secularism* வேண்டும் என்று வலியுறுத்தியும் நடத்தினோம். நான் தலைமை தாங்கி ஊர்வலத்தில் சென்றேன். ஆசிரியர், மாணவர், பல மக்கள் அமைப்புகள் பெருந்திரளாகக் கலந்துகொண்டனர். ஊர்வலத்தின் இறுதியில் ஒரு பொதுக்கூட்டம் நடத்தினோம். குன்றக்குடி அடிகளார் (முன்னவர்), முஸ்லிம், கிறிஸ்தவ மதத்தலைவர்கள் கலந்து கொண்டனர்.

இந்தச் சமயத்தில்தான் நாங்கள் *secularism* என்ற பாடத்தைப் பட்ட வகுப்புகளில் கொண்டு வருவதற்கான ஏற்பாடுகளைச் செய்து கொண்டிருந்தோம். அதற்கான பாடத்திட்டம் வகுப்பதும், ஆசிரியர்களுக்குப் பயிலரங்கம் நடத்துவதும் செய்து கொண்டிருந்தோம். மேற்சொன்ன நடவடிக்கைகளெல்லாம் இந்தப் பாடத்திற்குப் பொருளும், வலுவும் அளித்தன. அதன் ஆன்மாவாகவே ஆயின. பாடங்கள் வகுப்பறையின் நான்கு சுவர்களுக்கு இடையில் கற்றுத்

தருவதற்கல்ல; பாடங்கள் வாழ்ந்து காண்பிப்பதற்கு. இந்தக் கருத்து இத்தகையச் செயல்பாடுகள் மூலம் உணர்த்தப்பட்டிருக்கலாம்.

சு. ரா : இதற்கெல்லாம் எதிர்ப்பு, விமர்சனம் என்று ஏதாவது வந்ததா ?

வசந்தி : இத்தகையச் செயல்களுக்கெல்லாம் எதிர்ப்பும், விமர்சனமும் இல்லாமல் இருக்குமா என்ன? இந்து முன்னணித் தலைவர், கொஞ்ச நாட்களுக்குப் பின் திருநெல்வேலிக்கு வந்தவர், என்னைக் கடுமையாகத் தாக்கிப் பேசினார். ஒரு பல்கலைக்கழகத்திற்கு இந்த வேலையெல்லாம் எதற்கு என்று கேட்டார். அம்மையாருக்குத் தன் வரம்பு தெரியவில்லை என்றும் சொன்னார். அதற்குப்பின் தொடர்ந்து ஏ. பி. வி. பி (அகில பாரதீய வித்யார்த்தி பரிஷத்) இந்துத்துவத்தின் மாணவர் அமைப்பு என்னையும், பல்கலைக்கழகத்தையும் எதிர்த்தே வந்திருக்கிறது. மதவெறி எதிர்ப்பு, *secularism* இவற்றிற்கு மிகுந்த முக்கியத்துவம் கொடுத்தோம். நான் தமிழ் நாட்டின் அனைத்துப் பல்கலைக்கழகத் துணைவேந்தர்களுக்கும் இந்த லட்சியங்களைக் காப்பாற்றப் பல்கலைக்கழகங்கள் இன்று முன்வர வேண்டும் என்றும், அதற்காக அனைவரும் ஒன்றுபட்ட முயற்சிகளை மேற்கொள்ள வேண்டுமென்றும் எழுதினேன். முதல் கட்டமாகக் கல்லூரி, பல்கலைக்கழக ஆசிரியர்களுக்கு ஒரு கருத்தரங்கம் நடத்துவதாக முடிவு செய்தோம். தஞ்சைப் பல்கலைக்கழகம் கருத்தரங்கம் நடத்த இடம் அளிக்க முன்வந்தது. இரண்டு நாள் கருத்தரங்கம் அங்கு நடத்தினோம். பேராசிரியர் எஸ். கோபால் கருத்தரங்கத்தைத் தொடங்கி வைத்தார். ஆசிரியர்கள் நல்ல ஈடுபாடு காட்டினர். *'Academics for Secularism and Unity'* என்ற ஒரு அமைப்பையும் உருவாக்கினோம். ஆனால், அது தொடர்ந்து செயல்படவில்லை.

மனிதம் போற்றும் கல்வியை உருவாக்கும் முயற்சிகளில் முக்கியமான ஒன்று தொடர்பியல் துறையை அமைத்தது. மிகுந்த நிதி நெருக்கடி கொண்ட எங்கள் பல்கலைக்கழகத்தில் ஒவ்வொரு புதுத்துறை தொடங்குவதும் ஒரு பெரிய போராட்டம். நிதிக்குழுவில் வைத்து அரசு அதிகாரிகளின் ஒப்புதலை வாங்க வேண்டும். புதுத் துறை தொடங்க வேண்டுமென்றால் எம். பி. ஏ தொடங்குங்கள்; இது எதற்கு என்றார்கள். கஷ்டப்பட்டுத் தொடர்பியல் துறை தொடங்க நிதி உதவி பெற்றேன். இந்தத் துறை மிகச் சிறப்பாக வளர்ந்து, இன்று பல்கலைக் கழகத்திற்குப் பெருமை சேர்த்து வருகிறது. கல்வி, களத்தில் கற்பது என்பதை நிரூபித்துக் கொண்டிருக்கிறது. இந்தத் துறை மாணவர்கள் பல இடங்களுக்கும் பரவிச் சென்று கற்கிறார்கள்; அனுபவ அறிவைத் தேடுகிறார்கள். துறையின் பெயருக்கேற்ப கிராமப் புறங்களுடன் நெருங்கிய தொடர்பு கொண்டிருக்கிறார்கள். பத்திரிகை அலுவலகங்களில், விஷுவல் மீடியாவில் போய் மாதக் கணக்கில் பயிற்சி பெறுகிறார்கள்.

இவற்றையெல்லாம் மாணவர்களாக இருக்கும்போதே செய்கிறார்கள். சென்னை, பம்பாய், ஹைதராபாத், டெல்லி இங்கெல்லாம் சென்று பயிற்சி பெறுகிறார்கள். பின்பு இந்தப் பயிற்சியை வைத்துக் கொண்டு நமது கிராமங்களைப் பற்றி எழுதுகிறார்கள். சர்ச்சைக்கு இடமான பிரச்சினைகளைப் பற்றித் தைரியமாக எழுதுகிறார்கள். எங்காவது மனித உரிமைகள் பறிக்கப்பட்டால், மக்கள்மீது தாக்குதல் நடந்தால் அங்கெல்லாம் எங்கள் மாணவர்கள் சென்று உண்மையைக் கண்டறிய முயல்கிறார்கள். ஒரு தேர்தல் வருகிறதென்றால் மாநிலம் முழுவதும் சென்று கருத்துக்கணிப்பு செய்கிறார்கள். அரசை எதிர்த்து எழுதுவதற்குக்கூட அஞ்சுவதில்லை. அவர்களுக்கு ஆசிரியர்கள் தைரியம், நம்பிக்கை, நேர்மை இவற்றைக் கற்றுக் கொடுத்து ஆதரவாக நிற்கின்றனர். இன்றையச் சூழ்நிலையில் இவையெல்லாம் சாதாரண விஷயங்களல்ல. ஒரு ஜனநாயக நாட்டிற்கு நேர்மையான, தைரியமான மீடியா எத்தனைத் தேவை என்பதை நான் சொல்ல வேண்டியதில்லை.

இந்தத் துறையின் சிறந்த முயற்சி ஒன்றைப் பற்றிக் குறிப்பிட வேண்டும். 'ஊரக உறவு' என்ற பத்திரிகையைத் தொடங்கி நடத்தி வருகிறார்கள். இரு மாதங்களுக்கு ஒரு முறை வெளிவருகிறது. சுற்றிலும் இருக்கும் பிரச்சினைகள் பற்றி எழுதுவது. கிராம மக்களுக்குத் தேவையான விபரங்களையும், விளக்கங்களையும் அளிப்பது. மக்கள் யார் வேண்டுமானாலும் இதில் எழுதலாம். அதற்கான ஒரு மேடையாகவும் இது இயங்குகிறது. இவ்வாறெல்லாம் இந்தப் பத்திரிகை இயங்கி வருகிறது. வேறு எந்தப் பல்கலைக்கழகத்திலும் இத்தகையப் பத்திரிகை இல்லை.

ஊருக்கு நாங்கள் செய்ய வேண்டிய பணியாக மேற்கொண்ட மற்றொன்று புத்தகக் கண்காட்சியை ஆண்டு தோறும் பத்து நாட்கள் நடத்துவது. எங்கள் பல்கலைக்கழகம் ஒன்றுதான் புத்தகக் கண்காட்சியை நடத்துகிறது. மற்ற இடங்களிலெல்லாம், புத்தகம் வெளியிடுவோர், அவர்களது அமைப்புகள் ஆகியவைதான் புத்தகக் கண்காட்சிகள் நடத்துகின்றன. இதை ஊருக்கு மத்தியில் வ. உ. சி. திடலில் நடத்தினோம். ஏராளமான பொதுமக்கள், குறிப்பாக மாணவர்களை அழைத்துக் கொண்டு பெற்றோர்கள் நிறைய வந்தார்கள். நமது பல்கலைக்கழகப் பகுதியில் நல்ல புத்தகங்களைப் பார்ப்பதற்கு வாய்ப்பில்லை. அதனால், அதனை அனைவரும் ஆதரித்தார்கள். எழுத்தாளர்கள், கலைஞர்கள் வந்தார்கள். பலர் கண்காட்சி நடந்த பத்து நாட்களும் வருவார்கள். முடியும்போது, ஐயோ முடிகிறதே என்று வருத்தப்படுவார்கள். வெளியீட்டாளர்களும் மிகவும் சந்தோஷப்பட்டார்கள். மக்கள் வருவதும், புத்தகங்களை வாங்குவதும், புத்தகங்களைப் புரட்டிப் பார்ப்பதும் . . . பார்க்கவே சந்தோஷமாக இருக்கும். எங்கள் புள்ளியியல் துறையினரை வைத்து ஒவ்வொரு ஆண்டும் ஒரு கணக்கெடுப்புச்

செய்தோம் – எவ்வளவு பேர் வருகிறார்கள், எவ்வளவு புத்தகங்கள் வாங்குகிறார்கள், எப்படிப்பட்டவர்கள் நிறைய வாங்குகிறார்கள் போன்ற விபரங்கள் கிடைத்தன.

இதைப் பற்றிப் பேசும்போது ஒரு செய்தி சொல்ல வேண்டும். ஆசிரியர்கள் புத்தகம் படிப்பதில்லை என்று வருத்தப்பட்டோ மில்லையா அது தொடர்பாக. ஒரு ஆண்டு கண்காட்சி தொடக்க விழாவில் பேசும்போது நான் ஒன்று சொன்னேன். அதற்கு முந்திய ஆண்டு கணக்கெடுப்பில் கிடைத்த விபரங்களைப் பார்த்தால், ஆசிரியர்கள் நிறையப் புத்தகங்கள் வாங்கவில்லை என்று தெரிகிறது. இது மிகவும் வருந்த வேண்டிய ஒன்று. நான் ஒரு *offer* செய்தேன். "தேர்வுக்கான விடைத்தாள்கள் திருத்துவதற்குப் பல்கலைக்கழகம் ஆசிரியர்களுக்கு ஊதியம் கொடுக்கிறது. இது ஆசிரியர்களுக்குக் கூடுதலாகக் கிடைக்கும் வருமானம். இதைப் பணமாகப் பெற்றுக் கொள்ளாமல், அவர்களுக்கு வரவேண்டிய தொகைக்குப் புத்தகங்கள் வாங்கி, ரசீதைப் பல்கலைக்கழகத்திடம் கொடுத்து, பணம் வாங்கிக் கொள்ளலாம். ஆசிரியர்கள் இதை ஏற்றுக் கொள்ள முன்வர வேண்டும்" என்று கேட்டுக் கொண்டேன். ஆசிரியர்கள் இதை ஏற்றுக் கொள்ளவில்லை. அத்துடன் நின்றிருந்தாலும் பரவாயில்லை. பொதுமேடையில் நான் அவர்களை அவமதித்துவிட்டேன் என்று வருத்தப்பட்டார்கள். ஒரு கல்லூரியில் ஆசிரியர் சங்கக் கிளை கூட்டம் நடத்தி, நான் பேசியதைக் கண்டித்துத் தீர்மானம் போட்டு எனக்கு அனுப்பினார்கள்.

சுந்தர ராமசாமி

அரசியல் தலையீடு

சு. ரா : பல்கலைக்கழகங்களுக்கும், அரசியல்வாதிகளுக்கும் இடையிலான தொடர்பைப் பற்றி உங்களிடம் கேட்க விரும்புகிறேன். அரசியல் தலையீடு இல்லாத இடமேயில்லை. இந்தத் தலையீட்டினால் பல்கலைக்கழகங்கள் பெரும் பாதிப்புக்கு உள்ளாகின்றனவா? உங்கள் அனுபவம் என்ன?

வசந்தி : பல்கலைக்கழகங்களில் அரசியல் தலையீடு மிக மோசமாக நடக்கிறது. அரசியல் தலைமை, அமைச்சர்கள், எம். எல். ஏ., எம். பி. க்கள், அரசியல் கட்சித் தலைவர்கள் இப்படிப் பலர் பல்கலைக்கழகங்களில் தங்கள் அதிகாரத்தை நிலை நிறுத்த முயல்கிறார்கள். எல்லா விஷயங்களிலும் தலையீடுகள் உள்ளன. இத்துடன் நிர்வாகத் தலைமையும், *Top level bureacracy*, அரசுச் செயலர்கள் இவர்களும் தங்கள் பங்குக்குத் தலையிடுகிறார்கள். *Autonomy* என்பது, பல்கலைக்கழகங்களின் சுதந்திரம் என்பது, இன்று பெயரளவில்கூட இல்லை.

சட்டத்திலேயே, பல்கலைக்கழகச் சட்டத்திலேயே தன்னாட்சி உரிமை பெருமளவிற்குப் பறிக்கப்பட்டிருக்கிறது. பல்கலைக் கழகத்தின் ஆட்சிக் குழுவில், அதிகார அமைப்புகளில் அரசு அதிகாரிகள் பெரும் எண்ணிக்கையில் உறுப்பினர்களாக உள்ளனர். எங்கள் பல்கலைக்கழக சிண்டிகேட்டில், நிர்வாகத் தலைமையான அந்த அமைப்பில் மொத்தம் 17 பேரில் 7 பேர் அரசு அதிகாரிகள். கல்வித் துறைச் செயலர், கல்வி இயக்குனர் போன்றவர்கள். நிதிக்குழுவில் கல்வித் துறை, நிதித் துறை இரண்டின் செயலர்களும் உறுப்பினர்கள். தமிழ்நாட்டின் பெரும்பாலான பல்கலைக்கழகங்களிலும் இதே மாதிரியான சட்டம்தான் இருக்கிறது. ஆகவே சுதந்திரத்தைக் காப்பாற்றிக் கொள்வது சுலபமல்ல. இந்த உறுப்பினர்கள் வழியே அன்றைய அரசும், ஆளும் கட்சியும் தங்கள் அதிகாரத்தைப் பல்கலைக்கழகத்தில் நிலைநாட்டிக்கொள்ள முடியும். பல பல்கலைக் கழகங்களில் இந்த அதிகாரிகளின் முடிவுகளை வாயை மூடிக் கொண்டு பேசாமல் ஏற்றுக்கொள்கிறார்கள்.

இதைவிட மோசமானது பல்கலைக்கழக நிர்வாகத்தில் அரசியல்வாதிகளின் தலையீடு. முக்கியமாக அப்பாயிண்ட்மென்ட்ஸில் சகிக்க முடியாத தலையீடு. தோட்டக்காரர் பதவியிலிருந்து,

பேராசிரியர் வரை எல்லாப் பணிகளையும் தங்களுக்கு வேண்டியவர்களுக்கு, அல்லது தங்களுக்கு லஞ்சம் கொடுத்தவர்களுக்கு வாங்கிவிட வேண்டுமென்று ஆலாய்ப் பறப்பவர்கள் இவர்கள். பல பல்கலைக் கழகங்களை இவர்கள் தங்கள் பாக்கட்டில் வைத்திருக்கிறார்கள். ஆனால், இத்தனைக்கும் இடையிலேயும், பல்கலைக் கழகத்தின் சுதந்திரத்தையும், தன்னுரிமையையும், தன்மானத்தையும் காப்பாற்றிக் கொள்ள முடியும். எனக்கு நிறைய அனுபவங்கள் உண்டு.

எங்கள் பல்கலைக்கழகம் புதிய பல்கலைக் கழகமாதலால் நிறைய பணியிடங்களை உருவாக்கி, அவற்றிற்கு ஆள் நியமனம் செய்ய வேண்டிய தேவை இருந்தது. ஆசிரிய, நிர்வாகப் பதவிகள் எல்லாமே நிறைய இருந்தன. இவற்றிற்கெல்லாம் நியமனம் செய்யத் தொடங்கிய உடனேயே அரசியல்வாதிகளின் தலையீடு தொடங்கிவிட்டது. சில சமயங்களில் நேர்காணல் நடந்து கொண்டிருக்கும். அப்போதே போனில் அழைப்பார்கள். அமைச்சர்கள், சபாநாயகர், அவர்களது செயலாளர்கள் பேசுவார்கள். இன்னாரை நீங்கள் அவசியம் தேர்வு செய்ய வேண்டும் என்று சொல்வார்கள். நான் மரியாதையாகச் சொல்வதுண்டு. "யாரைத் தேர்வு செய்வது என்பது என் கையில் இல்லை. ஒரு தேர்வுக் குழு இருக்கிறது. அதில் நல்ல தேர்ச்சியாளர்கள் இருக்கிறார்கள். பதவிக்குச் சிறந்தவர் யார் என்று பார்த்துத் தேர்ந்தெடுப்பார்கள். ஒன்று மட்டும் உங்களுக்கு நான் உறுதியளிக்க முடியும். நீங்கள் சிபாரிசு செய்பவர்தான் எல்லோரிலும் சிறந்தவர் என்றால், நிச்சயமாக வேறு யாரையும் தேர்வு செய்ய மாட்டோம்."

இப்படிப் பலமுறை நடந்திருக்கிறது. முதல் இரண்டு ஆண்டுகள் நிறைய சிபாரிசுகள் வந்தன. நிறைய *pressures*. நிறைய பேர் வீட்டிற்கு வந்து என்னைப் பார்க்க வேண்டுமென்று முயற்சி செய்வார்கள். நான் ரொம்பக் கண்டிப்பாக யாரையுமே வீட்டில் சந்திப்பதில்லை என்று சொல்லிவிட்டேன். ஆறு ஆண்டுகளும் இதைக் கடைப்பிடித்தேன். ஒரு முறைகூட நான் எந்த சிபாரிசையும் ஏற்றுக் கொள்ளவில்லை. யாருக்கும் பணிந்து ஒன்றும் செய்யவில்லை. இரண்டு ஆண்டுகள் முயற்சி செய்து பார்த்துவிட்டுப் பிறகு விட்டு விட்டார்கள். ஒன்றும் பயனில்லை என்று தெரிந்துவிட்டது. அதற்குப் பிறகு சிபாரிசுகள் வருவது மிகவும் குறைந்துவிட்டன.

ஒரு முறை ஒரு ஆளும் கட்சி எம்.எல்.ஏ., எங்கள் பல்கலைக்கழக செனட் உறுப்பினர் – பலமுறை அவர் செய்த சிபாரிசுகளை நான் ஏற்றுக் கொள்ளவில்லை – ஒரு நாள் என் அறைக்குள் வந்தார். யாருக்கோ சிபாரிசு செய்யத்தான். அவரது தகுதிகளைப் பார்த்தாலே அவரைத் தேர்வு செய்ய முடியாது என்பது தெரிந்துவிட்டது. அப்படியே சொல்லிவிட்டேன். அவருக்கு ஒரே கோபம். "என்னம்மா இது! நம்ம ஊருக்கு ஒரு பல்கலை வந்தது. ஒரு பத்து வேலை

போட்டோம்னு இருக்க வேண்டாமா? கொஞ்சம் கூட *oblige* பண்ண மாட்டேங்கிறீர்களே? இந்தப் பல்கலை இருந்து எங்களுக்கு என்ன பிரயோஜனம்?" என்று கத்திவிட்டுப் போனார்.

நான் பதவி ஏற்று சுமார் மூன்று ஆண்டுகளுக்குப் பிறகு, அப்போதைய கல்வி அமைச்சரிடம் சிபாரிசுக்குப் போய்விட்டு வந்தவருடைய நண்பர் சொன்னார். அமைச்சர் அந்த நபரிடம் சொன்னாராம். "பாருப்பா, நீ வேற எங்கே சிபாரிசு வேணும்னாலும் வா. ஆனா அந்தப் பல்கலைக்கழகத்துக்கு மட்டும் வராதே. அந்தம்மா ஒரு முரடு. யார் சொன்னாலும் கேக்காது". இப்படி ஒரு பெயர் எனக்குக் கிடைத்துவிட்டது. மூன்று ஆண்டுகளுக்குப் பிறகு மிகப் பெரிய பணிக்குக்கூட யாரும் யாரையும் சிபாரிசு செய்வது கிடையாது. பதிவாளர் பணிக்கு விளம்பரம் செய்திருந்தோம். எத்தனை பெரிய பணி. ஒரு சிபாரிசுகூட வரவில்லை. இதை நான் பலரிடம் சொன்னபோது யாரும் நம்பவில்லை.

நான் எதற்காக இதைப் பற்றி விரிவாகச் சொல்கிறேன் என்றால் இன்று பரவலாகப் பேசப்படுகிறது: துணைவேந்தர்களுக்கு அதிகாரமே இல்லை; அவர்கள் கை கட்டிப் போடப்பட்டுள்ளது; அரசியல் / அதிகாரத் தலையீடு அனைத்திலும் குறுக்கிடுகிறது; தரமானவர்களை நியமனம் செய்ய இயலவில்லை; 'பாவம் துணைவேந்தர்கள் என்ன செய்வார்கள்?' என்றெல்லாம் கேட்கிறார்கள். இதை நான் ஒப்புக்கொள்ளத் தயாராக இல்லை. நமக்குத் துணிவிருந்தால், நமது மதிப்பீடுகளில் அசைக்க முடியாத நம்பிக்கை இருந்தால், இன்றையச் சீரழிவிலும் நம்மையும், நமது பல்கலைக்கழகத்தையும் காப்பாற்ற முடியும்.

சு. ரா : ஊழலையும் லஞ்சத்தையும் தவிர்க்க முடியுமென்று நினைக்கிறீர்களா?

வசந்தி : நிச்சயம் முடியும். இன்று லஞ்சம் எல்லா இடங்களிலும் புகுந்திருக்கிறது என்பது எல்லோரும் அறிந்ததுதான். பல்கலைக்கழகங்களில் ஆசிரியர் வேலைகளுக்குக் குறைந்தது ரூ. 2 லட்சம் அல்லது ரூ. 3 லட்சம் என்பதுதான் இன்றைய 'ரேட்' என்று சொல்லப்படுகிறது. நான் வந்த புதிதில் நியமனம் செய்யப்பட்ட சில இளம் ஆசிரியர்கள் வெகு நாட்களுக்குப் பிறகு என்னிடம் சொல்லியிருக்கிறார்கள். "நாங்கள் நேர்காணலுக்கு வந்தபோது எந்த நம்பிக்கையும் இல்லாமல்தான் வந்தோம். எல்லா இடங்களிலும் போல் இங்கும் யாரைத் தேர்வு செய்வது என்பதை முன்கூட்டியே முடிவு செய்திருப்பார்கள். நாங்களும் ஓரளவுக்குக் கொடுப்பதற்குத் தயாராக இருந்தோம். யாரிடம் கேட்பதென்பது தெரியவில்லை. எங்களுக்கு நியமன உத்தரவு வந்தபோது எங்களால் நம்பவே முடியவில்லை. இது என்ன அதிசயம் என்று நினைத்தோம். ஒரு வேளை போய்ச் சேரும்போது பணம் கேட்பார்கள் என்று

எண்ணித் தயாராகவே வந்தோம். அப்போதும் யாரும் கேட்க வில்லை. *Probation* முடியும்போதுகூட ஏதாவது கொடுக்க வேண்டி யிருக்கும் என்றுதான் நினைத்தோம். போகப் போகத்தான் உண்மை தெரிந்தது. வேலை வாங்குவதற்குச் சொத்தை விற்பதற்கும், கடன் வாங்குவற்கும் எங்கள் குடும்பம் தயாராகவே இருந்தது".

நான் சேர்ந்த புதிதில் ஒரு ஆசிரியர் வேலைக்கு விளம்பரம் செய்தி ருந்தோம். ஒருநாள் ஒரு இளைஞர் என்னைப் பார்க்க வந்தார். தன்னுடைய தகுதிகளைப் பற்றிச் சொல்லிவிட்டுக் கையில் கொண்டு வந்திருந்த பெட்டியைத் திறந்து ஒரு பெரிய கட்டை எடுத்தார். "இது முதல் தவணை. பின்னால் முழுமையாகத் தருகிறேன்" என்றார். எனக்குப் பெரிய அதிர்ச்சி. ஒரு நிமிடமாயிற்று என்ன நடக்கிறது என்று புரிந்து சமாளித்துக்கொள்ள. உடனே மணியை அடித்து, பக்கத்து அறையிலிருந்த இணைப் பதிவாளர், என்னுடைய தனிச் செயலாளர் இருவரையும் அழைத்தேன். உடனே இந்த ஆளைப் பிடித்து போலீஸில் ஒப்படையுங்கள் என்று சொன் னேன். வந்திருந்தவர் அலறிக்கொண்டு இணைப் பதிவாளரைத் தள்ளிவிட்டு வெளியே ஓடிவிட்டார்.

குடும்பப் பின்னணி

சு. ரா : இப்போது உங்களைப் பற்றிச் சில கேள்விகளைக் கேட்கலாம் என்று நினைக்கிறேன். கல்வித் துறையில் சில மாறுபட்ட அணுகுமுறைகளைப் புகுத்த விரும்புகிறீர்கள். உங்களுடைய சிந்தனைகள் உருவான பின்புலம் என்ன? உங்களுடைய தாத்தா சக்கரைச் செட்டியார் அவர்களுடைய பாதிப்பு உங்கள் பின்னணியில் இருந்ததா?

வசந்தி : தாத்தாவைப் பற்றி மற்றவர்களுக்குத் தெரிந்த அளவுக்குத்தான் எனக்கும் தெரியும். ரொம்பத் தெரியாது. அவருடைய பிற்காலத்தில் அவர் செய்த நிறையக் காரியங்களை அறிந்திருக்கிறேன். எனக்கு வாழ்க்கையில் மிகப் பெரிய வருத்தம், அவருடன் நெருங்கிப் பழகி, அவருடைய எண்ணங்கள், லட்சியங்கள் ஆகியவற்றின் தாக்கத்தை நான் பெறவில்லை என்பது. அவருடைய காலத்தில் தொழிலாளர்களுக்கான சட்டங்கள் கிடையாது. அதை உருவாக்கியவர்களில் அவரும் ஒருவர். அவர் ஒரு வழக்கறிஞர். தொழிற்சங்க இயக்கத்தின் ஆரம்பகாலத் தலைவர்களில் ஒருவராக இருந்தவர்.

சு. ரா : அவர் எந்த ஊரில் பிறந்தார்?

வசந்தி : சென்னையில் பிறந்தார். செட்டியார்.

சு. ரா : செட்டியார் என்றால்?

வசந்தி : இந்துச் செட்டியார். வணிகச் சமூகத்தைச் சேர்ந்தவர்.

சு. ரா : சட்டக் கல்லூரியில் படிக்கும் அளவுக்கு அந்தக் காலத்தில் அவருக்கு வசதி இருந்ததா?

வசந்தி : அவருடைய கூடப்பிறந்தவர்கள் அதிகம் படிக்கவில்லை. இவர் மட்டும் ஆரம்பத்திலிருந்தே மிகவும் புத்திசாலியான மாணவராக இருந்திருக்கிறார். சென்னைக் கிறிஸ்தவக் கல்லூரியில் சேர்ந்தபோது அங்கே அவருக்கு மிகவும் மாறுபட்ட சூழ்நிலைகள் இருந்தன. Liberal சிந்தனைகள் கொண்ட கிறிஸ்தவச் சூழல் இருந்தது. அங்கே முதல்வராக மில்லர் இருந்தார். அவருடைய பாதிப்பு எங்கள் தாத்தாவைப் போன்ற சமகாலத்தவர் பலரிடம் இருந்தது. எங்கள் தாத்தாவைத் தவிர குடும்பத்தில் அம்மாவின் மாமாவும் கிறிஸ்தவராக மாறினார். அவரும் ஒரு வழக்கறிஞர்.

அவர் பெயர் செஞ்சையா. இவர்கள் இருவரும் கிறிஸ்தவ இறையியல் கல்வியை ஆழமாகக் கற்றுத் தேர்ந்தவர்கள்.

சு. ரா : கலாச்சாரப் பின்னணியும் பொருளாதாரப் பின்னணியும் உள்ள இந்தக் குடும்பத்திலிருந்து கிறிஸ்தவராக மாறினார் என்றால் என்ன காரணத்துக்காக அந்த மத மாற்றம் நிகழ்ந்தது?

வசந்தி : எங்கள் தாத்தா குடும்பத்தில் அவர் மட்டும்தான் மாறினார். அம்மாவின் மாமா குடும்பத்தில் எல்லோருமே மாறினார்கள். அவர்கள் ஆந்திர பிராமணர்கள். எங்கள் அம்மாவுடைய அம்மா பிராமணர். அந்தக் குடும்பம் பூராவுமே கிறிஸ்தவ மதத்திற்கு மாறிற்று.

சு. ரா : அதாவது பாட்டி.

வசந்தி : ஆமாம், பாட்டி. அவர்களுடைய குடும்பத்தில் எட்டு குழந்தைகள். எல்லோருமே ஆந்திர பிராமணர்கள். குட்டும் பைய்யா என்று ஒரு டாக்டர். ரொம்ப புகழ்பெற்ற டாக்டர். அவர் கல்யாணமே பண்ணிக் கொள்ளவில்லை. அப்புறம் அந்தக் குடும்பத்தில் இருந்த டாக்டர் ஆதிசேஷய்யா என்பவர் ஒரு உளவியல் பேராசிரியர். அவர் அண்ணாமலைப் பல்கலைக் கழகத்தில் துணை வேந்தராக இருந்தார். இவர்கள் எல்லோருமே கிறிஸ்தவர்களாகத் தான் இருந்தார்கள். கிறிஸ்தவக் கல்லூரியின் தொடர்பில் செஞ்சையாவும் எங்கள் தாத்தா சக்கரைச் செட்டியாரும் நல்ல நண்பர்களாகி விட்டார்கள். ஆகவே அந்த இரண்டு குடும்பமும் இவ்விதத்தில் மிக நெருக்கமாகிவிட்டது. அதன் காரணமாகத் திருமணமும் நடந்தது என்று நினைக்கிறேன். எங்கள் தாத்தா, செஞ்சையா இருவரும் இறையியல் பிரசங்கங்களை அந்தக் காலத்திலேயே – பாதிரியார் தவிர வேறு யாரையும் பிரசங்க மேடையில் அனுமதிக்காத சூழ்நிலையில் – செய்தார்கள். எங்கள் தாத்தா இந்துத் தத்துவம் மற்றும் அது சார்ந்த புத்தகங்களை நிறையப் படித்திருக்கிறார். அவர் கிறிஸ்தவ மதம் மேற்கத்திய மதமாக இருக்கக்கூடாது; அது உண்மையில் இந்திய மதமாக மாற்றப்பட வேண்டும் என்று முயற்சி செய்தார்.

அப்புறம் எங்கள் தாத்தா தொழிலாளர் இயக்கத்தில் மிகவும் தீவிரமாக ஈடுபட்டார். அப்போது தொழிலாளர்கள் எந்த உரிமையும் இல்லாமல் இருந்தார்கள். முதன்முதலில் தொழிலாளர் வேலை நிறுத்தம் எங்கள் தாத்தாவின் தலைமையில் பின்னி ஆலையில் நடந்தது. தாத்தா தொழிலாளர்களுக்கு அவர்களுடைய உரிமைகள் பற்றியும் போராட்ட வழிமுறைகளையும் கற்றுக்கொடுத்தார். மேடையில் நன்றாகப் பேசுவாராம். ஆங்கிலம் நன்றாகப் பேசுவாராம். அதனால் ஆங்கில ஆட்சியாளர்கள் மூலமாகவே அவர் பல தொழிலாளர் சட்டங்களையெல்லாம் கொண்டுவந்தார் என்று சொல்வார்கள். அவர் ரொம்பத் தைரியசாலி. போலீஸ் கைது

செய்ய வந்தால் தைரியமாக முன்னே போய் நிற்பாராம். என்னைக் கைது பண்ணிக்கொண்டு போ என்பாராம். இவருக்குத் தெரியும்; இவரைக் கைது பண்ணிக்கொண்டு போனால் பிரிட்டிஷ்காரன் பயங்கரமாகச் சத்தம் போடப் போகிறான். அவர்கள் சர்ச்சில் சந்திக்கிறார்கள். இவர்மேல் அவர்களுக்குப் பெருமதிப்பு உண்டு. அவர்தான் எங்களை மனுஷனாக்கினார் என்று தொழிலாளர் கள் சொல்வார்களாம். இந்தியாவின் முதல் தொழிற் சங்கமான சென்னைத் தொழிலாளர் சங்கம், *1917*இல் சக்கரைச் செட்டியார், திரு. வி. க., ஆ. ட. வாடியா இவர்கள் மூவரால் தொடங்கப்பட்டது. தேசிய அளவிலும் தொழிலாளர் இயக்கத்திற்குத் தாத்தா தலைமை தாங்கியிருக்கிறார். *1950*களில் எட்டு ஆண்டுகள் ஏ. ஐ. டி. யு. சி. யின் தலைவராக இருந்தார்.

சு. ரா : சரி, அவருக்கும் பாரதிக்கும் இருந்த தொடர்பைப் பற்றிக் குடும்பத்தில் பேசுவார்களா?

வசந்தி : கொஞ்சம் கொஞ்சம் எங்கள் அம்மா பேசுவார். குறிப்பாக பாரதி ரொம்பக் கஷ்டப்பட்டுக் கொண்டிருந்தபோது தினமும் அவருக்குச் சாப்பாடு எங்கள் தாத்தா வீட்டிலிருந்துதான் போகுமாம். அப்படி அனுப்புகிறபோது யாரோ பாரதியிடம் கேட்டார்களாம். என்ன, புதிது புதிதாக வந்திருக்கிறது; அசைவ உணவெல்லாம் வந்திருக்கிறது; இதையெல்லாம் நீங்கள் சாப்பிடு வீர்களா என்று. ஏழைக்கு எல்லாச் சாப்பாடும் சாப்பிட்டுத்தானே ஆகவேண்டும்; பசிக்கிறவனுக்கு எல்லாச் சாப்பாடும் ஒன்றுதான் என்கிற மாதிரியெல்லாம் அவர் சொல்வார் என்று சொன்னார்கள். அந்த மாதிரிச் சாப்பாடு எங்கள் தாத்தா வீட்டிலிருந்துதான் அவ ருக்குத் தினமும் போகும். எங்கள் தாத்தா இரண்டாவது திருமணம் செய்துகொண்டார்.

சு. ரா : இந்து முறைப்படியா? கிறிஸ்தவ முறைப்படியா?

வசந்தி : கிறிஸ்தவ முறைப்படிதான். என்னுடைய அம்மா வுக்கு ஒன்பது வயதாக இருக்கும்போதே பாட்டி இறந்துவிட்டார். அதற்கப்புறம் என்னுடைய அம்மா, அவர்கள் மாமா செஞ்சையா வீட்டில்தான் வளர்ந்தார்கள். எங்கள் தாத்தாவும் செஞ்சையாவும் நெருக்கமாக இருந்ததால் தினமும் சந்திப்பார்களாம். எங்கள் தாத்தா வீட்டிற்கு நிறைய மாணவர்கள் வருவார்களாம். அவர்களிடம் அரசியல், காலனிய எதிர்ப்பு இவற்றைப் பற்றி நிறையப் பேசுவா ராம். அப்புறம் கணிதத்தில் என் தாத்தா ரொம்பக் கெட்டிக்காரர். கணிதத் தத்துவத்தைப் பற்றி நிறையச் சொல்லித் தருவாராம். மூன்று மாணவர்கள் – சகோதரர்கள். பின்னால் ஒவ்வொருவரும் அவரவர் துறையில் சிறந்து விளங்கியவர்கள் – எங்கள் தாத்தா வீட்டிற்குத்தான் தினமும் வந்து மணிக்கணக்காகப் பேசுவார்களாம். அவர் பின்னால் சட்டசபை உறுப்பினராகவும் தேர்ந்தெடுக்கப்பட்டு முக்கியமான அரசியல்வாதியாகத் திகழ்ந்திருக்கிறார். இந்தியக்

கம்யூனிஸ்டு கட்சியின் ஆதரவாளராகத்தான் இருந்திருக்கிறார். தொழிலாளர் இயக்கத்தில் அவருடைய பங்களிப்பு பிரதானமானது. எல்லா இடத்திலும் இன்றைக்கு அவருடைய பெயர் இது மூலமாகத் தான் வெளியே தெரிந்தது. எட்டயபுரத்தில் பாரதி விழாவிற்கு என்னை அழைத்திருந்தார்கள். அப்போது மேடையில் சக்கரைச் செட்டியாரின் பேத்தியாக நான் அறிமுகப்படுத்தப்பட்டேன். அதன் பின்னர் ஒருவர் கேட்டார். நீங்கள் சக்கரைச் செட்டியாரின் பேத்தி யாமே. அப்படியென்றால் நீங்கள் எங்கள் செட்டியார் ஜாதிதானே என்றார். எனக்குத் தூக்கிவாரிப் போட்டுவிட்டது.

சு. ரா : அவருடைய மறைவு எப்போது?

வசந்தி : 1958இல் இறந்து போனார்.

சு. ரா : அப்போது உங்களுக்கு என்ன வயது?

வசந்தி : 19. அவரிடம் நான் ரொம்பப் பேசியது கிடையாது. அவர் இறப்பதற்கு இரண்டு வருடங்களுக்கு முன் அவருக்குப் பக்க வாதம் வந்தது. அப்போது நான் அடிக்கடி போவேன். துரதிருஷ்ட வசமாக அவருக்குப் பேச முடியாது. நான் கல்லூரியில் படித்துக் கொண்டிருந்தேன். எங்கள் அப்பா ரொம்பக் கண்டிப் பானவர். அவர் என்னையும் அம்மாவையும் எங்கேயும் போக விடமாட்டார். அதனால் அவரை மீறி எங்கேயும் போகாமல் நாங்கள் இருந்துவிட்டோம். நான் கல்லூரிக்குப் போகிற கட்டத்தில் அவருக்கு நினைவு மற்றும் பேச்சு தவறிப் போய்விட்டது. அதனால் ஒன்றும் பேச முடியாது.

சு. ரா : உங்கள் அம்மாவைத் தவிர அவருக்கு எத்தனை குழந்தைகள்?

வசந்தி : இரண்டு பேர். எங்கள் அம்மாதான் முதல். அதைத் தவிர ஒரு தம்பியும் தங்கையும் இருந்தார்கள். இரண்டு சகோதரி களும் வெவ்வேறு ஜாதியில் கல்யாணம் பண்ணியிருக்கிறார்கள். எங்கள் அப்பா இந்து நாயுடு. அம்மா கிறிஸ்தவர். அன்றையச் சூழ்நிலையில் சிறப்புத் திருமணச் சட்டம் ஒன்றுதான் இருந்தது. அந்தச் சட்டத்தின் கீழ் கல்யாணம் பண்ணவேண்டும் என்று சொன்னால் திருமணம் ஆகும் பெண்ணும் ஆணும் தாங்கள் எம்மதத்தையும் சாராதவர்கள் என்ற உறுதி அளித்துவிட்டுத்தான் திருமணம் செய்து கொள்ள முடியும். அப்படித்தான் அவர்கள் கல்யாணம் பண்ணிக்கொண்டார்கள்.

சு. ரா : அவர்கள் எங்கே சந்தித்துக்கொண்டார்கள் – கல்லூரி யிலா? வீட்டிலா?

வசந்தி : அம்மாவோட மாமா செஞ்சுராம் என்று பெயர். அவர் அப்போது திண்டுக்கல் முனிசிபல் பள்ளியில் தலைமையாசிரி யராக இருந்தார். அவரும் அப்பாவும் நெருங்கிய நண்பர்கள்.

எங்கள் அப்பா டென்னிஸ் விளையாடுவார். செஞ்சுராமும் டென்னிஸ் விளையாடுவார். காஸ்மோபாலிடன் கிளப்பில் சந்தித்துக் கொள்வார்கள். நிறைய நேரம் சேர்ந்திருப்பார்கள். அம்மா கோடை விடுமுறைக்காக மாமா வீட்டிற்கு வருவார்கள். அங்கே இருவரும் சந்தித்திருக்கிறார்கள். அப்படிச் சந்தித்துத்தான் அவர்களுக்குத் திருமணமாயிற்று. எங்கள் அப்பாவுடைய அப்பா இறந்துவிட்டார். எங்கள் அப்பாதான் குடும்பப் பொறுப்பை ஏற்றிருந்தார். அவருடைய தம்பி தங்கையரைக் காப்பாற்ற வேண்டிய பொறுப்பு அப்பாவுக்கு இருந்தது. எங்கள் அப்பாவை எதிர்க்கக்கூடிய தைரியம் யாருக்கும் இல்லை. திருமணத்திற்குப் பின் எங்கள் அப்பாவுடைய உறவினர்கள் எல்லோரும் உறவை முறித்துக்கொண்டார்கள். அம்மா வழியில் எல்லோரும் லிபரல் மனப்பான்மை கொண்டவர்கள். எங்கள் அம்மா தாத்தாவிடம் சொன்னபோது அவர், “உனக்குப் பிடித்திருந்தால் சரி. நீ மிகவும் கடவுள் பற்று உடையவள். அதனால் நீ வேறு மதத்தை ஏற்றுக்கொள்ள மாட்டாய் என்றில்லை” என்று சொல்லி அவரை ஆதரித்தாராம்.

சு. ரா : உங்கள் அம்மா சிறுவயதில் ஏதாவது வேலை பார்த்தார்களா?

வசந்தி : அவர்கள் ஆசிரியர் பயிற்சி பெற்றிருந்தார்கள். சென்னையில் ஒரு பள்ளியில் கொஞ்ச நாள் ஆசிரியராகப் பணியாற்றியிருக்கிறார்கள். அதற்குப் பின், கல்யாணம் ஆனதும், வேலையை விட்டுவிட்டார்கள். அவர்களுக்குக் கற்றுத் தருவதில் மிகவும் ஆர்வம். ஆனால் அவர்களால் கற்றுத்தர முடியவில்லை. அவர்களுடைய குடும்பம் பெரிதாக இருந்தது. அப்பாவின் தம்பி தங்கைகளை எல்லாம் அவர்கள்தான் வளர்த்தார்கள். நானும் தம்பியும்தான் அவர்களுடைய குழந்தைகள். இருந்தாலும் வீட்டில் எப்போது பார்த்தாலும் நிறைய பேர் இருப்பார்கள். எங்கள் அப்பாவுடைய உறவினர்கள் நிறைய பேர் எங்கள் வீட்டிலேயே இருந்தார்கள். அவர்களுடைய குழந்தைகள் எல்லாம் எங்கள் வீட்டிலேயே வளர்ந்தார்கள். அப்பா தேசிய இயக்கங்களில் மிகுந்த ஈடுபாட்டுடன் இருந்தார். ஆனால் சிறைக்குச் செல்லுமளவுக்கு இல்லை. அவர் அந்தச் சமயத்தில் குடும்பப் பொறுப்பு காரணமாக அதற்கெல்லாம் போகவில்லை. அதனால் அவருக்கு வாழ்க்கை முழுவதும் வருத்தம். நான் பிறந்த நேரத்தில் அவர் முனிசிபல் சேர்மனாக இருந்தார். அப்போது ஹரிஜனங்கள் மத்தியில் வேலை பார்த்தவர்கள் நிறைய பேர் கிடையாது. அப்போதே முனிசிபாலிட்டியில் வேலை பார்க்கிற துப்புரவுத் தொழிலாளர்களுக்கெல்லாம் நிலம் கொடுத்ததால் அவர்கள் அந்தக் காலனிக்கு அப்பா பெயரையே வைத்தார்கள். அப்பா இறந்தபோது எல்லோரும் வந்தார்கள். எங்கள் அம்மா பிரசிடென்சி கல்லூரியில் படித்தார்கள். ஆனால் ஆங்கில இலக்கியத்தில் இரண்டாம் வருடம் படிக்கும்

போது, அதை நிறுத்திவிட்டு, ஆசிரியர் பயிற்சி முடித்தார்கள். நாங்கள் எல்லோருமே ஓரளவுக்கு ஆங்கிலம் கற்றுக்கொண்டது அம்மாவிடம்தான். எங்கள் மாமா ஒருவர் காங்கிரஸ் கட்சிக்குப் பெண் வேட்பாளர் தேவை என்று அப்பாவிடம் கூறினார். எங்கள் மாமா சி. சுப்பிரமணியம். அத்தையின் கணவர்.

***சு. ரா** : அத்தை என்றால் . . .*

***வசந்தி** : எங்கள் அப்பாவுடைய கடைசித் தங்கை. சி.எஸ் ஸும் எங்கள் அப்பாவும் பிரசிடென்சி கல்லூரியில் படித்தவர்கள். நல்ல நண்பர்கள். எங்கள் மாமா காமராஜரை வீட்டிற்கு அழைத்து வந்து கொஞ்சம் கொஞ்சமாகப் பேசி அம்மாவைத் தேர்தலில் வேட்பாளராக நிற்க வைப்பதற்கு அப்பாவின் சம்மதத்தைப் பெற்றார்கள். அப்புறம் என்ன ஆயிற்று என்று தெரியவில்லை. வேறு யாருக்கோ தொகுதியைக் கொடுத்து விட்டார்கள் போலி ருக்கிறது. எங்கள் அப்பா அதனால் மிகவும் கோபமடைந்து காங்கிர ஸில் இருந்து விலகிவிட்டார். அதுவரையில் காங்கிரஸில்தான் இருந்தார். தீபாவளி, பொங்கல் இதைவிடவும் முக்கியமாகத் தேசிய நிகழ்ச்சிகளைத்தான் அப்பா கொண்டாடுவார். எனக்கு நல்ல ஞாபகம் இருக்கிறது. காந்தி இறந்தபோது எங்கள் அப்பா பல நாட்கள் அழுதுகொண்டே இருந்தார். எங்கள் வீட்டில் உள்ள ஒருவரை இழந்தமாதிரியேதான் எங்களுக்கு இருந்தது.*

***சு. ரா** : அதெல்லாம் உங்களைச் சின்ன வயதில் எப்படிப் பாதித்தது ?*

***வசந்தி** : அப்பா இதைப் பற்றியெல்லாம் ரொம்பப் பேசுவார். இதையெல்லாம் நான் கேட்டிருக்கிறேன். அவர் தேசிய இயக்கங் களைப் பற்றிக் கதை கதையாகச் சொல்வார். சித்தரஞ்சன் தாஸ் பேரில் அவருக்கு மிகவும் மதிப்பு. அவருடைய மனைவியின் பெயர் வாசந்தி தேவி. அதனால்தான் எனக்கு **வசந்தி**தேவி என்று பெயர் வைத்தார்கள். சித்திரஞ்சன் தாஸ் எப்படி இருந்தார்; அவர் எவ்வளவு பாடுபட்டார்; கடைசியில் அவர் இறந்து போகிற போது அவருடைய சடங்குகளுக்குக் கூடப் பணம் இல்லாதவாறு எல்லா இயக்கங்களுக்கும் கொடுத்தார் – அதையெல்லாம் விளக்கமாகச் சொல்வார் அப்பா.*

***சு. ரா** : அவர் படித்த புத்தகங்களெல்லாம் உங்களிடம் இருக் கிறதா ?*

***வசந்தி** : ஆம். நிறைய இருக்கிறது. ஒரு பக்கம் தேசியத் தலை வர்கள் மேல் பற்று. இன்னொரு பக்கம் தமிழ் மேல் பற்று. அப்பாவிற்குப் பெரியாருடைய இயக்கம் பிடிக்கும். குறிப்பாக அவருடைய பிராமண எதிர்ப்புக் கொள்கை.*

***சு. ரா** : அவருக்குத் தேசிய இயக்கங்களில் ஈடுபாடு இருந்ததா ?*

வசந்தி : ஈடுபாடு உண்டு. அவருக்கு நெருங்கிய நண்பர்கள் உண்டு. வைத்தியநாத ஐயரைப் பற்றியெல்லாம் கதை கதையாகச் சொல்வார். 1930களில் சுபாஷ் – காந்தி முரண்பாடு வந்தது அல்லவா. அப்போது காந்தியைப் பற்றி விமர்சனம் பண்ணுவார். அவர் சுபாஷின் நிலைப்பாடை ஏற்றுக்கொண்டார். அகிம்சையால் ஒன்றும் நடக்காது என்று சொல்வார். இருந்தாலும் காந்தியிடம் அவருக்குப் பெருமதிப்பு உண்டு.

சு. ரா : பெரியாரிடம் நேரடித் தொடர்பு உண்டா?

வசந்தி : சந்தித்திருக்கிறார். எங்கள் தாத்தாவைப் பற்றிப் பெரியாருக்கு நன்றாகத் தெரியும். அப்போது பெரியார் ஒருமுறை தனது இயக்கத்தினரிடம் சொன்னாராம். நாமெல்லாம் பேசுகிறோம். ஆனால் தாஸ் (என் அப்பா) செய்து காண்பித்திருக்கிறார். அவர் இன்னொரு மதத்தைச் சேர்ந்த பெண்ணைக் கல்யாணம் பண்ணி யிருக்கிறார். அவர் குடும்பத்தில் இந்த மாதிரி எல்லாம் நடந்திருக் கிறது என்று. பெரியாருடைய போட்டோ எங்கள் வீட்டில் அப்பா அறையில் மாட்டி வைக்கப்பட்டிருக்கிறது. அப்பாவுக்கு ராமலிங்க சுவாமிகள்மீது ஈடுபாடு உண்டு. திருவருட்பா பாடல் களைப் பாடுவார். எங்கள் வீட்டில் என் குழந்தைகளையெல்லாம் பாட்டு பாடியே தூங்க வைப்பார். நிறைய முரண்பட்ட கருத்து களுடன் வாழ்ந்தார். அவருடைய கருத்துகளை எங்களிடம் பகிர்ந்து கொண்டார். அதை ஒவ்வொருவரும் ஒவ்வொரு விதத்தில் ஏற்றுக் கொண்டோம். நானும் என் தம்பியும் ஒரே சூழலில், பின்னணியில் வளர்ந்தாலும் நானும் அவனும் வித்தியாசமானவர்களாக வளர்ந் தோம். எங்களிடையே பொதுவான அம்சங்கள் மிகவும் குறை வாகத்தான் இருக்கும்.

சு. ரா : இடதுசாரி இயக்கத்தின் தாக்கம் இருந்ததா?

வசந்தி : நான் என் தாத்தா சக்கரைச் செட்டியார் மூலம் நேரடியான பாதிப்புக்கு ஆளாகவில்லை. ஆனால் அவரைப் பற்றிய செய்திகள் எங்கோ என்னிடம் தாக்கம் விளைவித்தன என்று நினைக்கிறேன். என்னுடைய அப்பாவும் ஓரளவு இடதுசாரிச் சித்தாந்தப் பார்வை உடையவர்தான். 'இரந்தும் உயிர் வாழ்தல் வேண்டின் பரந்து கெடுக உலகியற்றியான்' என்கிற குறளை அடிக்கடி சொல்வார். 'ஒத்தாரும், உயர்ந்தாரும், தாழ்ந்தாரும் எவரும் ஒருமையுளராகி உலகியல் நடத்த வேண்டும்' என்ற இராமலிங்கம் அருட்பா அவருக்குப் பிடித்தது. இன்றையத் தாழ்வு களையும் அநீதிகளையும் பற்றி நிறையப் பேசுவார். 'இறுதியில் கம்யூனிசம் ஒன்றுதான் வழி; புரட்சி வந்தால்தான் சரியாகும்' என்று சொல்வார். நான் கல்லூரிக்குப் போன பிறகுதான் இடதுசாரிச் சிந்தனை முறையாக ஏற்பட்டது. ஓரளவு என் கணவர் மூலமாக.

சு. ரா : உங்கள் கணவர் இடதுசாரிச் சிந்தனை கொண்டவரா?

வசந்தி : அவர் இயக்கங்களுக்குள் நேரடியாகப் போகவில்லை. அவருடைய நெருங்கிய நண்பர் ஒருவர் இருந்தார். நாடமங்கலம் என்று. எம். பி. ஸ்ரீனிவாசன் அவருடைய இளைய சகோதரர். எம். பி. ஸ்ரீனிவாசன் Indian People Theatre Associationஇலும் அப்புறம் சி. பி. ஐ.இலும் ரொம்ப நாள் இருந்தார். அதன் மூலமாக இடது சாரிச் சிந்தனைகள் என் கணவரைப் பாதித்தன என்று நினைக் கிறேன். சில ஆண்டுகள் அந்தத் தாக்கம் நீடித்தது. அதன் பிறகு அவரது சித்தாந்தம், கொள்கைகள் முழுவதும் மாறிவிட்டன. இப்போது இடதுசாரிச் சிந்தனைகள் அவரிடம் இல்லை என்றுதான் சொல்ல வேண்டும்.

சு. ரா : மார்க்ஸ் படிக்க ஆரம்பித்தபோது உங்களுக்கு என்ன வயது இருக்கும்?

வசந்தி : 18 அல்லது 19 இருக்கும். விவேகானந்தர் பற்றி வாசிக்க ஆரம்பித்ததும் அதே காலகட்டத்தில் தான். அதுவரைக்கும் மதம் என்பது எங்கள் குடும்பத்தைப் பொறுத்த வரைக்கும் இந்து மதம் தான். அம்மா கிறிஸ்தவ மதத்தை வெளிப்படுத்தாமல்தான் இருந் தார். எல்லாவிதத்திலும் குடும்பத்தோடு ஒன்றிப் போயிருந்தார். அம்மாதான் அப்பாவின் தங்கை தம்பிகளை வளர்த்து ஆளாக்கி னார். அவர் தன்னை ஒரு இந்துவாகவே மாற்றிக்கொண்டார். அதனால் அடிப்படைச் சிந்தனை இந்து மதம் பற்றியதாகத்தான் இருந்தது. ஆனால் விவேகானந்தரைப் படித்ததும் இந்து மதம் பற்றிய எனது பார்வை கேள்விக்குள்ளானது. மார்க்ஸ் படித்தபோது இன்னும் நிறையக் கேள்விகள் எழுந்தன. விவேகானந்தருடைய பாதிப்பு கொஞ்ச நாட்கள்தான் இருந்தது. அதன் பிறகு *non-believer* ஆகிவிட்டேன்.

சு. ரா : நீங்கள் விவேகானந்தரால் பாதிக்கப்பட்டது பற்றியும் நாஸ்திகரானது பற்றியும் சொன்னீர்கள். அம்மா ஆழ்ந்த மத நம்பிக்கை கொண்டவர் என்றும் சொன்னீர்கள். நீங்கள் நாஸ்திகராக மாற என்ன காரணம்?

வசந்தி : அப்போது பொருள் முதல்வாதத் தத்துவங்களை எல்லாம் படிக்க ஆரம்பித்துவிட்டேன். எல்லாவற்றையும் கேள்விக் குள்ளாக்கும்போது நமது நம்பிக்கைகள் தகர்கின்றன.

சு. ரா : இந்த மாதிரிப் புத்தகங்கள் படிக்கிற சமயத்தில் அம்மா வுடனோ அப்பாவுடனோ விவாதித்ததுண்டா?

வசந்தி : ஓரளவு உண்டு. என்னுடைய கருத்துகளை வெளிப் படையாகச் சொல்வேன். அம்மா கடவுள் என்று ஒருத்தர் இருக் கிறார்; அதை நம்பினால் போதும் என்பார்.

சு. ரா : உங்கள் சிந்தனைகளில் ஏற்பட்ட மாற்றங்கள் உங்கள் அப்பாவைப் பாதித்ததுண்டா?

வசந்தி : எங்கள் அப்பா நாஸ்திகத்திற்கும் ஆஸ்திகத்திற்கும் மாறிக்கொண்டிருந்தார். அவர் தனது தந்தையை இழந்த பிறகு, தனக்குப் பிரியமான சகோதரியை இழந்தபிறகு, கடவுள் நம்பிக்கை யையும் இழந்துவிட்டார்.

சு. ரா : பலரும் கடவுள் நம்பிக்கை பற்றிய சந்தேகங்களால் அலைக்கழிக்கப்பட்டுக் கொண்டுதானே இருக்கிறார்கள்.

வசந்தி : நான் சிறுவயதில் பூஜையெல்லாம் பண்ணுவேனாம். அப்போது எங்கள் பாட்டி (அப்பாவுடைய அத்தை) எங்கள் அப்பாவிடம் சொல்வார்களாம். பார், இவள் இப்படிப் பண்ணு கிறாள். நீ கடவுள் நம்பிக்கையே இல்லாமல் இருக்கிறாயே. அவளிடம் இருந்தாவது கற்றுக்கொள் என்று சொல்வார்களாம்.

சு. ரா : அப்போது உங்கள் நண்பர்கள் வட்டம் எப்படி இருந்தது?

வசந்தி : நான் மார்க்ஸ் படிக்க ஆரம்பித்தும்கூட விவேகா னந்தரைப் பற்றிய சிந்தனைகள் அழிந்துவிடவில்லை. கல்லூரியில், என் வகுப்பில் மைதிலி சிவராமன் படித்துக் கொண்டிருந்தார். நாங்கள் இரண்டு பேரும் வகுப்பில் மிகவும் நெருக்கமாக இருந் தோம். எங்கள் சிந்தனைகளைப் பரிமாறிக் கொண்டோம். அப் போது அவள் குடும்பப் பின்னணியைச் சார்ந்து சின்மயானந்தா வின் வகுப்புகளுக்குப் போவாள். என்னையும் அழைப்பாள். அப்போது அவளுக்கு இடதுசாரிச் சிந்தனைகளில் நாட்டம் இருக்கவில்லை. அவள் அமெரிக்காவுக்குப் போய் வந்த பிறகுதான் அவளுக்கு அச்சிந்தனைகளில் நாட்டம் வந்தது. பிறகு அவள் ஒரு முழுமையான மார்க்ஸிஸ்டாகத் திரும்பி வந்தாள். ஹிந்து ராம், மைதிலி எல்லோரும் ஒரு குழுவாகத் திரும்பி வந்தார்கள். அவர்களோடு எனக்கு நெருங்கிய நட்பு இருந்தது. கல்லூரியில் என் கணவருடன் பழக ஆரம்பித்தபோது நாடமங்கலம் மற்றும் இடதுசாரி நண்பர்களோடு பழகும் வாய்ப்புக் கிடைத்தது. இதனால் என் சிந்தனைகள் விரிவடைந்தன.

சு. ரா : கோட்பாட்டு ரீதியாகத் தாக்கம் ஏற்பட்டபோது இயக் கத்தில் சேர வேண்டும் என்ற எண்ணம் ஏற்பட்டதா?

வசந்தி : அப்போது கூட்டங்களுக்கெல்லாம் போவேன். 1975 வரைக்கும் நேரடியாக எதிலும் ஈடுபடவில்லை. மணிலாவுக்குப் போய்விட்டு 5 வருடம் கழித்துத் திரும்பி வந்த பிறகுதான் ஆசிரியர் இயக்கத்தோடு தொடர்பு ஏற்பட்டது.

சு. ரா : மணிலாவுக்குப் போனது எந்தப் பொறுப்பை ஏற்றுக் கொண்டு?

வசந்தி : என் கணவருடைய வேலை நிமித்தமாக. அவருக்கு மணிலாவில் ஆசிய வளர்ச்சி வங்கியில் வேலை கிடைத்தது. அதனால் நான் விடுப்பு எடுத்துக்கொண்டு மணிலா சென்றேன்.

அங்கேதான் எனது பிஎச்.டி ஆய்வை மேற்கொண்டேன். பிலிப்பைன்ஸ் அனுபவம் எனக்கு ஏகாதிபத்தியத்தின் தாக்கம் என்ன என்பதைப் புரிய வைத்தது. ஏகாதிபத்தியம் மற்றும் புதிய காலனிய ஆதிக்கம் பற்றிய விவாதங்கள் அங்கு நடைபெற்றுக் கொண்டிருந்தன. இந்தியாவில் அந்த அளவுக்கு அன்று விவாதங்கள் நடைபெறவில்லை. அங்கு நான் *University of the Philipines*ல் சேர்ந்தேன். அப்போது பிலிப்பைன்ஸ் நாடு மார்க்கோஸின் ராணுவ ஆட்சியின் கீழ் இருந்தது. எனது பல்கலைக் கழகத்தில் தலைமறைவு இயக்கத்தைச் சார்ந்த பலர் இருந்தனர். காலனிய எதிர்ப்புத் தலைவர்களும் அறிவு ஜீவிகளும் தேசிய மக்கள் முன்னணியைச் சேர்ந்தவர்களும் இணைந்து மார்க்கோஸின் தலைமைக்கு எதிராக இயக்கம் நடத்தினர். அவர்கள் நிறைய பேர் எங்கள் பல்கலைக் கழகத்தில் இருந்தார்கள். நிறைய மாணவர்கள் இந்த இயக்கத்தில் ஈடுபட்டிருந்தனர். சில மாணவர்கள் திடீரென்று காணாமல் போய்விடுவார்கள். அவர்கள் எங்கே போனார்கள் என்றே தெரியாது. திடீரென்று ஒரு மாணவனுடைய சடலம் பல்கலைக்கழகத்திலுள்ள சிறிய கோயிலுக்கு வந்திருக்கிறது; சர்வீசுக்கு வாருங்கள் என்று தகவல் வரும். அங்கே பேராசிரியராக இருந்தவர் ஒருவர் 7 வருடம் அரசியல் கைதியாக இருந்து விடுதலையானவர். 1980இல் இந்தியாவுக்குத் திரும்பி வந்தபோது பன்னாட்டு நிறுவனங்கள் பற்றிய பேச்சு ஆரம்பித்திருந்தது. அப்போது நான் பன்னாட்டு நிறுவனங்கள் பற்றிப் பல கூட்டங்களில் பேசினேன். அதற்கப்புறம்தான் நான் பெண்கள் இயக்கத்தில் ஈடுபட ஆரம்பித்தேன்.

சு.ரா : இந்த ஈடுபாடுகளுக்கு உங்கள் கணவரின் ஆதரவு இருந்ததா?

வசந்தி : ஒரு காலம் வரையிலும் இரண்டு பேரும் ஒரே விதமாகச் சிந்தித்து வந்தோம். அவரும் நாஸ்திகவாதிதான். எங்கள் திருமணத்தைப் பொறுத்தவரை, என்னைப் போலல்லாமல், குடும்பத்தினரின் எதிர்ப்பை அவர் சமாளிக்க வேண்டியிருந்தது. நாங்கள் இரண்டு பேரும் மாணவர்களாக இருந்தோம். அதனால் என்னுடைய பெற்றோர்கள் அவசரப்படாதீர்கள் என்றார்கள். எங்கள் இருவருக்கும் வேலை கிடைத்தபிறகு திருமணம் செய்து கொண்டோம். ஒரு காலம் வரையில் நாங்கள் ஒன்றாக வளர்ந்திருந்தாலும் நான் அதிகமாக இடதுசாரிச் சிந்தனைகளில் ஈடுபட ஆரம்பித்த போது அதில் அவருக்கு அவ்வளவு விருப்பம் இல்லை. ஆனால் அதை உறுதியாக அவர் தடுக்கவும் இல்லை. குழந்தைகளை நான் *influence* பண்ணியதையும் அவர் ஆட்சேபிக்கவில்லை. அவருமே 1970 வரையில் இடதுசாரிச் சிந்தனைகளில் ஓரளவு நாட்டம் கொண்டவராகத்தான் இருந்தார். பிறகு மாறிவிட்டார். எங்களுக்குள் நிறைய முரண்பாடுகள் வருவதுண்டு. ஆனால் ஒருவர் வேலையில் மற்றவர் அதிகம் குறுக்கிடுவதில்லை. கடந்த 20 ஆண்டுகளில்

என்னுடைய மகன், மகள் இருவருடைய பாதிப்பும் எனக்கு நிறைய இருக்கிறது. மகனுடைய பாதிப்பு 20 ஆண்டுகளாகவும், மகளுடையது 10 ஆண்டுகளாகவும் இருக்கிறது. என் மகன் நிறையப் படிப்பான். ஒரு நல்ல intellectual. இடதுசாரிச் சிந்தனை உடையவன். ஆனால் மார்க்ஸியத்தின் rigidities பற்றி critical ஆக இருப்பவன். அவன் படித்த புத்தகங்கள், சிந்தனையாளர்கள் பற்றி ஓரளவு என்னிடம் விவாதிப்பான். அது ஓரளவு என்னைப் பாதித்தது. என்னுடைய மகள் ஆழ்ந்த சமூக அக்கறை உடையவள். Activist. மக்களுடன் இணைந்து வேலை செய்வதில் மிகுந்த ஈடுபாடு உடையவள். Strong anticommunalist. இந்துத்துவத்தைக் கடுமையாக எதிர்ப்பவள். அவள் மூலமாகக் கடந்த 10 ஆண்டுகளில் பல மக்கள் குழுக்கள், இயக்கங்களுடன் எனக்குத் தொடர்பு ஏற்பட்டுள்ளது.

சு. ரா : சோவியத் யூனியனில் நடந்த மாற்றம் உங்களை எந்த விதத்தில் பாதித்தது?

வசந்தி : 1975க்குப் பிறகு சோவியத் யூனியனில் ஏற்பட்ட மாற்றங்கள் பற்றி நிறையச் சிந்தித்தேன். ஐரோப்பாவில் நடைபெற்ற ஸ்டாலினிய எதிர்ப்புப் போக்கு பற்றிய செய்திகள் நிறையப் படித்திருக்கிறேன். சோவியத் மார்க்ஸியம் பற்றிய விமர்சனப் பார்வை எனக்கு இந்தியாவுக்குத் திரும்பும் முன்னே ஏற்பட்டுவிட்டது. நான் பிலிப்பைன்ஸ் பல்கலைக்கழகத்தில் பிஎச்.டி பண்ணிக் கொண்டிருந்தபோது, முக்கியமாக இரு சித்தாந்தங்களின் தாக்கம் ஏற்பட்டது. அவை New left, Western Marxism, Critical School, Frankfurt School என்று பலவகைகளில் அழைக்கப்பட்டவை. இவையெல்லாம் ஸ்டாலினிசத்தைக் கடுமையாகத் தாக்கியவை. அதே சமயம் முதலாளித்துவத்தையும் முழுமையாக எதிர்த்தவை. ஸ்டாலினிசத்தின் கொடுமைகள், சர்வாதிகாரங்கள், ஜனநாயக மறுப்பு, Antihumanism இவை பற்றியெல்லாம் அந்தக் கட்டத்தில் ஓரளவு படித்தேன். ஹெர்பர்ட் மார்க்யூஸேயின் One Dimensional Man இல் தொடங்கி அல்தூசர் வரை சில படித்தேன். அவையெல்லாம் என்னை மிகவும் பாதித்தன. சோஷலிசத்தை ஜனநாயகப்படுத்த வேண்டியதன் அவசியத்தை உணர்ந்தேன். சோவியத் கம்யூனிசம் சோஷலிசத்திலிருந்து முரண்பட்டிருப்பதையும் தெரிந்துகொண்டேன். பாட்டாளி வர்க்கச் சர்வாதிகாரம் வர்க்கச் சமுதாயத்தை ஒழிப்பதை விட்டு, ஒரு மோசமான Managerial Class ஐ உருவாக்கி விட்டது. ஆனால். அதற்காக சோவியத் யூனியனின் பல பெரும் சாதனைகளை மறுக்க நான் தயாராக இல்லை. சோவியத் யூனியனில் பல பிரச்சினைகள் இருந்தாலும் அவர்களுடைய அனுபவத்தை ஒட்டு மொத்தமாக ஒதுக்கித் தள்ள முடியாது. பெண்களின் நிலையில் சோவியத் யூனியனைப் பொறுத்தமட்டில் சில தேக்கங்கள் ஏற்பட்டிருந்தாலும் அவர்களுக்கு உருவாக்கப்பட்டிருந்த ஆதரவான அமைப்புகள், பொதுவாழ்வில் அவர்களுக்குக் கிடைத்த அங்கீகாரம் இவையெல்லாம் சோவியத்தின் மூலமாகத்தான் கிடைத்தன.

இரண்டாவதாக என்னிடம் தாக்கம் உருவாக்கியது *Dependency Theory*, குன்தர் பிராங்க் முதலான லத்தீன் அமெரிக்கச் சித்தாந்த வாதிகளின் கருத்துகள். ஏகாதிபத்தியம், நவீன காலனியம் இவற்றின் சமகால வடிவங்கள், பன்னாட்டு நிறுவனங்கள், மூன்றாம் உலக நாடுகளில் ஏற்படுத்தியிருக்கும் பெரும் சாம்ராஜ்யம் இவைபற்றி யெல்லாம் அப்போது நடந்துகொண்டிருந்த விவாதங்களினால் நான் நிறையப் பயனடைந்தேன். இந்தியாவில் இருந்தபோது இந்த அளவு *M.N.C*-க்கள் பற்றிச் சிந்தித்ததில்லை. இவற்றின் மூலமாகப் பெருகிவரும் கலாச்சாரச் சீரழிவு, அவை ஏற்படுத்துகின்ற கலாச்சார ஆதிக்கம், மனித மனங்களை மயக்கிக் கட்டுப்படுத்தும் சர்வ வல்லமை கொண்ட *media* ஆகியவற்றை எப்படி இந்த நிறுவனங்கள் இயக்குகின்றன என்பவை. முக்கியமாக, இந்தியா போன்ற மூன்றாம் உலக நாடுகளின் ஆளும் வர்க்கங்கள் எப்படி இந்தப் பன்னாட்டு முதலாளிகளுடன் கூட்டுச் சேர்ந்து அவர்களுக்குத் துணையாக இயங்குகின்றன என்பதை ஓரளவு புரிந்துகொள்ள ஆரம்பித்தேன். என்னுடைய பிஎச். டி ஆய்வு ஒருவகையில் இவற்றைப் பற்றியது தான். என்னுடைய *advisor* பேரா. ரெனாதோ கான்ஸ்டன்டீனோ இந்தத் தரகு வர்க்கத்தைப் பற்றி நிறையப் பேசுவார். நான் அந்தப் பல்கலையில் இருந்தபோது மற்றொரு இளம் பேராசிரியர் *Third World Centre* என்ற ஒன்றை உருவாக்கினார். இவையெல்லாம் என்னை மிகவும் ஈர்த்தன.

சி. பி. எம். தலைவர்களுடன் எனக்கு ஓரளவு பழக்கம் இருந்தது. ஜனநாயக மாதர் சங்கத்திலும் எனக்குத் தொடர்பு இருந்தது. ஆசிரியர் இயக்கத்திலும் இருந்தது. ஆனால் சி. பி. எம். கட்சியில் சேரக்கூடிய நிலை இருந்தும் சேரவில்லை. அவர்களாக என்னை ஏற்றுக்கொள்ளக்கூடிய நிலை ஏற்பட்டாலும் அவர்களுடைய ஒழுங்குகளுக்குக் கட்டுப்பட்டு ஒரு கட்சியில் இருப்பது என்னால் இயலாத காரியம் என்பதால் சேரவில்லை. அதே சமயம் நான் ட்ராட்ஸ்கியவாதிகளிடமோ அல்லது தீவிர கம்யூனிஸ்டுகளிடமோ போகவும் விரும்பவில்லை. ஜனநாயக மாதர் சங்கத்தோடு சேர்ந்து பணியாற்றினேன். ஆனால் அவர்களுடைய அரசியல் கட்சியில் ஈடுபட்டதில்லை. பெண்கள் இயக்கம் தொடர்பாக ஜனநாயக மாதர் சங்கத்துடன் செயல்படுவேன். ஆனால் அரசியல் ரீதியான பிரச்சினைகளுக்குப் போகமாட்டேன்.